*'मुरुगन ह्यांचं काल्पनिक गाव हे धोक्यांनी परिपूर्ण असून जातीच्या सीमारेषा हिंसक कृती आणि सामाजिक बहिष्कार ह्यांच्या माध्यमातून राखल्या जातात'*

– **एलेन बॅरी,** न्यू यॉर्क टाइम्स

*'अष्टपैलू, इतिहासाची चाड असणारे आणि लेखक म्हणून असणाऱ्या जबाबदाऱ्यांची जाणीव ठेवणारे मुरुगन हे... त्यांच्या पिढीतल्या तामिळ लेखकांपैकी सर्वाधिक कुशल शब्दधुरंधर म्हणायला हवेत'*

– **कारवा**

*'(एक) महान प्रभावी साहित्यिक... मुरुगन ह्यांनी स्वतःच्याच सर्जनशीलतेचा कळस गाठला आहे'*

– **द हिंदू**

*'नातेसंबंधात मुरुगन ह्यांच्या अंतर्मनाला दिसून येणारं दृश्य, त्यांच्या प्रत्येक शब्दातून विजेच्या लोळासारखं चमकतं'*

– **कालचुवडू**

'आलवायन' या तामिळ
कादंबरीचा अनुवाद

# एकाकी सुगी

**पेरुमाल मुरुगन**

मराठी अनुवाद
**डॉ. शुचिता नांदापूरकर-फडके**



**मेहता पब्लिशिंग हाऊस**

Please contact us at **Mehta Publishing House Pvt. Ltd.**
✆ +91 020-24476924 / 24460313 / Mob. No. 9545000513
Email : production@mehtapublishinghouse.com
Website : www.mehtapublishinghouse.com

◆ *या पुस्तकातील लेखकाची मते, घटना, वर्णने ही त्या लेखकाची असून त्याच्याशी प्रकाशक सहमत असतीलच असे नाही.*

**AALAVAAYAN** by PERUMAL MURUGAN

First published in Tamil as Aalavaayan by Kalachuvadu Publications Pvt. Ltd, Nagercoil 2014
First published in English in Penguin Books by Penguin Random House India 2018
Translated into Marathi Language by Dr. Shuchita Nandapurkar-Phadke

**एकाकी सुगी** / अनुवादित कादंबरी

अनुवाद : डॉ. शुचिता नांदापूरकर-फडके
authors@mehtapublishinghouse.com

मराठी अनुवादाचे व प्रकाशनाचे हक्क : मेहता पब्लिशिंग हाऊस प्रा. लि.

संस्थापक : सुनील अनिल मेहता

प्रकाशक : मेहता पब्लिशिंग हाऊस प्रा. लि.
१९४१, सदाशिव पेठ, माडीवाले कॉलनी, पुणे ४११०३०

मुद्रक : ट्रिनिटी अॅकॅडमी फॉर कॉर्पोरेट ट्रेनिंग लिमिटेड

मुखपृष्ठ : सरदार जाधव

प्रथमावृत्ती : फेब्रुवारी, २०२३

किंमत : ₹ २७०

P Book ISBN 9789357200240
E Book ISBN 9789357200233
E Books available on: amazonkindle Apple Books Google Play Books

# मनोगत

कालीचं पुढे काय झालं असेल, अशी उत्सुकता माधोरुबागान (वन पार्ट वुमन) कादंबरी वाचणाऱ्या अनेक वाचकांना होती. त्यांच्या प्रश्नांचं उत्तर मला देता येईल की नाही, या उत्सुकतेपोटी मी दोन उत्तरार्ध लिहिले.

*आलवायान (एकाकी सुगी)* या कादंबरीत मी कालीला या जगाचा निरोप घ्यायला लावला. परिणामत: पोन्नाचं जग विस्तारेल, की संकुचित होईल याची कल्पना मी करू पाहत होतो. या कल्पनाविलासात मी कितपत यशस्वी झालो आहे ते मला ठरवता येत नाही. या कादंबऱ्यांमधून पोन्नाची सासू सीरायीचं वाढतं महत्त्व माझ्या आधी लक्षात आलं नव्हतं. तिचं बोलणं, चालणं, काम करणं या साऱ्यांचा मी निव्वळ प्रेक्षक झालो. स्त्रियांच्या जगात भटकंती करण्याचं स्वातंत्र्य मी घेतलं आहे. ही कादंबरी लिहिताना माझा लिहिता हात मुक्तपणे वावरत होता. आत्मविश्वासाने सागराच्या दिशेने जात असताना मार्गातले अडथळे लीलया ओलांडणाऱ्या नदीच्या प्रवाहागत माझं लेखन होत होतं अशी अनुभूती मला परत येईल का? तूर्तास, माझ्या मार्गात लहान-मोठे अडथळे उभारलेले आहेत. कदाचित, काही काळ मला निष्क्रिय राहावं लागेल. कदाचित दीर्घकाळ! धरणाची दारं उघडायला वेळप्रसंगी कुणाची तरी मदत घ्यावी लागू शकते. या सर्व कारणांचा विचार करता ही कादंबरी माझ्यासाठी अधिक महत्त्वाची ठरते.

कादंबरीची ही दुसरी आवृत्ती आहे. व्यक्तिरेखांचा सहजगत्या परिचय होण्याच्या दृष्टीने मी त्यांना विशिष्ट ओळख देतो. परंतु, इथे माझ्या लक्षात आलं, की सर्व परिचय किंवा विशिष्ट कारणासाठी हे परिचय निर्माण केलेल्या वेळा पुसल्या जात आहेत. एखादा परिचय आपल्या हातातून निसटून जात असल्याची जाणीव झाल्यानंतर येणाऱ्या असहायतेपायी आपण त्या परिचयांबद्दल अति बोलतो का असंही मला वाटू लागलं आहे. म्हणूनच, पहिल्या आवृत्तीनंतर

मी काही बदल केले असून ही आवृत्ती पूर्णपणे कल्पनाधारित ठेवली आहे. मी संपूर्ण जगाला हे सांगू इच्छितो, की ही कादंबरी पूर्णतया काल्पनिक असून केवळ माझ्या सर्जनशीलतेचा परिपाक आहे. या कादंबरीतून समोर येणारे लिंगाधारित शब्द, घटना आणि कथा-उपकथा पूर्णपणे काल्पनिक आहेत. कादंबरीच्या मुख्य गाभ्याच्या दृष्टीने त्यांची नितांत आवश्यकता असल्याने मी त्यांची निर्मिती केली आहे. कुठल्याही किंतु-परंतु शिवाय ही कादंबरी वाचा. तथापि, असे किंतु, परंतु मनात असल्यास न वाचणं बरं. तुमच्या, माझ्या आणि साऱ्यांच्याच भल्यासाठी मन:पूर्वक आभार.

नमक्कल — पेरुमाल मुरुगन

२६ नोव्हेंबर २०१६

# १

पोन्नाने पारोशा पिंपळाकडे नजर टाकली. उजाडलं होतं. सगळीकडे प्रकाश विखुरण्याआधी किरणं झाडाच्या पानांवरून अलगद फिरत होती. पहाटेच्या त्या प्रकाशात ते झाड त्याच्या पर्णसंभारामुळे विशेष खुलून दिसत होतं.

कालीचा मृत्यू झाल्यानंतर जेव्हा पोन्ना झोपडीतून पाऊल टाकत असे तेव्हा सर्वप्रथम ते झाडच तिच्या नजरेला पडत असे. आताही नेहमीप्रमाणेच तिची नजर त्या विशिष्ट फांदीकडे गेली. एखाद्या भुंड्या हातासारखी दिसत होती ती जागा. खांद्यातून हात उचकटून काढल्यावर तो खांदा जसा दिसेल अगदी तशी - करवतीने फांदी जिथे कापली होती तिथे गोलसर व्रणसुद्धा दिसत होता. दुसऱ्या बाजूने वाढणारा जणू हातच असावा, अशी ती फांदी दिसत होती. पूर्वी, लहान मुलं या झाडावर चढायची तेव्हा, या फांदीवर नेहमी लटकायची. ती फांदी आळीपाळीने एकेका हाताने पकडत या टोकापासून त्या टोकापर्यंत जाणं हा मुलांचा आवडीचा खेळ होता. त्यानंतर, फांदी सोडून मुलं खाली उडी मारत.

जणूकाही, स्पर्धाच आहे अशा भावनेने काली उभं राहून, शरीर ताणत, एका उडीत फांदी गाठून त्यावर झोके घेऊ लागे. त्यानंतर तो खाली उडी मारे. त्याच्या त्या झोके घेण्यावरून ती त्याची नेहमी थट्टा करत म्हणे, ‘म्हणतात ना, मूल नसलेल्या घरात म्हातारी मंडळीच खेळतात-बागडतात.’ ती कालीची लाडकी फांदी होती. तो म्हणे, ‘पाहा जरा, एखाद्या भल्या मोठ्या सापासारखी पसरली आहे ती.’

पोन्ना उत्तर देई, ‘लक्ष ठेव, येईल एखाद दिवशी सरपटत आणि मारेल तुला डंख.’

परंतु, कालीचं त्या झाडावरचं प्रेम तसूभरही कमी झालं नव्हतं. तो म्हणे, ‘लक्षात घे, या झाडाला कोणी कितीही छळा, मोठ्या संयमाने हे झाड सारं सोसतं. माणसांना मात्र एवढासाही त्रास सहन होत नाही.’

कालीच्या म्हणण्याप्रमाणे खरोखरच ते झाड सारंकाही सोसत होतं. तो मात्र

सोसू शकत नव्हता. कालीला आणि त्या वृक्षाला दोन वेगळ्या जीवांच्या रूपात पाहणं तिला कठीण जात होतं. म्हणूनच, तो वृक्ष पाडता कामा नये, यावर ती अतिशय ठाम होती.

त्या वृक्षापासून सुटका करून घ्यावी म्हणून अनेकांनी तिचं मन वळवण्याचा प्रयत्न केला होता. तिची सासू तर म्हणाली होती, 'तो तर गेला! नवरा गमावलायस, आता हे झाड कशाला हवं तुला?' तिच्याजवळ येत, तिच्या डोक्यावरून मायेने थोपटत तिच्या वडिलांनी म्हटलं होतं, 'जेव्हा, एखाद्या झाडाला लटकवून घेत कोणी मरतं, तेव्हा ते झाड आपण ठेवता कामा नये. ते झाड अधिकाधिक बळी मागत राहातं.' लोक असंही म्हणाले होते, 'त्याच्या आत्म्याला स्वर्गात शांती लाभणार नाही बरं. तो आत्मा येऊन या झाडावर बसेल आणि पछाडत राहील इथे सगळ्यांना.'

कोणी कितीही काहीही म्हटलं तरी पोन्ना तिच्या निर्णयावर ठाम होती. त्या पारोशा पिंपळावर चढणाऱ्या कालीच्या आठवणी तिच्या मनात गच्च दाटल्या होत्या, हे कुणालाच ठाऊक नव्हतं. त्या वृक्षाच्या सावलीत असणारी खाट इतरांच्या दृष्टीने केवळ नारळाच्या काथ्यांची वीण होती, पण तिच्यासाठी त्या काथ्या म्हणजे त्याच्याबरोबर घालवलेल्या अनेक सुंदर क्षणांच्या आठवणींची गुंफण होती. खरंतर, ज्या फांदीला लटकून त्याने फास घेतला होता ती फांदी तोडणंसुद्धा तिला मान्य नव्हतं. परंतु, तिला इतरांचं तेवढं तरी ऐकावंच लागलं. नाहीतर, तिला सगळं झाड गमवावं लागलं असतं.

झाडाच्या दोन फांद्या दोन बाजूंना पसरल्या होत्या. त्यामुळे, त्या फार आतून कापणं शक्य झालं नव्हतं. म्हणूनच, खोडापासून फांदीचा थोडा भाग थोट्या हातासारखा दिसत होता. पडलेल्या त्या फांदीतून एक डहाळी उचलत तिने शेताच्या कोपऱ्यात खोलवर रोवली. जिथे कालीला जाळलं होतं तिथे ती एके दिवशी संध्याकाळी चालत गेली. तिची आई तिच्यामागून आरडाओरडा करत धावली. आईकडे लक्ष न देता तिने कालीच्या चितेतली राख उचलून आपल्या साडीच्या पदराच्या टोकाला बांधली. जिथे तिने ती डहाळी खोचली होती त्यातही तिने मूठभर राख टाकली. उरलेली सगळी राख तिने शेतात पसरली. सीरायी, तिची सासू, हे सारं पाहत होती. ती म्हणाली, 'मेलेल्या माणसाच्या आठवणीत हे झाड लावलंस तर त्याने तो परत येणारे का? वेडी झालीयेस तू! तो पारोसा पिंपळ आपल्याला छळतोय हे पुरेसं नाही का? त्या झाडापायी सगळं शेत भरून टाकायची गरज आहे का?'

पोन्नाने खोचलेली ती डहाळी उपसून फेकत सीरायी गाऊ लागली...

*तिने रुजवलं रोपं, तिने रुजवलं रोपं*
*गेला अनंताच्या वाटे, त्वरे तो का परतेल?*
*साद घालेल का तो, 'मी सीरायीचा सूत,'*
*अन् जिवाला या माझ्या थोडा दिलासा देईल*

*तिने रोवली गं फांदी, तिने रोवली गं फांदी*
*गेला अनंताच्या वाटे, तो का उलटा गं धावी*
*साद घालेल का तो, 'मी गो पोन्नायीचा पती,'*
*अन् देईल का तो मना आनंदाची देणी...*

मनाला आलं की सीरायी असं एखादं शोकगीत सुरू करे. कधीकधी तर, ऐन मध्यरात्री तिचा आवाज सगळ्या गावाला जागं करे. दुसऱ्या दिवशी, कुणी गावकरी येऊन तिला भेट देई, तिचं सांत्वन करत म्हणे, 'तू केवळ अशी शोकगीतं गाऊनच तुझं दुःख कमी करू शकतेस. तुझ्या मनातून त्याची प्रतिमा दूर करणं फार कठीण आहे, नाही का?' कधीकधी, हे सारं पाहून पोन्नाला अगदी वीट येई, पण ती त्यावर काहीही बोलत नसे. तिने नवरा गमावला होता, तिचं दुःख हे एका बायकोचं दुःख होतं. सीरायी मात्र दुहेरी दुःख झेलत होती. आधी, तिने आपला नवरा गमावला होता आणि आता ज्या मुलाला तिने इतकं काळजीपूर्वक वाढवलं होतं, तो मुलगा तिला सोडून गेला होता.

त्या दुर्दैवी दिवशी, पोन्नाच्या कानांवर ती बातमी जाऊन तिने घरी धाव घेईपर्यंत, त्यांनी झाडाला लटकलेला दोर आधीच कापून टाकला होता. कालीचा निश्चेष्ट देह खाटेवर ठेवला होता. त्यावर पांढरं धोतर पसरलं होतं. पोन्नाला धरून ठेवण्याचा प्रयत्न करणाऱ्या अनेकांना हिसडा देत, स्वतःला सोडवून घेत, ती त्या देहाच्या दिशेने धावली होती. ते पांढरं धोतर तिने खसकन ओढून बाजूला केलं होतं. ज्या पुरुषावर तिने मनस्वी प्रेम केलं होतं, त्याच्या चेहऱ्याकडे तिने पाहिलं होतं. तो काली नव्हताच. कुणीतरी वेगळाच होता. तिला अपरिचित असा कुणीतरी. त्याचे डोळे उपसून आले होते, त्या नजरेत धमकी होती. सुजलेल्या, चावा घेतलेल्या त्या जिभेवर वाळलेल्या रक्ताचे डाग दिसत होते. ओठ फाटले होते, सुजले होते. चेहऱ्यावरचे स्नायू जणू आपापल्या जागेवरून खाली ओघळल्यागत दिसत होते. त्यापायी, त्याचा चेहरा फारच विचित्र दिसत होता. त्याची शेंडी सुटली होती. आजवर असं भयाण रूप तिने कधीही पाहिलं नव्हतं. ज्या चेहऱ्यावर आपण मनस्वी प्रेम केलं, ज्याची उत्कट इच्छा सतत बाळगली तो हाच चेहरा आहे यावर तिचा विश्वासच बसेना. 'अय्योऽऽऽ!' असं किंचाळत ती

बेशुद्ध झाली होती.

पोन्नाला शुद्धीवर आणण्यासाठी दायीला बोलावण्यात आलं होतं. पोन्ना शुद्धीवर येईपर्यंत कालीचं अंतिम क्रियाकर्म करण्याची वेळ आली होती. ती किंचाळत राहिली, शेतातच खड्डा खणून कालीला तिथेच पुरावं, असं सगळ्यांना विनवत राहिली. परंतु, तिचा भाऊ मुथू पुढे येऊन म्हणाला होता, 'ऐक माझं, आपण असं नको करायला. शेताजवळ गेलीस, की प्रत्येक वेळेस त्याचाच विचार तुझ्या मनात येत राहील.' मुथूच्या गळ्यातल्या अंगोछाची दोन्ही टोकं ओढून तिने त्याच्या चेहऱ्यावर आणि छातीवर ठोसे मारत आक्रोश केला होता, 'तुझ्यामुळे गेला तो! तो माझं सारंकाही होता... तुझं भलं होणार नाही... तुझं भलं होणार नाही!' मुथूला तिच्या तावडीतून सोडवायला अनेक लोक पुढे धावले होते. 'तुझ्यामुळे तो गेला. मी सारंकाही गमावलं.' तिचा आक्रोश त्याला भेडसावत राहिला. त्याच्या मनावर सपासप वार करत राहिला. एखाद्या वृक्षाप्रमाणे, तो तिथेच खिळून उभा राहिला. त्याला हुंदके अनावर झाले.

परंतु, तिच्या इच्छेकडे कोणीही लक्ष दिलं नाही. सरतेशेवटी, तो निष्प्राण देह जाळायला नेण्यात आला. नंतर, अनेकांनी तिची समजूत घालण्याचा प्रयत्न केला. लोक म्हणाले, 'तो काही आयुष्य पूर्णत्वाने जगला नाही, शांतीने मेला नाही, हो की नाही. सांग बरं? त्याला जमिनीत पुरलं तर शांती मिळणार नाही. किती तरुण आणि तगडा होता तो. त्याला जाळणंच योग्य आहे.' परंतु, कुणाच्या कोणत्याही सांगण्याने तिचं मन थाऱ्यावर येत नव्हतं. कालीच्या देहाची रक्षा पसरवलेल्या त्या पारोशा पिंपळाच्या डहाळीची तिला आठवण झाली. सीरायीने ती उचलून भिरकावून दिली होती. म्हणूनच, पोन्नाने एक मोठा दगड उचलला आणि खड्ड्यातल्या राखेवर ठेवला. कालीला दहन केलं असलं तर काय झालं? याचा अर्थ असा नाही की त्याच्याबरोबरच्या तिच्या आठवणीसुद्धा त्यांनी दहन केल्या! सीरायीने ती डहाळी उचलून भिरकावून दिली म्हणून काय झालं? शेतात पसरलेल्या दगडांमध्ये त्याचा चेहरा सातत्याने पाहण्यापासून पोन्नाला कोणी थांबवू शकणार नव्हतं.

प्रत्येक वेळेस, शेतात गेल्यावर ती त्या दगडाकडे पाहत असे. त्या दगडाला उद्देशून ती बोलू लागे. 'मला इथे सोसायला सोडून गेला आहेस तू. हे योग्य आहे का? तू किंचित जरी इशारा केला असतास, तर मी माझं आयुष्य संपवलं असतं. तू कशाकरता मेलास? हे काय करून बसलास तू? का मेलास? का केलंस असं? अरे, तुझं पोर पोटात वाढवायचं होतं मला म्हणून मी स्वतःचा सत्यानाश करून घेतला. तुझ्याशी प्रत्येक गोष्टीबद्दल बोलत होते मी, पण हे विचारायला मात्र चुकले की! इतरांच्या शब्दांनी मी स्वतःला मूर्ख बनवून घेतलं. सामी, माझ्या

ईश्वरा! तू मला दूर ढकलून देऊ शकला असतास. चिडवायचास तू मला, दुसऱ्या कोणा स्त्रीशी लग्न करशील, असं म्हणायचास. तेही करू शकला असतास तू. मरायला कशाला हवं होतं रे तुला? मला तुझ्याबरोबर घेऊन चल बाबा! ज्या फांदीला तू स्वत:ला लटकून घेतलंस ती फांदी जरी त्या सगळ्यांनी छाटली असली तरी त्या झाडाला दुसऱ्या फांद्या नाहीत का? तुझी पावलं पकडून तू जाशील तिथे येईन मी.'

सुरुवातीच्या दिवसांत, कोणी ना कोणी सारखं तिच्या मागे असायचं. दु:खापोटी ती काहीतरी आततायीपणा करेल, हे सगळ्यांना चांगलं ठाऊक होतं. त्यापायी, पोन्नाच्या माहेरची माणसं आणि सीरायीसुद्धा तिला मिनिटभरदेखील एकटं ठेवत नव्हते. ती शौचाला बसली तरी कोणीतरी येऊन बाजूला उभं राही. रात्री, तिच्या आजूबाजूला कोणीतरी निजलेलं असेच. तिची आई, वल्लयी, तिला म्हणाली होती, 'हे बघ, लाज वाटणं स्वाभाविक आहे. परंतु, स्वत:ला ठार करण्याइतकं भयंकर काय घडलं होतं? या जगात कितीतरी बायका आहेत ज्या रोज रात्री वेगळ्या पुरुषाकडे जातात. त्यांचे नवरे तर छाताड काढून खुशाल भटकतात इकडेतिकडे. याच्यासारखा कोणी पाहिला नाही हो आजवर!' पोन्नाचं समाधान होण्यासाठी ती असं बोलत होती. परंतु पोन्नाच्या मते त्या साऱ्यांनी योजनाबद्ध नियोजन करून कालीला ठार केलं होतं आणि आता सगळा ठपका कालीवरच ठेवत होते.

अंत्यविधी उरकल्यावर पोन्नाला माहेरी घेऊन जावं अशी तिच्या वडिलांची इच्छा होती. सीरायी मौनपणे अश्रू ढाळत होती. सगळेच गप्प होते. स्वत:ला सावरत सीरायी म्हणाली होती, 'मी एकटीनेच जगावं आणि एकटीनेच मरावं हेच नशीब आहे माझं. ही जर आता तुमच्याबरोबर आली, तर निदान आपल्या भावाच्या लेकराकडे पाहत तिला थोडंतरी समाधान मिळेल. खुशाल घेऊन जा तिला तुमच्याबरोबर.'

पोन्नाने तिच्या माहेरी जावं, या कल्पनेला कालीच्या काही नातेवाइकांनीसुद्धा पाठिंबा दर्शवला. ते म्हणाले, "स्वत:चं तर मूलबाळ नाहीच हिला. इथून पुढे तिचं माहेरच काय ते तिचं कुटुंब आहे. काहीही झालं तरी, तशीच तर रीत आहे." काहीजण मात्र म्हणाले, "पोटापाण्याचं काय तिच्या? राहू दे तिला इथेच. शेतात काम करेल, म्हातारीकडे लक्ष देईल. उतारवयात म्हातारीकडे लक्ष द्यायला नको का कुणी?"

एव्हाना, कालीच्या नातेवाइकांनी वेगवेगळ्या पद्धतीच्या अफवा पसरवायला सुरुवात केली होती. ताडाची वाडी असलेल्या सेवथानबरोबर तिची बऱ्याच काळापासून भानगड आहे, कालीला स्वत:ला ते दिसलं होतं त्यामुळेच त्याने

स्वत:ला संपवण्याचा निर्णय घेतला होता, अशी कुजबुज सुरू झाली होती. जेव्हा सेवथानला त्याबद्दल विचारण्यात आलं तेव्हा त्याने ते मान्यही केलं नाही, पण कशाला विरोधही दर्शवला नाही. तो हसला होता. त्याच्या त्या हसण्यात खूप अर्थ होता. कोणी तर असंही म्हणत होतं, 'कालीने विरोध केला म्हणून मुथूनेच त्याला वाटेल तशी मारहाण करून झाडाला लटकवून टाकलं होतं.' काहींचा असाही आरोप होता, 'त्या निपुत्रिक जोडप्याचा सगळा जमीनजुमला गिळंकृत करण्याचा मुथूचा डाव होता.'

हे सगळं ऐकल्यावर, आपण नेमकं काय करायला हवं याबद्दल पोन्नाच्या मनात जराही शंका उरली नव्हती. इथून कुठेच जायचं नाही, असंच तिला वाटत होतं. कालीबरोबर जाणं ही सगळ्यात योग्य गोष्ट होती. जिथे काली नाही अशा जगात जगून उपयोग तरी काय होता? तिच्यासाठी तो सारंकाही होता, पण तो तर आता गेला होता - जाण्यापूर्वी, तिचा विचार करायला क्षणभरदेखील थांबला नव्हता तो.

त्यामुळे, एका जागी बसून ती रडत राहिली. तिने उठून घासभर अन्न खावं म्हणून तिची समजूत घालणं वल्लयीला फार जड गेलं. वल्लयीने कितीही आर्जवं केली, तरी पोन्नावर त्याचा काहीएक परिणाम होत नव्हता. तिने तिथेच राहावं की माहेरी जावं याबद्दल कुठलाही निर्णय होत नव्हता. ज्योतिषाला विचारायचं असं त्यांनी ठरवलं. दिवसकार्य झाल्यावर मग त्या कुटुंबाला नेहमीसारखं जगता येणार होतं. त्यापूर्वी, करत्तूर टेकडीवरच्या देवळात जाऊन तिथल्या देवांची प्रार्थना-पूजा करणं आवश्यक होतं. परंतु, गेलेल्या आत्म्याला सुतककाळात अद्याप शांती मिळालेली नसते असा समज होता. त्या दिवसांत देवळात जाणं, कुठल्याही शुभप्रसंगी उपस्थित राहणं हे रीतिरिवाजात बसत नव्हतं.

ओडाक्काडूहून आलेल्या वयस्कर ज्योतिषाच्या भल्यामोठ्या मिश्या होत्या. हातातले चिंचोके फेकत त्याने काही तक्ते वाचले. मग तो ठासून म्हणाला, "चार वेळा खात्री करून घेतली आहे मी. तीन महिन्यांसाठी तरी वाट बंद आहे. धिप्पाड माणूस होता तो. त्याचा आत्मा फार चटकन शांत होणं शक्यच नाही. मृत्यूच्या दिवसापासून तीन महिने पुढे मोजा. त्यानंतर जाऊन टेकडीवरच्या मंदिरात प्रार्थना करा. मग, आपल्या मरीआई मंदिरात जाऊन नेवैद्य दाखवा. मगच तुम्ही रोजच्याप्रमाणे जगायला मोकळे."

मिशीवाल्या त्या म्हाताऱ्याच्या सल्ल्याविरुद्ध आजवर कोणी गावकरी गेले नव्हते. परंतु, कूनाप्पालायाम इथल्या, धुंदीत नाचणाऱ्या, शमन पुजाऱ्याचा सल्ला घ्यायचा निर्णय पोन्नाच्या वडिलांनी घेतला. एरुक्कूमची फुलं वापरून हा पुजारी आपलं दैवी कार्य करत असे. मूठभर फुलं उचलून तो ती जमिनीवर

उधळून देई. ती फुलं सुलटी पडली, उलटी पडली की बाजूला, यावरून तो त्याचे अंदाज वर्तवत असे. त्यानेही हे घोषित केलं की, सुतकाचा कालावधी तीन महिने राहील. तो पुढे म्हणाला, "फार लवकर संपलं ते आयुष्य. संतापाने ते पुन्हा पुन्हा परतून येणार. आणखी एखादा बळी दिल्यानंतरच असे जीव शांत होतात. आपल्या लेकीकडे नीट लक्ष ठेवा."

अशाप्रकारे, सुतकाचा कालावधी संपेपर्यंत, पोन्नाला तिथेच राहावं लागणार हे ठरलं. परंतु, त्या घरात राहायची तिची इच्छा नव्हती. तिला शेतात राहायचं होतं. एका प्रकारे ती कल्पना योग्यच ठरली. ते सगळेच शेतात राहून गुराढोरांकडे, मेंढ्यांकडे लक्ष देऊ शकणार होते. ते तीन महिने, तिची आई तिच्याचबरोबर राहिली. सुरुवातीला, वल्लयी गावातल्या घरी, सीरायीकडे रोज जात असे. तिथेच ती स्वैपाक करे आणि पोन्नासाठी डबा घेऊन येई. हळूहळू, शेतावरच एकेक वस्तू आणून तिने तिथेच रांधायला सुरुवात केली. सीरायीचं म्हणाल तर ती सतत अस्वस्थ असे. तिला कुठल्यातरी कामात गुंतवणं गरजेचं होतं. पोन्ना तर काहीही करत नव्हती. ती अजून भानावरच आलेली नव्हती. तिची आई आणि सासू क्षणभरसुद्धा तिला नजरेआड होऊ देत नसत.

झोपडीतल्या कुठल्यातरी कोपऱ्यात ती नुसतीच बसून राही. तिथे बसलं की कालीच्या मांडीवर किंवा छातीवर डोकं टेकवल्यागत तिला वाटे. अधूनमधून तिची नजर झाडाच्या त्या फांदीकडे वळे. ती फांदी पुन्हा पहिल्यासारखी वाढली आहे असं तिला वाटे. अशा वेळेस, त्या फांदीवर लटकणारा फास तिला दिसे. पुढच्याच क्षणी, त्या फासात लटकलेला कालीचा देह तिला दिसू लागे. त्याचा तो भयानक चेहरा तिच्यासमोर येई, खाटेवर बघितलेलं त्याचं ते विद्रूप रूप तिच्यासमोर येई. त्याचे मोकळे केस वाऱ्यावर भुरुभुरु उडत. त्या प्रतिमेकडे फार वेळ पाहणं तिला शक्य होत नसे. संताप आणि भीती यांचा उद्रेक होऊन ती ढसाढसा रडू लागे. कालीच्या मृत्यूच्या शोकांतिकेपेक्षा त्याची ती मनात रुतलेली भयानक प्रतिमा हीच अत्यंत क्रूर शिक्षा आहे, असं तिला वाटत होतं. रोजच ती भीतिदायक प्रतिमा पाहून हळूहळू तिला त्याची सवय होऊ लागली. तिने त्याच्याशी संवादही साधायला सुरुवात केली.

इथून पुढे त्या झाडाकडे कधीच पाहायचं नाही, असा निश्चय करत तिने घागरीतल्या पाण्याचे सपकारे चेहऱ्यावर मारले. राखेने दात घासले. तिला तोंडात विचित्र कडवट चव जाणवली.

त्या तीव्र चवीनेच पोन्नाला कसंबसं जागेवर ठेवलं.

# २

पांढऱ्या साडीतल्या, विधवेच्या पोशाखातल्या पोन्नाकडे पाहणं, वल्लयीला सहन होत नव्हतं. पोन्नाची नजर चुकवून ती हुंदके देत होती, रडत होती. सीरायीचं म्हणायचं तर, सुनेचंही आयुष्य आपल्याचसारखं झालेलं पाहून तिला अतोनात दुःख झालं होतं. निदान, सीरायीचा नवरा मेल्यावर तिच्या पदरी एक मुलगा असल्याने त्याला वाढवण्यात तिचं मन तरी रमलं होतं. पोन्नाला तेही सुख नव्हतं. धुवायच्या कपड्यांच्या ढिगाप्रमाणे पोन्ना बाजेवर नुसती पडून राही नाहीतर, झाडाकडे पाहत एखाद्या दगडाला टेकून बसून राही. हातात अन्नाचा वाडगा घेऊन तिची आई तिच्याजवळ येऊन तिला जबरदस्ती चार घास खाऊ घालत असे. पोन्ना लहान लेकरू असती तर तिला धाकदपटशा दाखवून खाऊ-पिऊ घालता आलं असतं. पण पोन्ना आता जाणती स्त्री होती. ती अशीच वागत राहिली तर तिची काळजी घेणं कसं शक्य होतं?

त्या दोन्ही वयस्कर स्त्रिया तिथे नसत्या तर शेतातली गुरं-ढोरं आणि मेंढ्यांकडे अगदीच दुर्लक्ष झालं असतं. सारं विकून टाकावं, असं कोणीतरी सुचवलंही होतं. परंतु, सुतकाचा कालावधी संपून, टेकडीवरच्या मंदिरात जाऊन आल्याशिवाय काही करायचं नाही, असं पोन्नाच्या वडिलांनी आणि भावाने म्हणजेच मुथूने ठरवलं होतं. एक दिवसाआड तिचे वडील तिथे येत आणि रात्री तिथेच झोपत. येण्यापूर्वी ते थोडी ताडी ढोसून येत. पोन्नाकडे पाहत ते थोडा वेळ रडत. मग त्यांना झोप लागे. तिथे आले, की ते दुःखाने म्हणत, 'बाळा, तुला मी इतक्या प्रेमाने वाढवलं, अंगाखांद्यावर खेळवलं, या अशा अवस्थेत पाहण्यासाठी का गं? तुम्ही दोघं अगदी रती-मदनासारखे आनंदात राहत होतात. पोटी पोर नसलं तरी काय झालं, तुम्ही दोघं होतात ना एकमेकांना. पण आम्ही सगळे... आम्ही एकत्र आलो आणि त्याचाही सत्यानाश करून टाकला. अगदी आनंदात जगणाऱ्या नवरा-बायकोला या सगळ्या गावाची दृष्ट लागली बघ. बाळा, तुम्ही एकत्र होता तेव्हा तू किती आनंदात होतीस! हे बघ, त्याच्या आठवणीत आता

हे आयुष्य घालव कसंबसं. तुला कशाचीही ददात पडू देणार नाही मी.'

त्याचं हे बोलणं ऐकून वल्लयी त्याला रागवून म्हणे, 'काय बाई करावं याला! दुःखात असलेल्या लेकराशी कसं बोलावं हेसुद्धा समजत नाही. बस गुमान! जाऊन नीज तिकडे!'

मुथू आठवड्यातून एकदा चक्कर मारत असे. त्या दिवशी, त्याच्या छातीत गुद्दे घालत पोन्नाने टाहो फोडल्यापासून तो तिच्याशी अवाक्षरही बोलला नव्हता. 'तुझ्यामुळे तो गेला. मी सारंकाही गमावलं!' हे तिचे शब्द त्याच्या कानांत गुंजत होते. कालीच्या मृत्यूला आपणच जबाबदार आहोत, या अपराधीपणाच्या भावनेने त्याचा छळ मांडला होता. त्या योजनेची कालीला जराही चाहूल न लागू देण्याचा त्याने आटोकाट प्रयत्न केला होता. त्या दिवशी सकाळी तो जरा लवकर उठला असता, तर त्याने कालीला असं मरू दिलं नसतं. येनकेन प्रकारे त्याने आपल्या मित्राला जीव देण्यापासून थोपवलं असतं. मद्यधुंद होऊन त्या रात्री आपण झोपून राहिलो, आपण जरा काळजी घेतली असती तर कालीला वाचवू शकलो असतो, आपल्याच चुकीपायी सारं बिनसलं आणि कालीचा मृत्यू झाला; या जाणिवेने तो पश्चातापाने जळत होता. त्या निपुत्रिक जोडप्याच्या यातना पाहणं अशक्य झाल्यानेच त्याने त्या योजनेला संमती दिली होती. पोन्ना त्याची सख्खी बहीण होती. तिच्यावर त्याची माया होतीच, पण काली त्याच्या जास्त जवळचा होता. ते दोघं मिळून आजूबाजूच्या कैक शेतात आणि दऱ्याडोंगरात भटकले होते. आताशा, कालीने स्वतःला असं शेतात कोंडून घेतलेलं पाहणं मुथूला सहन होत नव्हतं. शेतात आल्यावर आपल्या आईशी चार-दोन शब्द बोलून मुथू मुकाट्याने पारोशा पिंपळाखाली जाऊन पडून राहत असे. त्याला खरोखरच झोप लागे की नाही, हे त्याचं तोच जाणे. पहाट होताच तो उठून निघून जाई. जाण्यापूर्वी तो कोणाचाही निरोप घेत नसे. पोन्नाला तर त्याने आपला चेहरासुद्धा दिसू दिला नव्हता.

पहिल्या महिन्यात काही नातेवाईक किंवा सगेसोयरे येत राहिले. मुक्काम करत राहिले. ज्या घरात मृत्यू झाला आहे त्या घरातलं वातावरण पुन्हा पहिल्यासारखं होईपर्यंत अशी सोबत करणं, ही त्या गावची रीत होती. झालेलं दुःख गप्पागोष्टींमध्ये विसरायचा त्यांचा प्रयत्न असे. सीरायीला आत्यासारखी वाटणारी एक वयस्कर स्त्री चिन्नुर गावाहून आली. पुढचे तीन दिवस तिचा तिथेच मुक्काम होता. तिचं वय ऐंशीहून जास्त असलं तरी, पाठीला आलेला किंचितसा बाक वगळता तिची तब्येत अगदी उत्तम होती. एखाद्या कोंबडीसारखी तिची झोप सावध होती. ती झोपली की तिचे डोळे बंद होत पण तोंड उघडं राही. ती थोडीशी घोरत असे. पुढच्या क्षणी तिला जाग येई. रात्रंदिवस तिची टकळी अखंड सुरू राही. ती

भेटायला आल्यामुळे सीरायीला आपल्या बालपणाबद्दल बोलायची संधी मिळाली.

कालीची आत्महत्या हा अगदी बालिशपणा होता असंच सगळ्यांना सांगण्यात आलं होतं. जर सीरायीला त्याबद्दल विचारलं तर ती सांगू लागे - 'काय करणार बाबा! पोर व्हावं म्हणून त्या दोघांनी काही करायचं सोडलं नाही बघ. प्रार्थना केल्या, नवससायास केले. सगळ्या ज्योतिषांना हात दाखवला. पण कसचं काय! एकाही देवाने त्यांच्याकडे दयेने पाहिलं नाही हो! त्यापायीच त्याचा सतत छळ होत होता. एक-दोन वर्ष थांबावं आणि त्याचं पुन्हा लग्न लावून द्यावं, असा विचार केला होता आम्ही. त्या दिवशीची गोष्ट - तो त्याच्या सासुरवाडीला गेला होता. लेकीने आणि जावयाने सणासाठी यावं, म्हणून आमंत्रण द्यायला आली होती त्याच्या सासरची मंडळी. देवता डोंगरावर परत जाताना कोंबडी कापायचा बेत होता. जावयाने त्यात भाग घ्यावा, अशी त्यांची इच्छा होती. त्याचं म्हणाल तर कुणाकडे येणं-जाणं त्याने अगदी थांबवलं होतं. तो कुठेही गेला तरी त्याच्या निपुत्रिकपणाबद्दल विचारून लोक त्याला भंडावून सोडत. त्रासला होता तो. तिनेसुद्धा हेच केलं होतं. कुठे जाईनाशी झाली होती ती. मला मात्र वाटायचं निदान काही नाती तरी जपली पाहिजेत आपण - अरे, मी मेल्यावर मला जाळायला तर पाहिजेत ना चार हात. म्हणूनच, सणा-समारंभाला नाही गेले तरी कुणाकडे कुणी मेलं तर मी दारावर आवर्जून जात होते.

'त्याचं म्हणाल तर तो केवळ आपल्या सासुरवाडीलाच काय तो जात होता. मात्र, गेल्या दोन वर्षांत तिथेही तो गेला नाही. रथाच्या उत्सवालासुद्धा गेला नाही. त्याचा मेहुणा तर त्याचा लहानपणीचा जिगरी दोस्त. या वेळेस तो आला आणि त्याने अक्षरशः गयावया केलं कालीसमोर. तो म्हणाला, "मपील्लयी, अरे, आमच्या घरीसुद्धा येणार नाहीस का तू?" हे ऐकून कालीने यंदा सणाला जायचं ठरवलं. त्याप्रमाणे तो गेला. आता जायचंच तर सरळ घरी नको का जायला? त्याऐवजी, रस्त्यातल्या दोस्तांना भेटायला थांबला. करत्तूरची सारी पोरं ती. सगळ्यांच्या जोडीने हाही बसला अराक प्यायला. तुला तर माहीतच आहे, की त्याला किती मित्र आहेत. गप्पागोष्टी करता करता वादाला तोंड फुटलं. त्या कुत्र्यांपैकी कुणीतरी म्हणालं, "ज्या माणसाला पोर पैदा करता येत नसेल त्याने तर इथे बोलायला तोंडसुद्धा उघडू नये." आता हे पाहा, या असल्या काहीतरी गोष्टी होतातच, ही कुत्री बोलतातच असलं काहीतरी. माझ्या तर आत्ताही कानावर येतंय, की हागायला गेल्यावर लोक तोंडाला येईल ते बरळतात. या कुत्र्यांची तोंडं धरणार कशी आपण? किंचितसा जरी आवाज झाला तरी सगळे रांडीचे भुंकायला लागतात. स्वाभाविक आहे म्हणा ते, पण सगळं मनाला लावून घेतलं तर जगणार कसं आपण?

'प्यायलेला होता काली, आपल्याला सासुरवाडीला जायचंय हेही विसरून गेला तो. ते सगळं ऐकून त्या तारेत तो तडक घरी आला. याच झाडाखाली बसून राहिला निराश होऊन. नेमकी मी तिथे आले होते बघ. काली आणि पोन्ना दोघंही गावात नाहीत तेव्हा गुराढोरांना चारा घालावा, शेण उचलावं असाच विचार होता माझ्या मनात. येऊन पाहते तर काय, हा समोर बसलेला. मी विचारलं त्याला, "काय झालं रे?" त्याने तोंडच उघडलं नाही. पण मीही पक्की, त्याच्या मागेच लागले, शेवटी, काय झालं ते त्याने मला सांगितलं. ते ऐकून मी उत्तर दिलं, "बाळा, अरे, सगळेच बोलतात आपल्याबद्दल. जणूकाही, त्यांना बोलायला काहीतरी विषय हवा म्हणून आपण आहोत बघ इथे. त्यात नवीन ते काय? सोडून दे सगळं! हुशार लोकांना पोरं होत नाहीत पण मूर्ख मात्र लटांबर पैदा करतायेत, असं दिसतंय. सगळी देवाची करणी बाबा. आपल्याला त्यातलं काय समजणार?" पुष्कळ समजूत घातली मी अशाप्रकारे. त्याने सगळं ऐकून घेतलं. मग मी त्याला म्हटलं, "बाळा, जाऊन नीज बरं. मी गुरा-ढोरांकडे पाहते आता." त्याने मला "हो" म्हटलं आणि मी त्याच्यावर विश्वास ठेवला. मी जर इथेच या झाडाखाली बसून त्याच्याशी अजून थोड्या गप्पा मारल्या असत्या तर त्याचं मन वाचता आलं असतं मला. माझ्या मनात कामाचा विचार आलाच कसा? पण करता काय - मी माझ्या कामाचा विचार केला आणि माझं पोर गमावून बसले!

'त्या बाजूला मी गाईंचं शेण गोळा करत असताना इथे त्याने स्वतःला फासाला लटकवलं. अंधारात तर मला काही दिसलं नाही. या, या फांदीवर लटकवून घेतलं त्याने स्वतःला. डोळ्याचं पातं लवतं ना लवतं तोच घडलं सगळं. काहीतरी कुजबुज झाल्यासारखं वाटलं मला. मी इथे आलेसुद्धा पाहायला. तो काही मला कुठे दिसलाच नाही. मी झोपडीत गेले, त्याला हाका मारू लागले, "कलीअप्पा, कलीअप्पा..." अशीच हाक मारायची ना मी माझ्या लेकराला. आमच्या कुलदैवताचं नाव ठेवलं होतं आम्ही त्याला. मी त्याला माझा सोन्या, माझा ईश्वर, माझं कोकरू म्हणायचे. कुणी त्याला "कलीअप्पा" म्हटलं की मीही त्याला अशी हाक मारायचे. ईश्वराचं नाव घेणं चांगलंच असतं. त्या दिवशी त्याने काही माझ्या हाकेला 'ओ' दिली नाही. मी हवालदिल झाले. पण तरीसुद्धा, हा असं काही करून बसला असेल असा विचारसुद्धा आला नाही माझ्या मनात. तसा, बापासारखा अगदी हेकट होता तो. खूप धीट होता. माझ्या मनात आलं तो पुन्हा प्यायला गेला असेल.

'या पिण्याच्या वाईट खोडीपायी सारंच बिनसलं होतं बघ. तो फक्त ताडी पित असे. अराक त्याला अजिबात आवडत नसे. किती घाण दर्प येतो त्याला.

क्वचितच पीत असे तो ती अराक. ताडीचेच दिवस होते, त्यामुळे तो पुन्हा प्यायला गेला असेल हाच विचार माझ्या मनात होता. तसा तो प्यायला गेला असेल तर तो सासुरवाडीला जाईल आणि कोंबडी खाऊन येईल, असाही विचार मी केला.

'तितक्यात, माझं लक्ष वर गेलं. असं बघ, माझी नजर खाली, उंबरठ्याकडे होती. वर पाहते तर काय, झाडावरून लटकलेले दोन पाय दिसले मला. आरडाओरडा करत, धाव घेतली मी, पण त्याच्यापर्यंत काही पोहोचू शकले नाही. तशीच रडत, किंचाळत, मदतीसाठी धावा करत शेताबाहेर धावले मी. चार लोकांना गोळा करून आणेपर्यंत त्याचे प्राण त्याला सोडून गेले होते... करता काय? इथले सगळे लोक दूर दूर राहातात. जर सगळे जवळपास राहत असते, जर सगळे लवकर येऊ शकले असते, तर आपण त्याला वाचवू शकलो असतो, पण त्याच्या नशिबाने त्या दिवशी पलटी मारली होती. शरीर सोडून जाताना त्याच्या आत्म्याला काय वाटलं असेल हे एक ईश्वरच जाणे. किती यातना झाल्या असतील त्याला! इतक्या मायेने मी त्याला अंगाखांद्यावर वाढवलं ते असं कायमचं गमावण्यासाठी का? वाऱ्या-पावसापासून त्याला जपलं, सूर्यापासून आणि कष्टापासून त्याला सुरक्षित ठेवलं, अगदी जवळ गच्च धरून ठेवलं... आणि पाहा आता... मला एकटीला सोडून तो कायमचा निघून गेला.'

हेच सारं सीरायी प्रत्येक येणाऱ्या-जाणाऱ्याला सांगत होती. तिच्या सांगण्यात तसूभराचाही फरक पडत नव्हता. त्या रात्रीबद्दल तिला कोणी काही विचारायचा अवकाश, की ती हे सगळं सांगू लागे. पुन्हा पुन्हा तेच बोलण्याने तिला ते पाठ झालं होतं. तिचं ते बोलणं सगळ्यांनी ऐकून घेतलं होतं. चिन्नुरच्या त्या म्हातारीने मात्र तिला खडसावलं होतं, "सीरा, लेकरा, हे सगळं तू म्हणते आहेस, पण गावातले लोक काय म्हणतायेत ते माहीत आहे का तुला? ते म्हणतायेत, 'त्याची बायको फार उद्धट बाई आहे, तिनेच त्याला भाग पाडलं.' तिची कोणाशी तरी भानगड आहे, असंही म्हणतात गावातले लोक. मला ऐकू येईल असंच बोलतात सगळे. गेले दोन आठवडे गावात, बाजारात, सगळीकडे हीच चर्चा सुरू आहे."

हे ऐकताच सीरायी त्वेषाने म्हणाली, "म्हातारे, माझ्याहून २०-३० वर्षांनी मोठी आहेस तू. राई नसतानाही पर्वत कसा करतात, हे माहीत नाही का तुला? या इतर लोकांच्या आयुष्यात नेमकं काय सुरू आहे हे कुठे कोणाला ठाऊक आहे? माझी सून हट्टी आहे, हे अगदी खरं आहे. त्याच्याप्रमाणे तिलाही अपमानाचा एक चकार शब्दही सहन होत नाही. अपमान झाला की तो मुकाट्याने बसून राही पण ती वेगळी आहे. ती त्या माणसाला स्पष्टपणे खडसावते. तेवढं एक सोडलं तर माझी सून म्हणजे निव्वळ सोनं आहे. तिच्यावर जर कोणी

आरोप केले तर त्याची जीभ झडेल. आपल्या नवऱ्याला ठार करून, आपल्या माहेरी जाऊन शांतपणे कसं काय जेवू-खाऊ शकेल ती? हे असलं मूर्खासारखं बरळणारा एकजण तरी दाखव मला. नाही त्याला खराट्याने झोडपून काढलं तर नाव बदलेन!''

आताशा, कालीचे मामा-मामी आणि त्यांच्या कुटुंबाचं येणं-जाणं पुन्हा वाढलं होतं. एक दिवस त्याच्या दोन्ही मामी आल्या. येणाऱ्या कुठल्याही पाहुण्याशी पोन्ना चकार शब्दही बोलत नसे. कोणी जर तिच्याशी बोललं तर मान खाली घालून ती मुकाट्याने सगळं ऐकून घेई. एकदा, मुतायला म्हणून ती बाहेर गेली तेव्हा तिला बाहेरचं बोलणं ऐकू आलं. तिची धाकटी मामी रक्कासी मुद्दामच जोरात बोलली, जणूकाही, पोन्नाला ऐकू जावं असाच तिचा हेतू होता. ती म्हणाली, ''वाईट कर्म आपल्याला एकटं थोडी सोडतात? कोणाची शेपटी किती लांब ठेवायची याचा निर्णय देवच घेतो, नाही का?'' पोन्ना जर पूर्वीसारखी भानावर असती तर तिने आपल्या मामीला 'ईश्वराने मेंढीला आखूड शेपटी दिलीये पण म्हशीला लांब शेपटी कशाला दिली? एकच काम, स्वत:च्याच हगण्या-मुतण्यात ती शेपूट भिजवायची आणि मग ती आपल्या अंगावर चोळायची, याचसाठी,' अशा शब्दांत झाडलं असतं. आता मात्र ती तशीच मुकाट्याने परत आली आणि रडत बसली. मनातल्या मनात कालीला उद्देशून ती म्हणाली, 'मी काही वाईट कृत्य करणारी स्त्री आहे का? सांग मला. हे सगळं ऐकून घ्यायला मला एकटीला सोडून गेलास हे योग्य झालं का?' परंतु, तिच्या शोकाला त्याने कधी उत्तर दिलं होतं? तो फक्त छानसं हसत असे. बस!

रक्कासीला पोन्नाचा इतका संताप येण्यामागे तसंच कारण होतं. ते काही दिवसांपूर्वी बाजारात घडलं होतं. तेव्हा जत्रा होती. अचानक ती पोन्नासमोर आली. पोन्नाने विकायला वीस अंडी आणली होती. प्रत्येक अंडं सहा पैशाला होतं. सगळी अंडी विकली गेली असती तर तिला १ रू. २० पैसे मिळाले असते. तेवढ्यातून तिने जत्रेत मजा केली असती. पोन्नाला अंडी विकायचीयेत, हे कळल्यावर रक्कासी म्हणाली, 'काय करणार, घरच्या सगळ्या कोंबड्या आजारी पडल्या आणि मेल्या. एकसुद्धा अंडं मिळालं नाही बघ. माझ्या सासऱ्याने मला बाजारातून अंडी आणायला सांगितलं आहे.' पोन्नाने आपल्याला फुकट अंडी द्यावीत, असं ती सुचवत होती. तिने जर थेट मागितली असती तर पोन्नाने तिला ४-५ अंडी दिलीही असती. त्यापायी, पोन्नाला स्वत:च्या खर्चात थोडी काट-छाट करावी लागली असती. परंतु, पोन्नाला रक्कासीची मागण्या-बोलण्याची पद्धत आवडली नाही. म्हणून ती म्हणाली, 'सहा पैशाचं एक अंडं आहे. तुझ्यासाठी पाच पैशाला एक देईन मी.' हे ऐकून रक्कासीचा चेहरा उतरला होता.

रक्कासी सगळ्यांना म्हणाली होती, 'असं नाही, की सगळी मालमत्ता लावून द्यायला यांना कोणी वारस आहे. साधी चार अंडी दिली नाहीत मला. एक दिवस म्हातारी होईल, आजारी पडेल, तेव्हा कोण पाहणार आहे हिच्याकडे?' त्यावर पोन्नाने सडेतोड उत्तर दिलं होतं, 'आम्हाला वारस नाही हे कोणी सांगितलं? मी जर छतावर थोडे दाणे टाकले तर हजारो कावळे येतील ते टिपायला. हिचं ढुंगण पुसायला तर हिची स्वत:ची मुलं पण येणार नाहीत, सांगून ठेवते.' हे सगळं रक्कासीने मनात साठवून ठेवलं होतं. त्याच संतापापायी ती पोन्नाला आता शिक्षा करत होती. धूर्त आणि चाणाक्ष लोकांच्या बाजूने काळ होता. निरागसांचा मात्र त्याने छळ मांडला होता.

पोन्नाची भावजय पूवयी एक दिवस तिला भेटायला आली. घरातल्या मोठ्या बायकांशी ती काही फारसं बोलली नाही. त्या दिवशी ती पोन्नाबरोबरच राहिली. रात्रीसुद्धा तिच्या जवळच निजली. फार पूर्वीच पोन्ना आणि पूवयीमध्ये गैरसमज निर्माण झाला होता. दोघींनी एकमेकींशी बोलणं टाकलं होतं. पोन्ना कधी माहेरी जाणार असेल तर पूवयी तिच्या स्वत:च्या माहेरी निघून जात असे. पूर्वी कधीतरी अविचाराने बोललेल्या शब्दांपायी दोघींमध्ये दरी निर्माण झाली होती. पूवयीला दिवस गेले होते तेव्हा पोन्ना तिला म्हणाली होती, 'तुला कशाचे डोहाळे लागले आहेत, सांग मला. मी करून घालेन तुला.' आपल्या आधी जिचं लग्न झालं आहे पण जी अद्याप निपुत्रिक आहे तिच्या हातचं काही खाल्लं तर ते अशुभ ठरेल अशा विचाराने पूवयी तिला म्हणाली होती, 'काही गरज नाही, माझ्यासाठी खायला करायला कोणी नाही असं नाही. माझ्या घरात आहेत माणसं. करतील ते माझ्यासाठी सगळं.'

हे ऐकून पोन्ना चिडली होती. तिने म्हटलं होतं, 'तुझ्या माहेरी तुला करून घालणारं कोणी नाही असं कोणी म्हटलं? जर सगळं तुला तिथेच करायचं असेल तर तिथेच दिवस का नाही गेले तुला? आली कशाला माझ्या भावाच्या मागे?' हे सगळं पोन्ना चिडवण्यासाठी म्हणाली पण तिचे शब्द पूवयीला चांगलेच झोंबले. पूवयीने आधी काय म्हटलं होतं, हे कोणाला कळलं नाही. तिने सगळ्यांना इतकंच सांगितलं, 'मी तिला म्हटलं, की माझ्या माहेरची माणसं येतील, येताना गोडधोड करून आणतील, मला माहेरी आनंदात घेऊन जातील.' याच्यावर ही बाई म्हणतेय, 'असं का! तुला फक्त तिकडचंच खायचंय वाटतं? एवढं होतं तर स्वत:च्या भावांकडून का नाही पोर पाडून घेतलं पदरात?' हे ऐकल्यावर प्रत्येकाने पोन्नाला शाप दिले होते. 'गर्भार स्त्रीशी असं वाईटसाईट कसं बोलू शकली पोन्ना? तिला स्वत:ला कधी दिवस गेले असते तर तिला कळलं असतं ना सगळं!' यावर पोन्नाने संतापून उत्तर दिलं होतं, 'बरोबर आहे!

मी एकटीच बोलते, नाही का? तुम्ही पाहताय तसं ती तर अगदी मुकी आहे. ती तर काही बोलूच शकत नाही.' त्यानंतर पोन्ना अगदी गप्प झाली होती.

पूवयीला मुलगा होऊन सात-आठ वर्षं होऊन गेली होती. या काळात ती थोडी अधिक जबाबदार आणि संयमी झाली होती. त्या रात्री ती जेव्हा तिथेच पोन्नाजवळ थांबली तेव्हा जबाबदारीने म्हणाली, "पोन्ना, जे घडून गेलं ते घडून गेलं. तुझा भाऊ वेड्यासारखा इकडेतिकडे भटकतो आहे. दिवसभर तो फक्त दारू ढोसतो. मी जेव्हा त्याला म्हटलं, 'तू तुझ्या बहिणीचं आयुष्य नासवलंस, आता माझंही नासवायचं आहे का?' तेव्हा तो ढसाढसा रडू लागला. तो ओरडून म्हणाला, 'तू माझ्या विरुद्ध जरी बोललीस तरी मी काय करू शकणार आहे. मला फक्त भलं करायचं होतं त्या दोघांचं. हे असं काहीतरी घडेल, अशी शंका जरी आली असती तरी मी त्या योजनेला होकार दिला असता, असं वाटतं का तुला?'"

त्यावर पोन्ना पटकन म्हणाली, "माझा भाऊ किती आदरणीय आहे, हे सांगण्यासाठी का त्याने तुला इथे पाठवलं आहे?"

हे ऐकून पूवयी मुळीच संतापली नाही. उलट, ती म्हणाली, "तुझ्या भावाने मला सांगितलंय, 'ती तर माझ्याशी बोलतसुद्धा नाही. तू जाऊन तिच्याशी बोललीस तर ती अजून चिडेल. जाऊ नकोस.' तरीसुद्धा आले मी. मी तुझ्याशी काही वाईटसाईट बोलायला आले नाही, तुझी निंदा करायला आले नाही. आता कोणावरही दोष ठेवून उपयोग काय? हा माणूस अशाप्रकारे स्वत:ला संपवेल असा विचार तरी कोणी केला होता का? सणाच्या दिवशी हजारो गोष्टी घडतात. प्रत्येक जण जर अशाच पद्धतीने वागला तर दर वर्षी हजारो प्रेतांचा ढीग लागेल. त्याचं तुझ्यावर अतोनात प्रेम होतं हेच खरं. ते अति प्रेम होतं हीच खरी समस्या होती. असो, ते जाऊ दे, मी तुझं दु:ख दूर करू शकत नाही. त्याची जागा घ्यायला मी तुला दुसरं काही देऊसुद्धा शकत नाही. माझं एकच म्हणणं आहे, इथून पुढे, तुला हवं त्या पद्धतीने तू जगू शकतेस, तसं तू जगलंच पाहिजे. तुला जर इथून जायचं असेल, तुझ्या माहेरी यायचं असेल, तिथं राहायचं असेल तर तसंच कर. माझ्यापायी त्रास करून घेऊ नकोस. मला ही सोय पटेल की नाही, असा विचारही करू नकोस. उलट, तू जर घरी आलीस तर मला एक मैत्रीण मिळेल. माझ्या छोट्याशा लेकाशी खेळायला आणखी एक मूल आलं आहे, असं मला वाटेल.

"परंतु, इथेच राहणं बरं असं जर तुला वाटत असेल तर तेच कर. आम्ही येऊ ना, अधूनमधून तुला भेटायला. आमचं ओझं कधी पडू देणार नाही तुझ्यावर. अनेक लोकांचा तुझ्या जमीनजुमल्यावर डोळा आहे. माझ्या डोक्यात हे

असलं काही नाही. एकच मूल आहे मला. एखादं अजून मूल व्हावं, माझ्या पोराला भावंड मिळावं, एवढीच माझी इच्छा आहे. त्यामुळेच मला तुझ्या यातना समजू शकल्या. एक मूल असतानासुद्धा लोकांचे क्रूर टोमणे मला ऐकून घ्यावे लागतात. लोक म्हणतात, 'एकच मूल झालं हिला.' तुझ्याबाबत ते काय काय म्हणत असतील याची मी कल्पनासुद्धा करू शकत नाही. आमच्याजवळ जे काही आहे ते आमच्या एका मुलासाठी पुरेसं आहे. आम्ही काबाडकष्ट करून पोट भरू.

"तुला जर सासरी आणि माहेरी असं मिळून राहायचं असेल, तर त्यालाही काही हरकत नाही. लोक काय म्हणतात याला फारसं महत्त्व देऊ नको. तुझ्यासाठी जे योग्य आहे, असं तुला वाटतंय तेच कर. स्वतःचं जीवन संपवायचा मात्र विचार करू नकोस. जरा आमचाही विचार कर. तुलाही गमावलं तर आम्ही सुखी राहू असं वाटतं का तुला? आधीच, तुझ्या भावाच्या वागणुकीपायी मी अगदी त्रस्त झाले आहे. तू जर काहीतरी भलतंच करून बसलीस, तर त्याची नेमकी काय प्रतिक्रिया होईल हा विचारही करणं मला भीतिदायक वाटतंय. तू काय करून बसलीस याचा नुसता विचार करून आम्ही रोज मरू. पोन्ना, कृपा करून, आम्हाला अशा परिस्थितीत ढकलू नकोस."

पूवयी बोलत राहिली. तिचं बोलणं ऐकून पोन्नाचं मन द्रवलं. तिने आवेगाने 'नान्गयी!' असं म्हणून आपल्या भावजयीच्या मांडीवर डोकं टेकवलं. पोन्नाच्या केसांतून हळुवारपणे बोटं फिरवत पूवयी तशीच बसून राहिली. कठीण काळातच खरे आप्तस्वकीय कोण ते समजतं माणसाला. आपण कोणावर अवलंबू शकतो हेही कठीण काळातच समजतं. आपल्याला हळुवारपणे कुरवाळणाऱ्या बोटांच्या मायेची ऊब लक्षात येते. शब्दांचं मोल समजतं. पडलेली दरी नष्ट होते. गेल्या कित्येक वर्षांत पूवयी पोन्नाशी कधीच बोलली नव्हती. परंतु, त्याच पूवयीकडून पोन्नाला आता अतिशय मायेचे आणि सांत्वनाचे शब्द ऐकायला मिळत होते. तिच्या स्वतःच्या आईकडूनसुद्धा तिला हे असं ऐकू आलं नव्हतं. त्या दिवसापासून पोन्नाने आपल्या भावाचा विचार करायला सुरुवात केली. कालीला या योजनेची काहीही माहिती नाही, असं त्याने तिला सांगायला हवं होतं. कालीची संमती मिळवण्याचा कुठलाही मार्ग नाही, हे त्याच्या स्पष्टपणे लक्षात आलं होतं. परंतु, त्याने ते करायलाच हवं होतं. काहीही करून त्याने कालीची संमती मिळवायला हवी होती. तशी ती मिळत नसेल तर ही सगळी कल्पनाच त्याने डोक्यातून काढायला हवी होती.

तिला असं जाणवलं, की केवळ मुथूच नाही तर तिच्या आईने आणि सासूनेसुद्धा या नाटकात मोठी भूमिका वठवली आहे. ती आपल्या भावाला

पूर्णपणे क्षमा करू शकली नाही. परंतु जो माणूस केवळ मेहुणाच नाही तर जीवश्चकंठश्च मित्रही होता त्याच्या मृत्यूला जबाबदार ठरल्याच्या अपराधी भावनेने मुथू अगदी कोलमडून पडला असणार. तसं तर, तिची आई आणि सासू या दोघींनी मिळून ती सगळी योजना तयार केली होती. तिचा मोठा भाऊ त्या योजनेत निव्वळ साधन ठरला होता. हा सगळा विचार मनात येताच तिचा संताप त्या दोघींवर केंद्रित झाला. इतकी योजना केली, इतका पाताळयंत्रीपणा केला, आणि आता... येणाऱ्या-जाणाऱ्या पाहुण्यासमोर स्वतःच्या निरागसपणाचे नगारे बडवत होत्या दोघी! माणसं म्हातारी झाली, की त्यांना सारं कसं सहज-सोपं वाटू लागतं. जसं काही, आयुष्यभर खस्ता खाल्ल्यानंतर सारंकाही दिनचर्येचा, सांगण्याजोगा एक भाग होऊन जातं. मन बधिर होतं.

कालीचा मृत्यू त्या दोघींसाठी आता एखाद्या कथेसारखा झाला होता. भेटायला येणाऱ्या प्रत्येकाला ज्या पद्धतीने त्या दोघी ती कथा ऐकवत होत्या ते ऐकावं कोणी. प्रत्येक गोष्ट त्या अगदी सविस्तरपणे सांगत. त्या दिवशी त्या हागायला गेल्या होत्या हेही त्या सांगत होत्या. सीरायी सांगे, 'भलत्याच वेळेस वासरू हंबरलं. थंडीची शिरशिरी गेली माझ्या अंगातून.' त्यातला एक शब्दही खरा नव्हता. एका कथेला त्यांनी वास्तवात बदललं होतं आणि त्यावर आता विश्वास ठेवायला सुरुवात केली होती हेच काय ते खरं होतं. वल्लयीसुद्धा प्रत्येक शब्द तसाच्या तसा उच्चारत होती. पाहुणे भेटायला आल्यावर जर सीरायी घरी नसेल तर नेमकं काय घडलं हे सांगण्याचं काम वल्लयीवर येऊन पडे. ते ती अगदी उत्तमप्रकारे निभावे. तिच्या सांगण्यातला एक शब्दसुद्धा इकडचा तिकडे होत नसे. फक्त तिचा स्वर तेवढा वेगळा होता. त्या दोघींकडे पाहून पोन्नाला आपल्या भावाची कीव आली. 'मुथूची नीट काळजी घे' असं तिने आपल्या भावजयीला सांगितलं. पूवयी म्हणाली त्याप्रमाणे दुसऱ्या एका कुटुंबाचा नाश झाल्याचं पाप पोन्नाला आपल्या माथी घ्यायची आवश्यकता नव्हती.

कालीला झाडाला लटकलेलं पहिल्यांदा पाहिलं ते सीरायीनेच, हे अगदी खरं होतं पण ज्याप्रकारे ती सारं सांगत होती, तसं काहीएक घडलं नव्हतं.

# ३

त्या भागातल्या लोकांचा करत्तूर रथोत्सव तीन महिने चालत असे. फेब्रुवारीच्या मध्यावर, मासी महिन्याच्या सुरुवातीपासूनच तयारी सुरू होई. पुढे, पंगुनी किंवा अगदी चिथिरायी महिन्यापर्यंत तिथल्या दुकानांमधून गजबज असे, आकाशपाळणे वगैरे खेळ सुरू राहत. प्रत्यक्ष महोत्सव मात्र फक्त बावीस दिवसांचा असे. बहुतेक लोक तेविसाव्या दिवशी मेजवानी करत. शिवाय, टेकडीवरून देवता ज्या दिवशी खाली उतरे आणि ज्या दिवशी पुन्हा टेकडीवर जाई, ते दोन्ही दिवस सणाच्या दृष्टीने अत्यंत महत्त्वाचे मानले जात. त्या दोन रात्री, देवतेचं दर्शन घेण्यासाठी लोकांची गर्दी उसळे.

देवता टेकडीवरून उतरून खाली येत त्या दिवशीपेक्षा देवता ज्या दिवशी टेकडीवर चढत त्या दिवशी अतोनात गर्दी उसळे. भल्या पहाटेपासूनच लोक गर्दी करू लागत. कित्येक जण चालत तर कित्येक जण बैलगाड्यांमधून येत. सगळी कुटुंबं, शेजारपाजारची, इतकंच नाही तर गावंच्या गावं त्या सणासाठी एकत्र येऊन पोहोचत. वेगवेगळ्या लोकांची एकच गर्दी होई. उत्सवाच्या ठिकाणी जाण्याच्या मार्गात जागोजागी पाणपोया असत. करत्तूरच्या मुख्य रहिवासी भागाला लागून असणारी आजूबाजूची शेतं त्या हंगामात मोकळीच ठेवली जात. उत्सवासाठी येणाऱ्या सगळ्या बैलगाड्या या शेतांमधून उभ्या केल्या जात. उत्सवासाठी आपलं शेत असं उपलब्ध करून देणं, हे चांगलं काम समजलं जाई. असंच एकदा, एका शेतकऱ्याने आपल्या शेताभोवती कुंपण घालून ठेवलं. उत्सवाला येणाऱ्या कोणालाही त्याने आपल्या जमिनीचा जराही वापर करू दिला नाही. उत्सवाच्या शेवटच्या दिवशी त्याचं पोट अतोनात फुगलं आणि तो तिथल्या तिथेच मरण पावला, अशी एक आख्यायिका प्रसिद्ध होती. त्यामुळेच, आजूबाजूच्या परिसरात कुठेही कुंपण घातलेलं दिसत नसे. उलट, असं म्हटलं जाई, 'कुंपण घालून ईश्वराला बाहेर ठेवता येईल, असं माणसाला वाटतं का?' ज्या कोणाच्या शेतात विहिरी होत्या ते आपापल्या रहाटाला दोर-बादली लावून ठेवत. बाजूलाच,

पाण्याचे मोठे रांजण भरून ठेवले जात. रांजणातलं पाणी खाली गेलं, की कुणीही येणारा-जाणारा पटकन विहिरीतून बादल्या ओढून पाणी भरून ठेवे.

भोवताली नजर टाकली की ढोरांची जत्रा भरली आहे की काय, असं वाटे. लोक येताना घरूनच खायच्या-प्यायच्या वस्तू बांधून आणत. त्या व्यतिरिक्त, आजूबाजूला टपऱ्यांमधून ताजे खाद्यपदार्थ विकत मिळत. ज्या चार मुख्य रस्त्यांवरून रथ ओढला जाई त्या ठिकाणी वेगवेगळे कलाकार आपापली कला सादर करत. टेकडीच्या पायथ्याशी असलेल्या खेड्यातल्या मंदिरात, खांबांवर तोललेली सभागृहं होती. तिथेसुद्धा कलाकार आपली कला सादर करत. जमलेली मंडळी पाहिजे तो कार्यक्रम पाहत. ज्या कोणाला प्रत्येक कार्यक्रम पाहावासा वाटे तो प्रत्येक ठिकाणी थोडा थोडा वेळ थांबे. हा सगळा समारोह शिगेला पोहोचला की नियमांचं बंधन उरत नसे. केवळ रात्रच त्या साऱ्यांची साक्षीदार असे. प्रत्येक चेहऱ्यावर अंधकाराचा पडदा पडे. अशा त्या उत्सवाच्या अनोख्या वातावरणात माणसाची आदिम इच्छा जागृत होई.

मूल व्हावं म्हणून दुसरं लग्न करण्यासाठी कालीने नकार दिल्यापासून त्याची आई सारखी मागे होती, की पोन्नाला या उत्सवात पाठवावं. परंतु, कालीने त्यालाही संमती दिली नाही. अशीच दोन वर्षं लोटली. त्यानंतर, कालीची संमती घेतल्याशिवायच सगळ्यांनी मिळून पोन्नाला त्या उत्सवात पाठवलं - सगळ्यांनी पोन्नाची समजूत करून दिली होती, की या सगळ्याला तिच्या नवऱ्याची संमती आहे. कालीला हे सगळं समजलं तोवर फार उशीर झाला होता. तो घाईने आपल्या शेताकडे धावला. उद्ध्वस्त झाला होता तो. प्रत्येकाने कटकारस्थानात भाग घेत आपला विश्वासघात केला आहे, अशी त्याची समजूत झाली.

त्या रात्री, उत्सवात, कोणा वेगळ्याच पुरुषाबरोबर पोन्ना गेली आहे, हे सत्य तो स्वीकारू शकत नव्हता. तिचं आयुष्य त्याच्या आयुष्याशी गुंफलं गेलं होतं. दुसऱ्या कोणा पुरुषाचा गंध तिच्या शरीरभर पसरला आहे, हा विचारसुद्धा करणं त्याला अशक्य होतं. तिचं शरीर त्याच्याशी एकरूप झालं होतं. गेली बारा वर्षं त्याच्या गंधामध्ये ते शरीर माखलं होतं. त्या शरीराचा प्रत्येक इंच त्याच्या मालकीचा आहे, असं त्याला वाटत होतं. स्वतःच्या शरीरापेक्षा त्याला पोन्नाचं शरीर अधिक परिचित होतं. तिच्या तोंडाला गुलाबपाण्याचा सुगंध आहे, तिच्या काखांना कोरफडीचा गंध येतो, तिच्या छातीतून मेंढीच्या कच्च्या दुधाचा गंध दरवळतो आणि तिच्या श्वासाला आवाराम फुलाचा गंध येतो असं तो म्हणत असे. तिचं शरीर जणू वेगवेगळ्या फुलांचा गुच्छच होता त्याच्यासाठी.

त्यावर ती विचारे, "आणि, माझ्या बोलण्याबद्दल काय म्हणशील?"

तो उत्तर देई, "रक्ताचा वास मारतो त्याला."

हे ऐकताच तिला संताप येई. ती रडत विचारे, ''तूसुद्धा इतरांसारखंच बोलतोस? खरोखर, मी काय कोणाला चावणार आहे का, भोसकणार आहे का?''

यावर, तिचं समाधान करण्याचा प्रयत्न करत तो म्हणे, ''जरा मेंढीचं रक्त उकळायचा प्रयत्न कर. अहाहा! काय दरवळ असतो त्याला! म्हणून मी म्हटलं होतं!''

तिच्या देहाच्या प्रत्येक गंधामध्ये स्वत:चा गंध एकवटण्याचा त्याचा प्रयत्न असे - दोन्ही शरीरांचा मिळून त्याला एकच गंध करायचा असे. त्याच शरीरावर आता दुसरा कुठला गंध चिकटला तर तो कलंक असेल - असा कलंक जो काहीही केलं तरी जाणार नाही. अशा कलंकित देहाला तो स्वत:च्या हातांनी स्पर्शही करणार नाही, असा कठोर निश्चय त्याने केला. जर सगळे पुरुष ईश्वर होतात हे सत्य असेल तर त्या ईश्वराने कालीच्या शरीरात प्रवेश करावा. त्या दोघांच्या कुठल्याही प्रार्थनांकडे, नवससायासांकडे लक्ष न देणाऱ्या, त्याच्या शरीरात प्रवेश न करणाऱ्या ईश्वराचा उपयोग तरी काय?

गावातली अनेक मुलं अशाच मार्गाने जन्माला आली होती, असं जरी प्रत्येक जण म्हणत होतं तरी ही कल्पना त्याच्या पचनी पडत नव्हती. पोन्ना केवळ आणि केवळ त्याच्या एकट्याचीच आहे, असं त्याला वाटत होतं. त्यामुळेच, त्याची इच्छा नसतानासुद्धा पोन्ना उत्सवाला गेली, हे समजल्यावर त्याची घोर निराशा झाली. तिने उत्सवाला जावं, असं त्याने स्वत: जरी सांगितलं असतं तरी तिने त्याला नकार देणं त्याला अपेक्षित होतं; परंतु ती मात्र गेली होती. तिने घेतलेल्या निर्णयाची शिक्षा तिला आयुष्यभर भोगायला लावायची, या विचाराने त्याने पारोशा पिंपळाभोवती दोरीचा फास टाकला होता. आपण मेलो की तिला कायमस्वरूपी शिक्षा होईल, हा एकच विचार त्याच्या मनात होता. प्रत्येक दिवशी त्याची आठवण येऊन तिने रडावं, हीच त्याची इच्छा होती. तिने केलेल्या चुकीपायी तिला सतत पश्चात्ताप व्हायला हवा होता.

त्या रात्री काली झोपला नाही. पोन्नाही झोपली नाही. तसं पाहिलं, तर सीरायीसुद्धा झोपली नाही. चंद्र माथ्यावर येईपर्यंत ती शेतातच थांबली. तिला घरी तिच्या जागेवरच झोप येत असे. इतर कुठेही तिला झोप लागत नसे. मध्यरात्री, गुराढोरांसमोर पुन्हा चारा सारून ती आपल्या घरी निघाली. तिथे जाऊन तरी थोडी झोप लागावी, एवढीच तिची इच्छा होती.

ती एकीकडे पुटपुटत होती, 'हे देवता, माझ्या सुनेवर कृपा कर.' घरी गेल्यावरही, ती या कुशीवरून त्या कुशीवर करत राहिली. यापेक्षा, ती शेतात थांबली असती तर बरं झालं असतं असं तिला वाटलं. तिच्या माघारी शेतात

कुणी घुसलं, कोंबड्या, गुरंढोरं आणि मेंढ्या पळवून नेल्या तर काय, या विचाराने ती त्रस्त झाली. पोन्नाचा विचार मनात येऊन तिने पुन्हा प्रार्थना सुरू केली. 'भलं होऊ दे!' हेच ती म्हणत राहिली. सुनेसाठी प्रार्थना करणाऱ्या त्या ओठांना, कसा कोण जाणे पण मुलाचा विसर पडला. कदाचित, देवाला तेच सहन झालं नसेल. काली शेतात परत आला आहे, हेसुद्धा तिला ठाऊक नव्हतं. तो अद्यापि त्याच्या सासुरवाडीला आहे, याच विचारात ती भल्या पहाटे उठली. अजून उजाडलंही नव्हतं. तशीच ती शेताकडे चालत गेली. गुरांना खाऊ घालून शेण उचलायचं होतं तिला. सहसा, ही सगळी कालीची कामं होती. उजाडण्यापूर्वीच तो हे सारं संपवत असे. परंतु, काली शेतात नसल्यामुळे तिने स्वत:वर ते काम घेतलं होतं.

जशी ती शेताजवळ आली तसं तिला दिसलं, की शेताचं शाकारलेलं फाटक उघडं आहे. कुत्रंसुद्धा भुंकत होतं. आतमध्ये राखण करायला कुणीच नाही हे पाहून कुणी चोर तर घुसला नव्हता ना? जर गुरंढोरं कुणी ओढून नेली तर तिला कालीचा संताप झेलावा लागला असता. तो म्हणाला असता, 'एक रात्रसुद्धा राहू शकली नाहीस ना तू इथे? घाबरण्यासारखं काय आहे इथे? एखादी तरुण कुमारिका असल्यासारखी कशाला वागतेस तू?' आदल्या दिवशी त्याने तिला स्पष्ट सूचना दिल्या होत्या. ती त्रासून म्हणालीसुद्धा होती, 'जा रे, ज्याला काही माहीत नाही ना, त्याला दे तुझ्या सूचना. आज तुला जे काही येतंय, ते सगळं मी शिकवलंय तुला - आणि आता तू मला शिकवणार का?' करता काय, आपली गुरंढोरं, मेंढ्या, हे शेत आणि भोवतालचं कुंपण या साऱ्या गोष्टी कालीला जिवापाड प्रिय होत्या.

अस्वस्थ होत सीरायी आत धावली. तिने सगळ्या गुराढोरांकडे नजर टाकली. सगळे सुरक्षित होते. ती झोपडीत गेली. सगळं काही जागच्या जागी होतं. तिला पाहून कुत्रं तिच्याकडे भुंकत आलं. तिने त्याला गप्प केलं. जाण्यापूर्वी आपण कुंपणाचं फाटक नीट लावून घेतल्याचं तिला पक्कं आठवत होतं, पण कदाचित ती विसरली असावी. आताशा, काही काही गोष्टी लक्षात ठेवणं तिला कठीण जात होतं. त्या विसराळूपणाबद्दल तिने स्वत:ला खडसावलं. चारा टाकण्यापूर्वी गायीचं शेण उचलावं, असा तिने विचार केला. शेणाचा खड्डा मागच्या बाजूला होता. शेण उचलून ती त्या दिशेला गेली.

कुत्रं पुन्हा भुंकत तिच्या दिशेने धावत आलं. ती कुत्र्यावर डाफरली, 'कशाला भुंकतो रे? गप नाही बसता येत? आत्ता तर पहाट झालीये. सूर्यसुद्धा उगवेल आता. या वेळेस चोर येऊन उभे राहातील, असं वाटतं का तुला? तू पकडणारेस का चोराला?' परंतु, तिचा हा भडिमार ऐकूनही कुत्रं गप्प झालं नाही. भुंकतच ते

कुत्रं तिच्या पुढे पुढे धावत राहिलं. मग ते तिच्या मागे गेलं. जणूकाही ते तिची साडी धरून तिला ओढत होतं. ते आता फारच जोरात भुंकत होतं. मोठं विचित्र वागणं होतं कुत्र्याचं. सीरायीने त्याला विचारलं, 'अरे! काय सापबीप दिसलाय का तुला? इतका का अस्वस्थ झालाएस?' मग ती कुत्र्याच्या मागून चालू लागली. पारोशा पिंपळाकडे पाहून कुत्रं भुंकतंय, हे तिच्या लक्षात आलं. कुत्र्याची नजर वरच्या बाजूला लागली होती. तिनेही वरती पाहिलं तर काय - तिला पांढरंशुभ्र धोतर दिसलं.

आधी तर तिला कशाचा अर्थच लागला नाही. वाऱ्याने उडून धोतर झाडाच्या फांदीत अडकलं की काय, असं तिला वाटलं. मग अचानक तिच्या लक्षात आलं की, ते धोतर जाड मानवी देहाभोवती गुंडाळलं गेलं आहे. तिला बोलता येईना. त्याऐवजी, ती विचित्र बरळू लागली. लटकणारा तो देह वाऱ्यामुळे जेव्हा वळला तेव्हा तो काली आहे हे तिच्या लक्षात आलं. बेंबीच्या देठापासून ती ओरडली, 'अय्यो! अरे देवा!' कोणाला तरी शोधून आणण्यासाठी ती तशीच बाहेर धावली. थोड्याच अंतरावर तिला काहीतरी हालचाल दिसली. तिने हाकारा केला, 'अय्यो! अरे, धावा रे! इकडे या रे! माझा देव लटकला आहे!' तिचं ते आर्त पुकारणं सगळ्या गावाने ऐकलं असणार. लोक धावत आले. झोपडीत सापडलेला विळा हातात घेऊन कन्नान घाईने झाडावर चढला. झाडाच्या फांदीसकट त्याने ती दोरी कापली. लटकलेला जीव आता या जगात नाही, हे त्याच्या लक्षात आलं.

कालीच्या केसांची शेंडी सुटली होती. तिच्याआड दोरीचा फास दडला होता. असा लटकलेला माणूस जिवंत असण्याची शक्यता फारच कमी आहे, हे माहीत असूनसुद्धा कन्नानने मोठ्या लगबगीने ती फांदी तोडली होती. फार जाड दोर होता तो. त्याला अनेक पिळे होते. दोन्ही हातात मावणार नाही इतका जाड दोर! शिवाय, विळ्याला फारशी धार नव्हती. मका कापून विळा चांगलाच बोथट झाला होता. धडपडत कन्नान त्या फांदीवर बसला आणि त्याने विळा त्या दोरात खुपसला. त्याचा जीव कासावीस झाला होता. अगदी सावकाश, दोर सैल होऊ लागला. कालीचा देह खाली उतरला. तिथे उभ्या असणाऱ्या रासान आणि सेल्लन या दोघांनी कालीचे पाय धरून त्याचा देह खाली घेतला. काहीतरी जडशील उचलल्यागत वाटलं त्या दोघांना. त्यांनी त्याला अजून खाली ओढल्यावर विचित्र दर्पसुद्धा आला. परंतु, त्याकडे त्या दोघांनी लक्ष दिलं नाही. कालीचा देह खाली ठेवून त्यांनी शक्य तितक्या लवकर त्याच्या मानेभोवतीची दोरी सोडवून त्याच्या नाकाखाली बोट धरलं. छे! काहीच नाही. छातीशी किंचित ऊब जाणवत होती, इतकंच. सेल्लन म्हणाला, 'नुकताच प्राण सोडला त्याने.'

हे ऐकताच सीरायी जोरात किंचाळली, 'माझ्या देवा! तुझा बाप मला सोडून

गेला, तसंच तूही मला एकटीला टाकून गेलास!' दोन लोकांनी तिला सावकाश त्या मृतदेहापासून बाजूला केलं. कोणीतरी देहाजवळ आलं, 'अय्यो!' असं म्हणून तिथून त्वरेने बाजूला झालं. कोणीतरी ओरडून म्हणालं, 'मुला-बाळांना पाहू देऊ नका हे दृश्य!'

तितक्यात, झाडावर चढलेला कन्नान खाली उतरला. त्याचे पाय अद्यापि थरथरत होते. तसंच धावत जाऊन त्याने फाटक ओढून आतल्या बाजूने लावून घेतलं; परंतु एव्हाना बातमी पसरली होती. गर्दी जमा झाली होती. मृत्यूशी झगडा करताना त्या देहाने शौच विसर्जन केलं होतं. त्यामुळेच, सेल्लन आणि रासान यांना तो दर्प येत होता. मृतदेहाचं लिंग ताठरलेलं होतं. धोतरातून ते दिसत होतं. त्या दोन्ही माणसांनी बाजूच्या भल्यामोठ्या तोंडाच्या रांजणातलं पाणी स्वत:च्या डोक्यावर ओतून घेतलं. कालीवर पाणी ओतत त्यालाही स्वच्छ केलं. त्याला दुसऱ्या धोतरात गुंडाळलं. परंतु त्या ताठरलेल्या लिंगाचं ते काहीच करू शकत नव्हते. त्याच्यावर कापडाचे थर गुंडाळून ते झाकायचा प्रयत्न करणं इतकंच त्यांच्या हातात होतं. शिवाय, कालीची दातखिळी बसली होती, त्याची जीभ दोन्ही दातात अडकली होती, ती मागे सारणंही त्यांना शक्य नव्हतं. त्या वेळेस पेरियासामी म्हणाला, 'स्वत:ला लटकवून घेतलेल्या माणसाच्या चेहऱ्याइतकं भयप्रद काहीही नसतं. हा चेहरा कोणाला दाखवता कामा नये. पटकन झाका तो पूर्णपणे.' तसा तो झाकला गेला.

एव्हाना, वेलू धावत अडैयूरला पोहोचला होता. रस्त्यातली शेतं आणि टेकाडं त्याने तशीच धावत ओलांडली होती. मुथूच्या घरी तो पोहोचला तेव्हा पोन्ना आणि तिचे आईवडील नुकतेच परतले होते. कोंबड्याने पहिली बांग दिली होती. बैलांना मोकळं करून, गोठ्यात बांधून ते सगळे निजायला गेले होते. घरी इतर कोणीच नव्हतं. कालीला घेऊन मुथू अराक प्यायला गेला होता. त्यामुळे, अराकची धुंदी उतरल्यावरच ते दोघं परत येतील, असा विचार करून पोन्ना अणि तिचे आईवडील झोपायला गेले होते. वेलूचा आरडाओरडा ऐकत पोन्नाचे वडील खडबडून जागे झाले. ते अंगणातच झोपले होते. वेलू ओरडत होता, 'मुथू, मुथू, दे! तुझ्या जावयाने स्वत:ला लटकवून घेतलं.' त्याने जोरजोरात दार ठोठावलं. ही बातमी ऐकताच पोन्ना ताबडतोब शेताकडे धावत सुटली. तिच्या मनात नेमका काय कल्लोळ माजला होता, हे तिचं तिलाही ठाऊक नव्हतं. ती फक्त पळत सुटली.

रस्त्यात कुठेही न थांबता पोन्ना तशीच पळत राहिली. शेताच्या फाटकापाशी आल्यावरच ती थांबली.

# ४

भावजय भेटून गेल्यावर पोन्ना थोडी टवटवीत झाली. आपलं आपण सगळं करण्याइतकी ताकद तिच्यात आल्यासारखं तिला वाटलं. पहाटे, उजाडण्यापूर्वीच उठून तिने आधी गुराढोरांकडे लक्ष दिलं. स्वत:चं जेवणाचं ताट घासलं. पाण्याचा तांब्या भरून आणला. पूर्वी, तिला कोणी भेटायला आलं तर ती जिथे आडवी झाली असेल तिथेच उठून बसत असे. तिच्या छातीवरचा पदर खाली पडलेला असे. छाती उघडी टाकत ती तशीच बसून राही. एखाद्या वृद्ध स्त्रीला जशी स्वत:च्या दिसण्याची जराही तमा नसते तशीच तिची गत होती. तिला भानच उरलं नव्हतं. तिला तशा अवस्थेत पाहून भेटायला येणाऱ्यांना संकोच वाटत असे. तिची सासू घाईने पुढे होऊन तिची छाती पदराने झाकत असे. पण आता ती तशी वागत नव्हती. स्वत:च्या साडीबद्दल ती थोडी जागरूक झाली होती. तिने जरी अजून केस विंचरायला सुरुवात केली नसली तरी केस आवरून ती त्याचा अंबाडा बांधू लागली होती.

एक दिवस सकाळी, सूर्य चांगलाच वर आला तेव्हा पोन्नाच्या आईच्या मनात आलं की, गाईला शेतात चरायला घेऊन जावं. पोन्नाने आपल्याबराबेर यावं यासाठी तिचं मन वळवता येईल का, असा विचार तिच्या मनात आला. तिने लेकीला विचारलं, 'पोन्ना, येतेस का माझ्याबरोबर?' पोन्नाने नुसतंच वर पाहात नजरेनंच विचारलं, 'कुठे?' अजून तिने बोलायला सुरुवात केली नव्हती; तिला शब्दच सापडत नव्हते. ही तीच मुलगी होती का जिच्या तिखट जिभेची सगळ्या गावाला भीती वाटत असे? आपण कुठे जात आहोत, हे तिच्या आईने सांगितल्यावर पोन्ना उठून उभी राहिली आणि सावकाश गाईमागून चालू लागली. ते पाहून, आपली लेक परत ताळ्यावर येईल, अशी आशा तिच्या आईला वाटली. स्वत:च्या शेताकडे अगदी पहिल्यांदा पाहत असल्यासारखं पोन्नाला वाटलं. जिथे पाहावं तिथे तिला कालीच दिसत होता. कितीतरी काली! विहिरीतली पाण्याची पातळी खाली गेल्यापासून नारळांची मुळं ओली होण्याइतकं तरी पाणी

त्यांना मिळेल इकडे तो जातीने लक्ष देत असे. प्रत्येक नारळाभोवती त्याने छानसा खड्डा खणला होता, सगळे खड्डे त्याने सरीने जोडले होते. पावसाचं पाणी या सऱ्यांमध्ये जमून त्यायोगे नारळांचं पोषण व्हावं, हाच त्याचा उद्देश होता. रेताड मातीत तयार झालेल्या लाटा पाहून ती सांगू शकत होती, की त्याच्या मृत्यूनंतर आलेल्या पावसाने झाडांना नक्कीच शांतवलं होतं.

दोन वर्षांपूर्वी त्याने वांग्यांच्या रोपांची एकच रांग लावली होती. आता किमान दहातरी रांगा दिसत होत्या. प्रत्येक दोन झुडपांमधून माणूस सहज जाऊ शकेल इतकं अंतर ठेवलं होतं. पोन्नाने त्याला विचारलं होतं, 'मामा, इतक्या दूरदूर का लावतो आहेस? आपण सऱ्यांनी पाणी सोडलं, की ते रेतीत वाया नाही का जाणार?' उत्तरादाखल तो म्हणाला होता, 'लाडके, मी सांगतो तसंच कर.' इतकं बोलून तो बैलांना ओढत रहाटाच्या दिशेने घेऊन गेला होता. तिने विचारलं होतं, 'तुझ्या आईने मुक्याला तर जन्म दिला नव्हता ना?' त्याने प्रत्युत्तर दिलं होतं, 'आपल्या दोघांच्याही वाटचं तुला बोलता यावं, म्हणून तर तुझ्याशी लग्न केलं.' त्यावर ती काहीही बोलली नव्हती. तिने वांग्याची रोपं मातीत पक्की करून मोजली होती. एकूण तेरा होती ती. त्यांतली दोन फारच नाजूक आणि लहान होती. ती जगतील याचीही तिला खात्री नव्हती. पण, ती फेकून देणं तिच्या जिवावर आल्यामुळे तिने ती मातीत लावली होती.

तिची लागवड होईस्तोवर त्याने विहिरीतून पाणी काढून सऱ्यांमध्ये सोडलं होतं. विहिरीपासून फार दूर वांग्यांची लागवड केली, तर सऱ्याच सगळं पाणी शोषून घेतील, हे त्याला ठाऊक होतं. म्हणूनच, त्याने वांग्याची लागवड सऱ्यांजवळ केली होती. तरीसुद्धा सऱ्यांमध्ये, पाण्याच्या तीन बादल्या आटल्या. एकीकडे, बैलांच्या मदतीने विहिरीतून पाणी ओढताना कालीच्या मनात हे सगळं गणित सुरू होतं. तितक्यात त्याच्याजवळ जात पोन्नाने त्याच्या शेंडीची गाठ सोडत त्याचे केस हातात धरले. बैल मध्येच खिळून उभे राहिले. रिकामी बादली विहिरीत लोंबकळू लागली. त्याचे केस ओढून ती म्हणाली, 'काय म्हणालास? मी फार बोलते असं म्हणालास का तू? गावातले लोक कदाचित तसं म्हणू शकत असतील, नातेवाईक तसं म्हणू शकतील, तुझी आई म्हणू शकेल, माझी आई म्हणू शकेल, अगदी गल्लीतली कुत्रीमांजरीसुद्धा म्हणू शकतील; पण तू असं म्हणू शकत नाहीस.'

त्याने कळवळून तिच्याकडे मान वळवली. पण तिला चिडवणं थांबवायला तो तयार नव्हता. म्हणूनच तो म्हणाला, 'असं आहे तर! ते सगळे खरं बोलू शकतात. मी मात्र खोटंच बोलायला हवं ना?' आता तो हसू लागला. दातओठ आवळत ती म्हणाली, 'म्हणजे, मी बडबडी आहे तर?' तिने त्याच्या गालावर

जोरात चापट मारली. तो म्हणाला, 'हे पाहा! तू हे असं वागू लागलीस ना, तर मी गप्प राहणार नाही. तुला कसं उत्तर द्यायचं हे मला माहीत आहे.' ती पुढे काही बोलण्यापूर्वीच पटकन पुढे होऊन त्याने डाव्या हाताने तिचा एक स्तन पकडला. तिने घाईने त्याचे केस सोडत छाती झाकली. तेवढ्या वेळात चटकन धाव घेत तो बैलांच्यामध्ये जाऊन उभा राहिला.

त्याचे घट्टे पडलेले फावड्यासारखे हात नेहमीच असे वागत. बाहेर असताना त्याला हातकड्या घालायला हव्यात, असं ती म्हणत असे. त्या दिवशी त्या दोघांनी लागवड केलेली वांग्याची ती तेरा रोपटी तरारली होती. त्यांना वांगी लागली होती. ती रोपटी मोठी झाल्यावर तिच्या लक्षात आलं होतं, की त्या जातीला 'मांजर-डोकं वांग' असं म्हणतात. एखाद्या रुक्ष डोक्यावर खरखरीत केसांसारखं वाढत ती रोपटी भरपूर जागा व्यापत. एकेका वांग्याचा आकार पाहिला तर एका वेळेस एका कुटुंबाचं पोट सहज भरू शकत होतं. वांगी घालून पोन्ना वेगवेगळ्या पद्धतीने कुझंबू करत असे. आपल्या माहेरीसुद्धा ती अभिमानाने वांगी धाडत असे. तरीसुद्धा, भरपूर वांगी उरत. म्हणूनच, जास्तीची वांगी विकायला ती मंगळवारच्या बाजारात जात असे. पहिल्या वर्षी, वांग्याचा हंगाम झाल्यावर कालीने वरच्या बाजूने ती रोपं काळजीपूर्वक खुडून त्यांना पुन्हा पाणी दिलं होतं, त्यांची मशागत केली होती. पुढच्या वर्षी तर ती अधिकच तरारली. प्रत्येक रोपट्याच्या मुळाशी त्याने गाईचं शेण घातलं होतं. मुळाच्या आसपासची माती वरखाली केली होती. किती काळजी घ्यायचा तो!

आता, त्या रोपट्याचं तिसरं वर्षं होतं. त्यांच्याकडे लक्ष द्यायला कोणी नसल्याने त्यांनी माना टाकल्या होत्या. त्यांच्याजवळ बसत ती आपल्या आईला म्हणाली, 'अम्मा, तू जाऊन गाईला शेतात बांध.' आळीपाळीने, तिच्याकडे आणि विहिरीकडे नजर टाकत तिची आई गाय बांधायला धावली. वांग्यांच्या रोपट्याचं खरखरीत खोड पोन्नाने कुरवाळलं. जणूकाही, ती त्याचेच हात कुरवाळत होती. ते खोड तिने गालाला लावलं. नक्कीच, त्याचा हात. अचानक, तिने छातीवरचा पदर बाजूला करत ते खोड छातीवर चोळलं. त्याचे रुंद पंजे तिची छाती कुरवाळू लागले. सौख्याचा अनुभव येऊन तिने छाती पुढे केली. अजून अजून हे असंच करावंसं तिला वाटलं. ती त्या रोपांमधून चालू लागली. किती हे हात होते त्याचे! तिची आई धावत येत म्हणाली, 'मुली! वेडी झाली आहेस तू!' तिने पोन्नाला वांग्यांच्या त्या तुकड्यातून ओढूनच बाहेर काढलं. पोन्ना हुंदके देत, छाती पिटत रडू लागली. प्रत्येक वेळेस, स्वत:च्या छातीवर जोरात आघात करू लागली. तिचे स्तन ओरबाडले गेले होते. तिच्या आईने पुढे होत तिचे हात मागच्या बाजूने घट्ट पकडले. रडतच ती म्हणाली, 'बाळा, नको गं, नको करूस असं!'

थकल्याभागल्या पोन्नाने तशीच जमिनीवर फतकल मारली. तिच्या आईने तिला कुशीत घेतलं. सावकाश खाली बसत आईने पोन्नाचं डोकं आपल्या मांडीवर घेतलं; परंतु पोन्नाचे हुंदके काही थांबत नव्हते. आई बोलू लागली, 'तुझ्या बापाने तुझं नाव पोन्ना ठेवलं. पोन्ना म्हणजे सोनं! एखाद्या मौल्यवान दागिन्यासारखी तुझी काळजी घ्यायची इच्छा होती त्याची. पाहा, काय करून घेतलंस तू हे! स्वत:ला जखमी करून घेतलंस? यासाठी तुला जन्म देऊन वाढवलं का आम्ही?' स्वत:च्या डोक्यात मारून घेत तिची आई रडू लागली. हा गोंधळ ऐकून पोन्नाची सासू धावत आली. जवळच विहीर असल्याने दोघी वयस्कर स्त्रिया सारखं लक्ष ठेवून होत्या. काही भयानक तर घडलं नाही ना या विचाराने सीरायी कासावीस झाली होती. त्या दोघींना वांग्याच्या तुकड्याजवळ बसलेलं पाहून तिने विचारलं, 'बाई, काय झालं?' पोन्नाच्या आईने उत्तर दिलं, 'तुझ्या सुनेने काय करून घेतलं आहे स्वत:ला पाहा जरा! वांग्यांच्या रोपात चालत गेली आणि छातीवर मारून घेतलं स्वत:च्या!' पोन्नाचा पदर बाजूला करत तिने तिची छाती उघडी केली. जिथे जिथे वांग्यांची काटेरी खोडं टोचली होती तिथे रक्ताचे थेंब तरारले होते. दोन्ही स्तन चांगलेच सुजले होते, त्यांच्यावर खूप ओरखडे उठले होते.

कालीचा विचार येऊन सीरायी हुंदके देत म्हणाली, 'अरेरे! निष्ठुर माणसा! एका क्षणात निघून गेलास. हिची काळजी कशी घ्यायची रे बाबा मी? तुझ्यासाठी ती काय आहे, याचा तरी विचार केला होतास का? सदा मेलं नुकतंच लग्न झाल्यासारखं वागू नका, असं सांगितलं होतं ना? जगाची दृष्ट लागते, सांगितलं होतं की नाही?'

मग ती विहिरीकडे चालत गेली. तिथल्या सरीच्या बाजूला असलेल्या कंबरमोडींची पानं तिने खुडून आणली. पुरेसं पाणी न मिळाल्यामुळे त्यांनी माना टाकल्या होत्या. ओंजळभर पानं घेऊन तिने ती दोन्ही हातांनी कुस्करली. त्याचा रस तिने पोन्नाच्या छातीवर पडू दिला. रक्ताचा लाल रंग जाऊन तिथे आता पानांच्या रसाचा हिरवा रंग दिसू लागला. पोन्नाच्या आईने तो रस पोन्नाच्या दोन्ही स्तनांवर पसरवला. झोंबला जरा तो. उरलेली पानं एका हातात धरून त्या दोघी पोन्नाला उचलून उभं करायला सरसावल्या. परंतु, तिची तीच झटक्यात उभी राहिली. पदराच्या टोकाने अश्रू पुसून तिने छाती नीट झाकली. तोवर, हा सगळा आरडाओरडा ऐकून आजूबाजूच्या शेतातली चारपाच माणसं येऊन पोहोचली होती. सीरायीने पोन्नाला तिच्या आईबरोबर आत धाडलं. नेमकं काय झालं आहे, हे इतरांना समजावून सांगताना ती म्हणाली, 'तो तर गेला निघून. तिचं दु:ख नाही बघवत माझ्याच्याने. एक घास खाल्लेला नाही तिने. अंगात ताकद म्हणून

उरली नाही तिच्या. रात्रंदिवस त्या खोपट्यात पडून असते. तिच्या आईला वाटलं, गाय चरायच्या निमित्ताने तिला जरा शेतात न्यावं. गाईला शेतात बांधून परत येईपर्यंत मिनिट-दोन मिनिटं लागले असतील. तेवढ्यात, चक्कर येऊन पोन्ना त्या वांग्यांच्या वाफ्यातच पडली. आता, वांग्यांची रोपं किती काटेरी असतात हे माहीत आहे तुम्हाला. तिची छाती अगदी सोलवटून निघाली हो!'

आईचा आधार न घेता ताठ चालणाऱ्या पोन्नाने तिला म्हटलं, 'अम्मा, आपल्या गावात जा आणि माझ्या भावाला सकाळी यायला सांग. वांग्यांना पाणी द्यायची गरज आहे.'

तिची आई म्हणाली, 'पाण्याच्या सऱ्या पुन्हा नीट खणायला हव्यात. वांग्यात खूप तण वाढलं आहे. आता कसं पाणी देणार त्याला? घरातला पुरुष तर गेलाच. त्याने लावलेल्या वांग्यांची काळजी कशाला करायची आता?'

पोन्ना निर्णायक स्वरात म्हणाली, 'हे पाहा, तू जाणार नसशील तर मी जाईन. नाहीतर, बैल ओढेन आणि विहिरीतून पाणी काढेन. विहिरीतून पाणी काढून सऱ्यांमध्ये कसं खेळवायचं, हे मला माहीत नाही असं वाटलं का तुला? तुझ्या जावयानेच सारंकाही शिकवलं आहे मला. माझ्यापूर्वीच तो मरणार आहे, हे त्याला माहीत असल्यानेच त्याने मला सारंकाही शिकवलं.'

पोन्नाचा कठोर चेहरा आणि निश्चय पाहून तिची आई अस्वथ झाली.

# ५

आपल्या आईने घरी जाऊन मुथूला घेऊन यावं, असा हट्ट केल्यानंतर कुदळ-फावडं घेऊन पोन्ना शेतात गेली. सीरायीच्या विरोधाकडे तिने जराही लक्ष दिलं नाही.

"तुझ्यात ताकद आहे असं तरी वाटतंय का तुला? गेले दोन महिने तू काहीही खाल्लेलं नाहीस. जरा माझं ऐक. मी जाऊन तण काढते सगळं. अजून काही दिवस थोडा आराम कर," काळजीपोटी सीरायीने तिला अनेकदा सांगून पाहिलं.

परंतु, पोन्नाने काही एक प्रतिसाद दिला नाही. आदल्या दिवशी, सीरायीने दुभत्या गाईसाठी गवताचा भारा आणला होता. गेले दोन दिवस पाऊस पडत होता. शेतात सगळीकडे गवत उगवलं होतं. ज्याला हवं तितकं गवत त्याने काढून न्यावं, असं शेतकरी सांगत होते. इतरांच्या शेतातली भुईमुगाची लागवड पाहून सीरायीला फार वाईट वाटतं होतं. तो मूर्ख त्यांचा असा त्याग करून निघून गेला नसता तर त्यांच्या शेतातसुद्धा भुईमूग आणि मका उगवला असता, शेत हिरवंगार दिसलं असतं असं तिच्या मनात आलं.

शेताच्या त्या दोन छोट्याशा तुकड्यांमध्ये काली नेहमी इतर पिकांबरोबरच थोडा भाजीपाला आणि मिरच्या आवर्जून लावत असे. त्यातून, त्यांच्या हातात पैसे खुळखुळत. तसंही, शेतात काम करायला पुरुष असण्यासारखं दुसरं मोठं सुख नव्हतं. सीरायीचा नवरा जेव्हा मेला तेव्हा तिच्या पदरात लहान मूल होतं. सीरायी अशी कितीशी शेती करू शकणार होती? काली जेव्हा मोठा झाला तेव्हा कुठे त्यांचं शेत पुन्हा शेतासारखं दिसू लागलं. आता बिचाऱ्या पोन्नाला एकटीनेच खपावं लागणार होतं. पोन्ना आपलं सगळं आयुष्य एकटीनेच कसं घालवणार होती? कालीपेक्षाही पोन्नाचाच विचार सीरायीच्या मनात वारंवार येत असे. जो मरतो त्याच्यासमोर कुठल्या समस्या उरतात? जे मागे जिवंत राहतात त्यांना मात्र झगडावं लागतं. मरणाऱ्यासाठी मरण्यापूर्वीचे दोन चार क्षण तेवढे संघर्षाचे

असतात. परंतु, त्यांच्या माघारी जे उरतात त्यांच्यासाठी प्रत्येक दिवस अतोनात कष्टाचा असतो. तरीसुद्धा त्याच्याही संघर्षाचा विचार करणं तिला भाग होतं. प्राण्यांप्रमाणेच केवळ पोटाची भ्रांत असती तर कसंबसं धकवून नेलं असतं. परंतु, माणसांना इतरही काही चिंता असतात ना!

विचारांत हरवलेल्या सीरायीने गवत कापलं. पुरेसं गवत जमा झाल्यावर तिने ते करकचून बांधलं. डोक्यावर वाहून नेता येईल, असा भारा तिने तयार केला. तितक्यात, तिला हिरवी कल्कुमित्ती इकडे तिकडे वाढलेली दिसली. नेहमीची हिरवी कल्कुमित्ती सहजच सापडे, पण कल्कुमित्ती दुर्मिळ होती. ती फुलावर आल्यावरच थोडीफार दिसायची, पण त्याही वेळेस ती बऱ्यापैकी इतर झुडपांत दडलेली असायची. ती दिसण्यासाठी नजर तयार असावी लागायची. सीरायीची नजर तशी तयार होती. तिने काळजीपूर्वक आजूबाजूला पाहिलं. तिला बरीच कुल्कुमित्ती दिसली. आहाहा! इतकी दुर्मिळ वनस्पती सापडणं, ही फार आनंदाची गोष्ट होती. त्या रात्री, वंगडुहून पवुनाई पात्ती त्यांना भेटायला आली. सीरायीची ती मानलेली सासू होती. सीरायी कधीही भेटली तरी ती प्रेमाने सगळ्यांची विचारपूस करे.

'त्या मूर्खाने असं केलंच कशाला? अगं, उपाशीपोटी झोपावे लागणारे लोकसुद्धा स्वत:ला कसंतरी करून जिवंत ठेवतात. रोज शेतात खपल्यावरच पोटात दोन घास पडणारेही लोक नाहीयेत का या जगात? निपुत्रिक असलं तर काय झालं? पूर्वी माझे मामासुद्धा निपुत्रिकच होते.' असं म्हणत पात्तीने मग तिच्या जुन्या आठवणी सांगायला सुरुवात केली. 'तीन एकर शेती होती त्यांची. अतिशय काबाडकष्ट करत शक्य तितकी वर्षं त्यांनी त्या जमिनीवरच गुजराण केली. मग, ती जमीन त्यांनी गावच्या मंदिराला लिहून दिली. माझ्या गावात आज मंदिराची म्हणून जी जागा आहे ती कोणे एकेकाळी माझ्या मामांची होती. ती जमीन माझ्या आईच्या नावाने ते करतील अशी माझ्या आईला आशा होती. परंतु, करता काय, माझ्या वडिलांचा लुडबुड करण्याचा स्वभाव माझ्या मामांना मुळीच आवडत नसे. त्यापायीच त्यांनी ती जमीन मंदिराला दिली. त्याने काही बिघडलं नाही.'

त्या म्हातारीला बऱ्याच गोष्टी ठाऊक होत्या. ती आणि सीरायी भाजी निवडत असताना तिने आपल्या भाचीला कैक छोट्यामोठ्या गोष्टी ऐकवल्या. ती छोटी पानं फार काळजीपूर्वक निवडावी लागत. ती निवडल्यावर, सीरायीने कपडा ओला करून त्यात ती गुंडाळली आणि माठावर तो कपडा ठेवला. मग त्या दोघी थोड्या लवंडल्या. पात्ती तिच्या पोतडीतल्या गोष्टी सांगत राहिली. पहाटे उठल्यावर तिने निघण्याची तयारी केली. उजाडण्याआधीच निघण्याचा

तिचा विचार होता. ती म्हणाली, 'प्रत्येकजण शेतात कामाला जातं. मी एकटीच घरात राहते. तशी माझी काही कोणाला मदत नाही होत पण घरीसुद्धा असायला हवं ना कोणी? मी घराची काळजी घेते. आजवर मी दुसऱ्या कोणाच्याही घरी रात्र घालवलेली नाही. परंतु माझ्या नवऱ्याच्या आत्तेआजीच्या नातवाने तिचा खून केला, हे ऐकल्यापासून मला वाटू लागलं की, रात्रीचं दुसरीकडे कुठे राहायला जायला काही हरकत नाही. म्हणूनच इथे मी जरा उशिराच आले. आता मात्र निघते. दुपारी ऊन्हं तापायच्या आधी घरी पोहोचेन. तो तर आता गेला, पण तुम्ही तर जिवंत आहात ना! जे घडून गेलं त्या विचारांत अडकू नका... पोन्ना, बेटा, देवाने आपल्याला आयुष्य दिलं आहे, त्याला हवं तेव्हा तो ते परत घेऊ शकतो. ते जबरदस्तीने संपवण्याचा हक्क आपल्याला नाही बरं.' इतकं बोलून, पाणी पिऊन पात्तीने त्यांचा निरोप घेतला.

निघण्यापूर्वी पात्तीने थोडीशी पेज आणि हिरवी कल्कुमित्ती खाऊन जावं, असं सीरायीने सुचवलं, पण त्या वृद्धेने नकार दिला. पात्ती गेल्यावर सीरायीने हिरवी कल्कुमित्ती वाटायला सुरुवात केली. त्याला तुपाचा गंध होता. रीतीप्रमाणे, सुतकाचा कालावधी संपेपर्यंत तिने कुठलेही मसाले वापरणं योग्य नव्हतं. थोडासा जरी मसाला वापरला असता तरी त्याचा गंध शेतांत दरवळला असता. या भाजीच्या गंधामुळे ती तिच्या चिंता विसरते आहे, असा विचार तिच्या मनात आला तितक्यात तिला शेतातून पोन्नाचा आवाज आला. पोन्नाला शेतातून घरात आणून दोन घास खाऊ घालणं, हे मोठं जिकिरीचं काम होतं. एखाद्या वेड लागलेल्या बाईसारखी पोन्ना तिच्या आईला म्हणत होती, 'तू अजून घरी का नाही गेलीस? जा, जाऊन माझ्या भावाला घेऊन ये, जा, जा!' तिची समजूत घालायला प्रयत्न करत सीरायी म्हणाली, 'पोन्ना, तुला काय झालं आहे? तुझ्या आईला जाण्यापूर्वी थोडी पेज खाऊ दे. सूर्य उगवल्यावरच पाणी घालण्यासाठी मदत लागणार आहे ना तुला? येईल तो. तो जर नाही आला तर मी स्वत: विहिरीतून पाणी काढून घालेन हो. आता खाऊन घे बरं.' तिने पोन्नाला थोडी पेज खायला लावली. हिरव्या कल्कुमित्तीचा आस्वाद घेण्याच्या परिस्थितीत पोन्ना नव्हती. पारोशा पिंपळाकडे टक लावून पाहत ती समोरचं अन्न कसंबसं गिळत होती.

खाऊन झाल्यावर तिने साडीच्या पदराला हात पुसले आणि ती पुन्हा शेतात गेली. तिच्याकडून ही अशी वागणूक सीरायीला अपेक्षित नव्हती. कदाचित, शेतामुळे पोन्नाच्या मनात कालीच्या आठवणी प्रकर्षाने जाग्या झाल्या असाव्यात. जाऊ दे, जे काम करायचं ते करू दे तिला, असं म्हणत सीरायी आपल्या कामाला लागली, पण पोन्ना तिच्या नजरेच्या टप्प्यात राहील, याकडे तिचं

आवर्जून लक्ष होतं. पोन्ना आधी वांग्यांच्या तुकड्यात गेली. तिथे गेल्यावर तिने अगदी कालीसारखंच वागायला सुरुवात केली. प्रत्येक झाडाच्या वरच्या भागात लांब वाढलेल्या फांद्या तोडून तिने एका बाजूला फेकल्या. वाळक्या फांद्या आणि पानं काढून टाकली. आक्रसलेली, किडलेली वांगी काढून त्यांचा एक वेगळा ढीग रचला. प्रत्येक झाडाचं मुख्य खोड आणि वरच्या धट्ट्याकट्ट्या फांद्या शाबूत राखत तिने बाकीचं सगळं छाटून बाजूला केलं. नल्लाय्यन काकांच्या भादरलेल्या डोक्यासारखी दिसत होती आता वांग्याची झाडं.

त्या आगंतुक विचाराने तिच्या ओठावर किंचितसं हसू आलं. कालीच्या मृत्यूनंतर काका येऊन गेले की नाही, हे तिला खात्रीने सांगता येत नव्हतं. लोक तर सारखे येत होते. तिच्याशी दोन शब्द बोलायलाही थांबत होते पण ती प्रत्येकाकडे निर्विकारपणे पाहत होती. त्या कोणाचाही चेहरा तिच्या लक्षात येत नव्हता. त्यांचे शब्दही तिला धड ऐकू येत नव्हते. कदाचित, काका येऊनही गेले असतील. काली त्यांच्या खूप जवळचा होता. पण म्हणून काय झालं? त्यांच्याकडून काली कुठे काही शिकला होता? जे काही घडून गेलं होतं त्याबद्दल काकांनी काय म्हटलं असतं? पाण्याच्या सरीवर पसरलेलं तण पोन्नाने ओढून काढलं. खालची माती कडक झाली नव्हती. जमिनीलगत वाढलेला गवताचा थर तिला दिसत होता.

हातातलं काम टाकून ती गोठ्याकडे गेली. शेतातल्या बायका जसा डोक्याला कपडा बांधतात तसाच तिनेही बांधला होता. ते पाहून सीरायीला थोडं समाधान वाटलं. हळूहळू पोन्नाचं चित्त थाऱ्यावर येण्याचीच ही खूण आहे असं तिला वाटलं. पोन्ना कामात अगदी चोख होती. खरंतर, ती फार उत्तम काम करत असे. अशा जबाबदाऱ्यांमध्ये ती गुंतली तर तिचं दु:ख विरघळलं असतं. खोपटाशी येऊन छोट्या पातेलीत पाणी घेऊन पोन्ना ते घटाघट प्यायली. पोन्ना इतक्या आसुसून पाणी पिते आहे, हे पाहून सीरायीला आनंद झाला. मग पोन्नाने एक पोतं घेऊन त्यात खड्ड्यातलं वाळलेलं शेण भरलं. डोक्यावर पोतं घेऊन ती पुन्हा बाहेर पडली.

पोन्नाची नजर पारोशा पिंपळाकडे वळते आहे का, हे पाहण्यासाठी सीरायी तिच्यावर लक्ष ठेवून होती. त्या झाडावर नजर खिळवूनच पोन्ना जणू चालत होती. तिने नजरेचा रोख तेवढा बदलण्याची गरज आहे, असं सीरायीच्या मनात आलं. पण कदाचित त्याने फारसं काही झालं नसतं. कालीची आठवण देणाऱ्या अनेक गोष्टी पोन्नाला दिसल्या असत्या. वांग्यांच्या झाडांकडे पाहून ती जशी किंचाळली होती, तसंच ती किंचाळू शकत होती. अजून काही दिवस तिची थोडी काळजी घ्यायला हवी होती. खरंतर, सगळ्यांनी मिळून तो पारोसा पिंपळच

उपटून फेकायला हवा होता. तो तिथेच उभा होता... प्रत्येक गोष्टीचा साक्षीदार म्हणून. किती पिढ्या पाहिल्या होत्या त्याने? ते झाड उपटायला पोन्ना कधीही संमती देणार नाही हे ती जाणून होती. तसं करण्याचा प्रयत्न जरी केला तरी पोन्ना प्रखर विरोध दाखवत होती. ते झाड कापणं म्हणजे जणू तिलाच इजा करण्यासारखं होतं, तिचं आयुष्यच छाटण्यासारखं होतं. ज्या फांदीला काली लटकला होता ती फांदी छाटल्यावर कशी किंचाळली होती ती! फांदी छाटायला आलेला चिन्नान म्हणाला होता, 'देवा! तिच्या किंकाळ्या ऐकून मला कापरं भरतंय. नको करू या आपण हे.' परंतु, पोन्नाचे वडील पुढे होत म्हणाले होते, 'ही फांदी इथे राहिली तर तिला जास्त त्रास होईल, ती अजून किंचाळत राहील. तिच्याकडे लक्ष न देण्याचा प्रयत्न कर. चटकन आपलं काम उरक आणि नीघ इथून.' बरोबर आणलेल्या धारदार करवतीने कन्नानने झटक्यात काम उरकलं होतं. त्या सगळ्या झाडाच्या नशिबी असं छाटणं कधी येतं, एवढाच प्रश्न सीरायीच्या मनात होता.

मेंढ्यांना चरायला नेण्याच्या बहाण्याने सीरायी पोन्नाच्या मागून शेतात गेली. वाळलेलं शेण पोन्नाने त्या वांग्याच्या तुकड्यात पसरलं. फावड्याचा फाळाने तिने त्या शेण्यांचे लहान तुकडे केले. फावड्यानेच तिने ते मातीवर नीट पसरले. माती कडक झाली होती. काही ठिकाणी तिला जोर लावावा लागला. पहिलं पाणी दिल्यावरच तिने हे सगळं केलं असतं तर माती सहज वरखाली झाली असती. पण तिच्यात तेवढा संयम नव्हता. तिच्यात फारशी ताकद नसली तरी तिचं मन खंबीर होतं. वांग्यांच्या काटेरी फांद्यांपायी ती पुन्हा स्वत:ला इजा करून घेईल की काय अशी भीती सीरायीला वाटत होती. पोन्नाने आपलं काम सुरू ठेवलं. अधूनमधून, साडीच्या पदराने ती घाम टिपत होती. ऊन चांगलंच तापलं होतं. पोन्नाने काम थांबवून घरात यावं असं सुचवावं का असं सीरायीला वाटलं; पण तिला तिची खात्री नव्हती. ते करणं योग्य आहे का हेच तिला समजत नव्हतं. सुदैवाने, तेवढ्यात पोन्नाची आई परत आली.

वांग्यांच्या तुकड्याकडे चालत जात ती म्हणाली, 'पोरी, गेले कित्येक दिवस काहीही न केल्यानंतर अचानक तू इतकी ढोरमेहनत केलीस तर आजारी पडशील. आधीच आमच्या डोक्याला काही कमी ताप आहे का? भरपूर काम केलंस. पुरे झालं. चल. आता फक्त पाण्याच्या सऱ्या तेवढ्या नीट करायच्या राहिल्या आहेत. तुझा भाऊ येऊन पाणी ओढण्यापूर्वी आपण करूया ते. चल बरं.' पोन्नाने तिचं मुकाट्याने ऐकलं. जवळच्याच पलईच्या झाडावर कुदळ- फावडं खोचून ठेवत ती टोपलं घेऊन आली. कालीसुद्धा त्या गोष्टी तिथेच खोचत असे. सापोताचं झाड फळांनी लगडलं होतं. वल्लयी पोन्नाच्या मागून चालत आली. खोपटापाशी पोहोचल्यावर पोन्नाने हातपाय धुवून पातेल्यात डोकावून पाहिलं.

घट्ट झालेल्या पेजेचे गोळे दिसत होते त्यात. एक गोळा वाडग्यात घेत त्यावर थोडं कुझंबू ओतून तिने विचारलं, 'हे काय आहे? हिरवी नक्किरी?'

'नाही गं, कल्कुमित्ती आहे. तुझ्या सासूला काल भुईमुगाच्या शेतात सापडली. तिने मोठ्या निगुतीने खुडून आणली थोडी.'

पोन्नाने त्यावर काही उत्तर दिलं नाही. तिने मुकाट्याने जेवण संपवलं. हात धुवून ती खोपटातल्या बाजेवर जाऊन पडली. काही क्षणातच तिच्या श्वासाची संथ लय त्यांच्या कानांवर पडली.

वल्लयी दबक्या पावलांनी आत गेली. पोन्ना अगदी गाढ झोपली होती. आपली लेक किती महिन्यांनी अशी गाढ झोपली आहे, हे लक्षात येताच त्या आईला रडू आलं. निदान आतातरी सारं ठीक होईल, अशी आशा तिला वाटू लागली. बाहेर सीरायी मेंढ्यांबद्दल तावातावात बोलत असल्याचं तिला ऐकू आलं. पटकन बाहेर धावत ती कुजबुजली, 'हळू बोल जरा! पोन्नाला झोप लागली आहे.'

आवाज खाली घेत सीरायीने विचारलं, 'खरं की काय?'

पारोशा पिंपळाच्या पानांमधून सूर्याची किरणं सगळीकडे पसरू लागली.

# ६

पोन्ना रात्री झोपलीच नाही, त्यामुळे आळीपाळीने सीरायी आणि वल्लयी जाग्या राहून तिच्यावर लक्ष ठेवत राहिल्या. त्यांना चुकवून पोन्ना रात्री बाहेर पडली आणि तिने स्वत:ला काही इजा करून घेतली तर काय, अशी भीती त्यांना वाटत होती. रात्री झोप लागू नये, म्हणून दोघीजणी काही ना काही कामं साचवून ठेवायच्या. गुराढोरांना खाऊ घालायच्या. सीरायी म्हणायची, 'अक्का, मी जरा पटकन डुलकी काढते. तू झोपू नको बरं का तोपर्यंत.' तसंही, उतारवयात त्या दोघींना अशी कितीशी झोप लागत होती? डोळे मिटल्यापासून उघडेपर्यंत काही क्षण गेल्यासारखं त्यांना वाटत असे. पोन्नाला झोपडीत निजू देत त्या दोघी बाहेर बाजा टाकत. सीरायीची गावातल्या घरातली बाजसुद्धा त्यांनी इथेच आणून घेतली होती. भेटायला येणाऱ्या पाहुण्यांपैकी कोणीतरी कधीतरी रात्रीचा मुक्काम करत असे. त्यासाठी त्यांना जास्तीच्या बाजेची गरज होती. आतून किंचितसा जरी आवाज आला तरी त्या पटकन उठून बसत. रात्रीची पोन्ना बाहेर आली तर कुत्रा तिच्या मागे जाई आणि त्या दोघी कुत्र्यामागून जात. एकमेकींना सांगण्याजोग्या बऱ्याच गोष्टी त्या दोघींकडे होत्या. पोन्नाच्या वडिलांना सीरायी मोठ्या भावाचा मान देत होती. पोन्नाच्या आईला ती स्वत:ची नान्गयी, वहिनी समजत होती पण, तिचा उल्लेख करताना तिला 'अक्का' असं म्हणत होती. त्या दोघींचं एकमेकींशी अगदी छान जुळत होतं. तरीसुद्धा त्यांनी क्वचितच कधी जिवाभावाच्या गोष्टी केल्या होत्या. गेल्या दोन महिन्यांत मात्र त्यांनी सगळ्याची कसर भरून काढली. एकमेकींशी खूप काही बोलल्या त्या. दोन वर्षांपूवी, अशाच एका रात्री, वल्लयी तिला भेटायला आली होती. सीरायीनेच तसा निरोप धाडला होता. त्या रात्री, घरासमोरच्या व्हरांड्यात आडवं पडून त्या दोघींनी पोन्नाला रथ उत्सवाला नेण्याबद्दल गोष्टी केल्या होत्या. तीच सगळ्याची सुरुवात होती.

आता, अशाच एका रात्री सीरायी बोलू लागली, "अक्का... त्या रात्री त्या गलिच्छ गोष्टीबद्दल कशाला चर्चा केली आपण दोघींनी? आपण जर त्या

सगळ्याची सुरुवात केली नसती तर ती दोघं आजही अगदी आनंदात नांदत असती. आपण एक जीव तर चुकीच्या पद्धतीने गमावला आहेच; पण हिच्यावर आपल्याला अगदी रात्रंदिवस पाळत ठेवावी लागते आहे.''

वल्लयी म्हणाली, ''तिचा बापसुद्धा माझ्यावर अगदी हाच आरोप करतो. मला टोमणा मारतो 'बायकांची डोकी जमा झाली, त्यांनी घराची सूत्रं हातात घेतली की, काही धड होतं का?' हे पुरुष, स्वत: तर काही करणार नाहीत आणि आपल्यालाही काही करू देणार नाहीत. आपली आवश्यकता त्यांना एकाच गोष्टीसाठी असते. हे नशिबाचं असं ताट आपल्यासमोर का यायला हवं होतं? मुथूची अस्वस्थता माझ्याच्याने सहन होत नाही. सीरा, माझी सून तर म्हणते, 'माझंही कुटुंब उद्‌ध्वस्त केलंय तुम्ही.'''

''अक्का, मी कालीला अगदी नीट समजावून सांगितलं होतं. मी त्याला सांगितलं होतं, की गावातल्या अनेकांनी हे असं केलं आहे. त्याच्या डोक्यात काहीएक शिरलं नाही. तो असं काही करून बसेल असं माझ्या स्वप्नात तरी आलं असेल का? ही कुठली वागायची पद्धत म्हणते मी! पोन्नात असं काय आहे जे बाकीच्या बायकांत नाही? पोन्ना त्याच्या एकट्याचीच असायला पाहिजे, असं त्याचं म्हणणं होतं. अगं, कितीतरी बायका अशा आहेत ज्या मक्याच्या आणि नाचणीच्या शेतात जाऊन दुसऱ्या पुरुषांना भेटतात, गवत कापायच्या बहाण्याने जातात आणि आपला कार्यभाग उरकून येतात. नंतर तर, भरलेली कळशी डोक्यावर ओतून घेत चुपचाप घरात येतात. पोन्नाला आपण असं तर काही करायला लावलं नाही, लावलं का? आपण त्याला एवढंच म्हटलं, की तिला एकदाच या देवाच्या कामासाठी पाठव, पण त्यापायी तो इतका अस्वस्थ होऊन बसला! त्याला काही भनक न लागू देता आपण उरकून घ्यायला हवं होतं हे सगळं. परंतु, तसं काही झालं असतं तरी या मूर्ख मुलीने त्याला काही सांगितलंच नसतं असं आपण म्हणू शकतो का? ती काही त्याच्याहून वेगळी नाही म्हटलं,'' सीरायीचा संताप बाहेर पडला.

''असं नाही अक्का,'' वल्लयी बोलू लागली, ''ती दोघं सारखी अशी एकमेकांत रमलेली असायची ना, तेच आपण बंद करायला हवं होतं. अगं, एकमेकांशी धड बोलू लागण्यापूर्वीच कित्येकजणींना दिवस जातात. रात्रीच्या अंधारात काय ते एकमेकांना स्पर्श करू शकतात. पण ही दोघं! भलतंच होतं यांचं! इतरांसारखे होते का हे? नाही. उत्सवाच्या दिवशी त्या दोघांना एकमेकांशी बोलू न देण्याकरता मी जमेल ते सगळे प्रयत्न केले. पण तुला माहीत आहे ना, तुझ्या लेकाने इथे जसं पारोशा पिंपळाचं झाड लावलंय तसंच अगदी तिथेही लावून ठेवलंय? त्याच्या खाली बसले होते दोघं. गुलुगुलू गोष्टी सुरू होत्या. ती

त्याच्याकडे बघून हसत होती. किती सगळं स्वप्नासारखं! आपण जर चालवून घेतलं असतं ना तर तिथे त्या झाडाखालीच तो चढला असता तिच्यावर. भर दुपारी! त्या क्षणी सगळं काही चुकू लागलं. तिला दुसऱ्या कोणी बघितलेलंच त्याला नको होतं. अगदी एकदाही नाही. त्याचा अभिमान आडवा आला. तो त्याच्या बायकोला हे करू देणार नव्हता. सीरायी, तुला काय वाटतं?''

''अक्का, तुझं अगदी बरोबर आहे बघ. मी तुला सांगते, माझ्या आईच्या काळात एखाद्या पुरुषाशी तुमचं लग्न झालं, तुम्ही त्याच्या कुटुंबाचा भाग झालात, की घरातल्या कुठल्याही पुरुषाबरोबर तुम्ही झोपणं अपेक्षित होतं. माझा बाप तर त्याच्या बापाला, 'अण्णा' म्हणजे मोठा भाऊ म्हणायचा. मला नेहमी आश्चर्य वाटायचं, की तो आपल्या बापाला मोठ्या भावाच्या नावाने का हाक मारतो. एक दिवस मी विचारलं त्याला तसं. तो हसून म्हणाला, 'आम्हा दोघांचा बाप एकच आहे.' लहान होते मी तेव्हा. मला काही त्याचा अर्थ समजला नाही. नंतर केव्हातरी मला थोडी समज आली तेव्हा माझ्या आजीने मला सगळं समजावून सांगितलं. ती माझ्या आजोबांपेक्षा चांगली दहा वर्षांनी मोठी होती. माझा आजा जेमतेम पाच-सहा वर्षांचा होता तेव्हा त्याचं माझ्या आजीशी लग्न लावण्यात आलं. तिचं वय तेव्हाच पंधरा होतं. तशी ती दोघं आत्तेमामे भावंडं होती. तिची आई त्याच्या वडिलांची बहीण. सगळं काही एकाच कुटुंबात राहावं म्हणून त्यांनी अशी सोय केली होती बघ. तसं पाहायला गेलं तर, पंधरा वर्षांची बाई तिच्या नवऱ्याला कडेवर घेऊन हिंडत होती. रात्री तो पोरगा आपल्या आईजवळ निजायचा तेव्हा माझी आजी काय करायची, सांग? माझ्या आज्याचा बाप तिला अंगाखाली घ्यायचा.''

''आता मात्र असं काही नाही हो,'' वल्लयी बोलू लागली, ''आता सारंकाही जरा रीतीने चालतं. त्या गोऱ्या माणसांसारखे आपली माणसंही डोक्यावरचे केस भादरतात, ते सिनेमा का काय ते, ते पाहायलासुद्धा जातात. तिथूनच हा सगळा मूर्खपणा सुरू झाला आहे बघ. ही दोघं अशीच एकदा आमच्या घरी आली होती तेव्हा बैलगाडीत बसून सगळे सिनेमाला गेले होते. सगळी चुलत-मावस भावंडं सिनेमाला गेली होती. सोबत आपल्या बायकांनाही घेऊन गेले आणि तेसुद्धा रात्रीच्या सिनेमाला. मध्यरात्रीनंतर परत आले सगळे. दुसऱ्या दिवशी, पोन्नाने त्या सिनेमाची सगळी गोष्ट ऐकवली मला. त्या सिनेमात नवऱ्याला त्याच्या बायकोच्या चारित्र्याची शंका येते म्हणून तो तिला चांगली हाणतो. त्यानंतर स्वत: वेश्येकडे जातो. बायको मात्र संयम दाखवत स्वत:चं पावित्र्य सिद्ध करण्याचा प्रयत्न करते. हे असलं काही ऐकलं आहेस का तू यापूर्वी?''

सीरायीने उत्तर दिलं, ''त्या बाईने काय करायलं हवं होतं सांगते. तिने

आपल्या नवऱ्याला म्हणायला हवं होतं, 'तू वेश्येकडे गेलास आणि तुला असं वाटतं की मी इथे छताकडे पाहत नुसतं पडून राहू का?' इतकंच नाही तर, तिने त्याला झाडूने झोडपून काढायला हवं होतं. कदाचित, ते मूर्खासारखे सिनेमे पाहूनच तो असा इतका अभिमानी झाला असावा. माझं म्हणणं ऐक जरा. माझ्या आजीने या सगळ्याबद्दल मला हसून सांगितलं होतं, 'सुरुवातीला मला माझ्या सासऱ्याची भीती वाटली. परंतु जेव्हा त्याने मला बोलावलं तेव्हा त्याला नाही कशी म्हणणार? मी एखादा छोटासा पक्षी असल्याप्रमाणे त्याने मला छातीशी अगदी घट्ट धरून ठेवलं होतं. मी तक्रार नाही करू शकले. त्याने मला नीट वागवलं.' माझा बाप तिचा पहिला मुलगा होता. माझा आजोबा त्या मुलाचा केवळ नावापुरता बाप होता. तसं पाहिलं तर, त्या वेळेस त्याचं स्वत:चं वय होतं सहा का सात वर्षं. उलट, मी तर म्हणेन की माझ्या आजोबांचा बाप हाच माझ्या बापाचा बाप होता... वेगळाच काळ होता गं बाई तो! आज जर आपण त्या सगळ्या गोष्टी सांगितल्या तर लोक हसतील आपल्याला. मी माझ्या आजीला विचारलं होतं, 'मग, तुला तुझ्या नवऱ्याबरोबर कधी झोपता आलं?' तिने हसून उत्तर दिलं होतं, 'अगं, स्वत:ची नुन्नी हातात धरून ज्याला धड लघवीसुद्धा करता येत नव्हती तो मला काय देणार होता? तो जेव्हा तेरा-चौदा वर्षांचा झाला ना तेव्हा मीच त्याला सगळं शिकवलं बघ!' माझी आजी आधी मेली. आजोबा खूप जगले. एक दिवस मी त्यांनाही विचारलं, 'थाथा, मी असं ऐकलं की पात्तीनेच तुला सगळं काही शिकवलं, खरं आहे का ते?' माझा आजा हसून म्हणाला, 'हो गं बाई! तुझी आजी कोणी सामान्य बाई नव्हती! खाण्यापासून हगण्यामुतण्यापर्यंत तिनेच मला सारंकाही शिकवलं!'''

सीरायी असं काही सांगू लागली, की वल्लयीला हसू आवरत नसे. पण तिला ते हसू दाबून ठेवावंच लागे नाहीतर, सुतक असूनही या दोघी म्हाताऱ्या मस्त गप्पागोष्टी करण्यात रमल्या आहेत, हे पाहून पोन्ना अस्वस्थ झाली असती. त्यामुळे, त्या दोघी अगदी कुजबुजत्या स्वरात बोलत.

सीरायी म्हणाली, "तेव्हाची गोष्टच वेगळी होती बघ, लोक अगदी सरळ मनाचे होते. हे सगळं करणं योग्य आहे, असंच त्यांना वाटायचं. तसंही, एकदाच कधीतरी केलं जायचं ना ते. आजकाल सगळं चित्र बदललंय. तुला आमच्या गावातला माछामी माहितेय का? अगं ते गं, त्या मोठ्या गुळगुळीत खडकाच्या बाजूचं घर? हो, तोच माणूस. देवाच्याच मदतीने जन्माला आलाय तो, माहितेय का तुला? त्याचा बाप, अगदी बिनधास्त सांगतो सगळ्यांना तसं. तो तर म्हणतो, 'तुम्हा सगळ्यांची मुलं माणसापासून जन्मली आहेत, माझं देवापासून जन्माला आलंय.' मला सांग देवाबद्दल वाईटसाईट बोलायची कोणाची

हिंमत तरी आहे का? अशी अनेक माणसं आहेत ज्यांनी दहा दहा पोरं अशा पद्धतीने जन्माला घातली आहेत. ते नाही कोणाकडे लक्ष देत. ते स्वत:ला माणसंच म्हणवून घेतात हो.''

पचकन बाजूला थुंकत सीरायी पुढे म्हणाली, ''दुर्दैवाने, ही दोघं अशी नव्हती ना. एकमेकांमध्ये अगदी मस्त बसत होती बघ, जसं काही खलबत्ताच. मध्यरात्री तो उठायचा काय, इथून निघून घरी काय यायचा. तीसुद्धा त्याची अगदी अस्वस्थतेने वाट पाहत राहायची. ती जर तुझ्या घरी गेली तर एक दिवससुद्धा त्याला तिचा विरह सहन होत नसे. तोही थोड्याच वेळात तिच्या मागून तुझ्याकडे येऊन पोहोचत असे. या जागेत त्या दोघांची फार मजा चालायची. मी कधी त्यांना रोखलं नाही, कारण मला वाटायचं तरुण आहेत दोघं, करू देत काय पाहिजे तर. पण तुला म्हणून सांगते, अशीच एका रात्री मी इथे आले आणि बघते तर काय, भलत्याच अवस्थेत होती ती दोघं. त्यानंतर तर मी इथे येणं अगदी थांबवून टाकलं. मी पोन्नाला आडून सुचवलं की, आजूबाजूच्या लोकांचं जरा भान ठेवावं. तिचा काही भरवसा नाही बघ. मला काही उलट उत्तर दिलं नाही त्या वेळेस, पण नंतर एकदा तिने मला विचारलं, 'तुमच्या लेकाला का नाही सांगत हे सगळं?' मी म्हणाले, 'अगं बाई, एखादी आई आपल्या मुलाला असं कसं सांगणार? जरा काळजी घे इतकंच!'''

''ते जसं जगत होते तसं जगण्यापासून कोणी थांबवलं का त्यांना?'' वल्लयीने विचारलं. ''करू दे त्यांना काय हवं ते. पण आता पाहिलंस ना, तो अगदी आत्ता गेला असं आपल्याला वाटतंय पण दोन महिने झाले बघ. काय घेऊन गेला तो आपल्याबरोबर? आपला देह असतो तो आगीत तरी जळतो नाहीतर जमिनीत गाडला जाऊन किड्यामुंग्यांकडून खाल्ला जातो. इतकंच! एवढ्यासाठी त्याने स्वत:ला कशाला मारून घ्यायला हवं होतं? आपल्या बायकोच्या दोषापायी नवऱ्यांना जर मरावं लागलं तर कितीतरी नवरे एव्हाना मेले असते. नवऱ्याच्या चुकांपायी बायकांना मरावं लागलं असतं तर कितीतरी बायका एव्हाना मेल्या असत्या. दुसऱ्यांचं कशाला बोलायचं गं बाई? तू सांग, तुझा नवरा मेल्यावर तू कसं काय सगळं सहन केलंस? सीरा?''

वल्लयी आपल्याला घोळात घ्यायचा प्रयत्न करते आहे, हे लक्षात येताच सीरा पटकन म्हणाली, ''त्या सगळ्याबद्दल आता कशाला बोलायचं? मी तर माझा नवरा गमावून बसले, एकुलता एक मुलगा होता तोही गेला, मी आपली इथे अजूनही जिवंत आहे. काय उपयोग माझा? मी तर देवाला म्हणते माझा पुनर्जन्म असेल ना तर एखादा कावळा किंवा चिमणी कर रे बाबा. हे माणूस म्हणून जगणं म्हणजे केवळ दुर्दैवाचे दशावतार आहेत बघ! मला सांग एखादा

कावळा दुसऱ्या कावळ्याबद्दल वाईटसाईट बोलताना ऐकलंय का गं आपण? माणसं अशी का असतात? ते जाऊदे, अक्का, तू जरा निजत का नाहीस? मी जाऊन गाईंकडे बघते.''

इतकं बोलून सीरायी आपल्या बाजेवरून उठली. रोज रात्री त्या दोघी बोलायला असाच काहीतरी विषय शोधून गप्पा मारत बसायच्या. एकमेकींशी गप्पागोष्टी करत त्या पोन्नावर लक्षसुद्धा ठेवून असायच्या.

अशा गप्पागोष्टी करत असताना त्या दोघींचं कितीतरी दुःख कमी झालं. त्याचा कुठे मागमूससुद्धा उरला नाही.

# ७

जाग आल्यावर भानावर यायला पोन्नाला थोडा वेळ लागला. जागं झालेल्या लेकीकडे मोठ्या प्रेमाने पाहणाऱ्या वल्लयीने विचारलं, ‘पोन्ना, उठलीस का गं? तुला हवं, तर झोप थोडा वेळ अजून.’ पोन्ना अगदी लहान असल्यापासून तिचे वडील तिला अगदी हेच म्हणत. ते घरातल्या कोणालाही तिला लवकर उठवू देत नसत. ते म्हणत, ‘लहान असतानाच नीट झोपता येतं. झोपू दे बरं तिला!’ वडिलांचं हे वाक्य ऐकलं की ती पुन्हा गाढ झोपी जात असे. आत्ताही, गोंधळून काही क्षण आजूबाजूला पाहत ती पुन्हा आडवी झाली, पण तिला झोप काही लागली नाही. ती जागी झाली असली तरी डोळे मिटून तशीच पडून राहिली. थोड्या वेळाने उठून, खोपटाच्या बाहेर येत तिने चेहऱ्यावर पाण्याचे सपकारे मारले.

तिने आकाशाकडे पाहिलं. पश्चिमेकडे सूर्य अस्ताला जाऊ लागला होता. कासावीस होत तिने आईला विचारलं, “भाऊ आला का?”

वल्लयी म्हणाली, “येईलच बघ आता. तुला उरलीसुरली पेज प्यायची का?”

पोन्नाने मान डोलावली. मंदिरोत्सवाला ती गेली होती त्या दिवशी तिने रेशमी साडी नेसली होती. फिक्या चंदनी रंगाच्या त्या साडीवर छोटीशी फुलं होती. कालीनेच आणली होती तिच्यासाठी ती साडी. तिची ती फार लाडकी होती. मोठ्या प्रेमाने ती नेसत असे. ती साडी नेसल्यावर ती केसांत कनकंबरंची फुलं माळत असे. एखाद्या नववधूसारखी दिसे ती तेव्हा. पोन्ना परत आल्यावर ताबडतोब तिची दृष्ट काढायला हवी, असंच त्या दिवशी वल्लयीला वाटलं होतं. त्या दिवशी पोन्ना ती साडी शेवटची नेसली. आता, पांढऱ्या साडीतल्या आपल्या लेकीकडे पाहून वल्लयीला वाटलं, की ही ती पोन्नाच नव्हे. सुस्कारा सोडत, वल्लयीने तो विचार मनातून घालवला आणि पोन्नासाठी ती पाणीदार पेज घेऊन आली. वाडगा तोंडाला लावून, ती पेज घटाघट प्यायल्यानंतर पोन्ना शेताकडे

धावली. दोन्ही म्हाताऱ्यांनी त्याला काही हरकत घेतली नाही. समजा, त्यांनी तशी हरकत घेतली असती, तरी पोन्ना कुठे त्यांचं काही ऐकणार होती? तसंही, तिने थोडंफार काम केलं असतं, तर दुपारच्याप्रमाणेच रात्री तिला गाढ झोप लागली असती.

शेतात जाताच पोन्नाने साडी नीट खोचून घेत हातात कुदळ उचलून पाण्याच्या सऱ्या नीट ओढायला सुरुवात केली. तिच्या अंगावर नवीन पांढरी साडी होती. मातीचे लाल डाग त्यावर पडले असते, तर ते स्वच्छ करणं मोठं कठीण होतं. विधी पार पाडताना तिला ज्या दोन साड्या देण्यात आल्या होत्या त्याच ती आलटून पालटून नेसत होती. पोन्नाला जर थोड्या जुन्या साड्या दिल्या, तर शेतात काम करताना ती त्या नेसेल असा विचार सीरायीच्या मनात आला होता खरा; पण तो विषय ती पोन्नासमोर काढू धजली नव्हती. तसंही, पांढरी साडी नेसायला थोडी सवयच करावी लागणार होती. पांढरी साडी कितीही वेळा धुवा, त्यावर पडलेला प्रत्येक डाग अगदी उठून दिसत असे. ती साडी परिटाला देऊन ते डाग काढून आणावे लागत. परंतु, वरचेवर साडी अशी परिटाला दिली तर कपडा पटकन विरण्याची शक्यता होती.

शेतात आणि घरात काम करण्यासाठी सीरायीकडे साड्यांचे वेगळे जोड होते. तिच्या पिशवीत स्वच्छ धुतलेल्या दोन साड्या नेहमी असत. बाहेर जातानाच काय ती त्या नेसत असे. घरी आल्यावर ताबडतोब धुवून, सावलीत वाळवून, नीट घडी घालून पुन्हा ती त्या पिशवीत ठेवत असे. शेतात काम करायला गेल्यावर, ती साडीभोवती एखादं फाटकं धोतर किंवा टॉवेल गुंडाळून घेई. रंगीबेरंगी साड्या नेसणाऱ्या स्त्रियांसारखी ती बिनधास्तपणे वावरू शकत नव्हती. तसं जर चाललं असतं तर दरवर्षी तिने चार नव्या साड्या नक्कीच विकत आणल्या असत्या. कदाचित, त्या पुरेशा पडल्या नसत्या. खरखरीत एकरंगी कपड्यातून कापलेल्या साड्या बाजारातून कोणाला तरी विकत आणायला सांगण्याची कल्पना कदाचित बरी होती. शेतात काम करायला त्याच उत्तम होत्या. पाण्याच्या सऱ्यांमुळे पोन्नाच्या साडीवर माती लागत होती हे पाहायला सीरायीला मुळीच आवडत नव्हतं. परंतु, त्या क्षणी काही बोलण्यापासून तिने स्वत:ला आवरलं. उलट, ती वल्लयीला म्हणाली, "तू जरा लक्ष ठेव तिच्यावर. मी या मेंढ्यांना चरायला नेते." मग ती मेंढ्यांना चरायला घेऊन गेली.

ती जर मनावर ताबा न ठेवता हवं तसं बोलली तर लोकांना काय वाटेल अशी तिला काळजी होती. कदाचित, लोक म्हणाले असते, 'पाहिलंत! तिचा मुलगा मेला आहे ते राहिलं बाजूलाच, साडीवर डाग पडायची काळजी आहे बघा हिला!' कधीकधी, प्रत्यक्ष व्यक्तीऐवजी काही विशिष्ट गोष्टींना मन जास्त महत्त्व

देतं, हे खरं आहे. जणूकाही, त्या वस्तू जन्मभर पुरणार असतात आपल्याला. पोन्नाने जरी ताबडतोब प्रतिक्रिया दिली नसती तरी तिने आपल्या सासूचं बोलणं मनाला लावून घेतलं असतं आणि कधी ना कधी त्या संदर्भात फटकारलं असतं. असं काही झालं, की सीरायीला फार नवल वाटे. हे सगळं पोन्नाच्या कसं काय लक्षात राहतं, हे तिला समजत नसे.

असंच, चारपाच वर्षांपूर्वी पोंगलच्या सणाला पोन्ना नवीन साडी नेसली होती. सीरायीने तिला विचारलं होतं, 'काय गं, तुझ्या आईबापाने दिली वाटतं?' पोन्नाने नुसताच हुंकार भरला होता. त्या घटनेला तीन-चार महिने झाल्यावर एकदा त्या दोघी कुठल्या तरी वेगळ्याच विषयावर बोलत होत्या. अचानक, पोन्ना म्हणाली, 'त्या दिवशी तू विचारलंस, की ती साडी माझ्या आईबापाने दिली का? मला साडी द्यायला माझ्या आईबापाकडे पैसे नाहीत असं वाटून तू मला विचारलंस का? की, अशी साडी आणणं तुझ्या मुलाला परवडणार नाही असं तुला वाटलं?'

तिचं हे बोलणं सीरायीला चांगलंच लागलं. ती मोठ्या आढ्यतेने म्हणाली, 'अरे देवा, तुझे आईबाप तुला साडी देवोत की नवरा, मला काय पडलंय गं? माझं अंग झाकायला कोरभर कापडाचा तुकडा मिळाला तरी पुरे बरं मला. मी आपलं सहजच विचारलं. इथून पुढे मी तुला तुझ्या कपड्यांबद्दल विचारलं ना तर त्या फाटक्या चपलेने हाण मला हवं तसं.'

त्यावर पोन्ना संतापून उत्तरली होती, 'अगंबाई! आजवर कधी चपलेने हाणलं का मी तुला? इतरांना माझ्याबद्दल हे असं सांगतेस वाटतं? उलट, एकदा मी झाडत होते तेव्हा तूच माझ्यावर चप्पल फेकली होतीस. असं दाखवलं होतंस, की चुकून झालंय तुझ्याकडून. एरव्ही असं भलतंसलतं मी नाही बाई करायची!'

खरोखरच, सीरायीने एकदा कालीच्या जुन्या फाटक्यातुटक्या चपला गुंडाळून एका कोपऱ्यात ठेवल्या होत्या. त्या तशाच पडलेल्या असल्यामुळे झाडताझाडता तिने त्या उचलून नकळत बाजूला भिरकावल्या होत्या. नेमकी, त्यातली एक चप्पल ओट्यावर पाय सोडून बसलेल्या पोन्नाला लागली होती. पोन्नाने तो क्षण अगदी पक्का लक्षात ठेवला होता. पुढे कधी ना कधी, सीरायीला कल्पनाही नसताना ती तिच्यावर तो प्रसंग भिरकावणार होती. पोन्नाच्या याच सवयीपायी तिच्याशी जपून बोलायला पाहिजे, हे सीरायी शिकली होती.

एखादा पुरुष पाण्याच्या सऱ्या ज्या ताकदीने ओढेल त्याच पद्धतीने पोन्ना काम करत होती. नुकताच पाऊस पडून गेल्याने त्या सरीत गवत वाढत होतं.

तशी ती लांब सरी नव्हती. शेताच्या एकाच भागात होती. पण असं दिसत होतं की त्यातून तिने गवताचे एकाहून अधिक भारे कापले आहेत. ती गवत कापत असताना वल्लयी त्यातली रेती झटकून ते बाजूला ठेवत होती. पाण्याच्या सरीत काम करणाऱ्या पोन्नाच्या चेहऱ्यावर कुठेही शांतता नव्हती. उलट, तिचा संतापाने नुसता थयथयाट झाला होता. पोन्ना स्वत:च्या पायांना इजा करून घेते की काय अशी भीती वल्लयीला वाटत होती.

कबूल केल्याप्रमाणे मुथू आला आणि तडक गोठ्याच्या दिशेने गेला. गेल्या काही महिन्यांत बैलांना पाणी उपसायच्या कामाला लावलंच नव्हतं. त्यासाठी आवश्यक ते दोरखंड तो येताना घेऊन आला होता. ते त्याने पाणी ओढायच्या सरीत टाकले. त्याने चकार शब्दही उच्चारला नाही. तो पिऊन तर्र नव्हता हेही वल्लयीच्या लक्षात आलं. ती पोन्नाला हळूच म्हणाली, 'आला आहे बघ तुझा भाऊ इथे. तो आता पिकोता तयार करतो आहे, पाहिलंस?' पाणी ओढणाऱ्या दह्याकडे पोन्नाने मान उंचावून पाहिलं. पाण्याची ती सरी वांग्यांच्या तुकड्यालगतच होती. कालीने ती सरी अशी खणली होती की ती गच्च भरताच त्यातलं पाणी थेट वांग्यांच्या तुकड्याला भिडेल. सगळं गवत काढून झाल्यावर पोन्नाने दोन्ही बाजूंची माती दाबत सरी खोल केली. मुथूचं पाणी काढून होईपर्यंत तिचं काम संपेल, असा तिचा अंदाज होता.

त्या दिवशी दुपारी, पोन्नाने सांगावा धाडला आहे, असा निरोप वल्लयीने दिला तेव्हा मुथूला फार आनंद झाला होता. त्याने विचारलं होतं, 'खरंच, पोन्नाने माझी आठवण काढली?'

वल्लयी म्हणाली होती, 'हो रे, लेकरा. त्या दिवशी पाहायला हवं होतंस तू तिला. एखाद्या राक्षशिणीसारखी चवताळली होती ती. या सगळ्याचं काय सार निघणारे हे मला काही माहिती नाही बघ.' आदल्या दिवशी वांग्यांच्या तुकड्यात काय काय झालं ते तिने मुथूला सांगितलं. वल्लयी पुढे म्हणाली, 'तुझी बहीण म्हणाली, "आत्ताच्या आत्ता माझ्या भावाला बोलावणं धाड." काय सांगू तुला, मी घरी येऊन तुला घेऊन यावं, म्हणून तिने चक्क मला धपका घातला.'

आपली बहीण अजूनही आपल्याला मोठा भाऊ मानते आहे, हे ऐकूनच मुथूला नवल वाटलं. इथून पुढे ती आपल्याशी नातंच तोडून टाकेल, अशी भीती त्याला वाटत होती. रहाट नीटनेटका करत त्याने दोराला बादली बांधली. बाजूच्या पलाई वृक्षाला ती बादली लटकवलेली होती. एका खारीने त्यात घरटं बांधलं हातं. ते घरटं अतिशय हळुवार हाताने उचलत त्याने त्यात डोकावून पाहिलं. अजून, खारीची पिल्लं दिसत नव्हती त्यात. झाडाच्या दोन फांद्या जिथे एक झाल्या होत्या तिथल्या बेचक्यात त्याने ते घरटं सावकाश ठेवलं. त्यानंतर,

बैल आणून त्याने पिकोताला जुंपले.

सरीतली माती चांगलीच कडक झाली होती. जेव्हा पाणी नियमितपणे ओढलं जात होतं तेव्हा माती मऊ आणि राखाडी दिसत असे. परंतु, गेल्या दोन महिन्यांत सऱ्यांमधून पाणी धावलं नसल्याने त्या कडक झाल्या होत्या. तरीसुद्धा, दंताळ्याने त्या ओढून त्याच्यात बी पेरता आलं असतं. पाण्याने भरलेली बादली ओढण्यापूर्वी मुथूने बैलांना नुसतंच मागेपुढे चालवलं. त्याने सरीच्या टोकाला एक खड्डा करत त्याला मातीचा बांध घातला. त्यात त्याने अर्धी बादली पाणी ओतलं. ते पाणी सरीत ओतताच त्याने बैलांना थोडं थांबवलं. खड्ड्याच्या बाजूने जरा माती घालत उंची वाढवली. त्या खड्ड्यातलं पाणी एका छोट्या कळशीत घेऊन त्याने ती कळशी सरीत रिकामी केली. असं दोनदा केल्यानंतर, अधिक पाणी वाहून न्यायला सरी तयार झाल्यासारखं त्याला वाटलं. मग, त्याने केलेल्या खड्ड्याच्या मातीच्या भिंती काढून टाकत सरीतलं पाणी वाहू दिलं. तो विहिरीत डोकावला. पाण्याची पातळी चांगलीच वर होती. पावसाने जमिनीतलं पाणी वाढलेलं दिसत होतं. शिवाय, विहिरीतून पाण्याचा उपसा न झाल्याने पाणी तसंच साठलेलं राहिलं होतं. जवळपास वीसएक बादल्या तरी पाणी असावं विहिरीत. वांग्याला पाच-सहा बादल्या पुरल्या असत्या. बैलांनी अगदी निमूटपणे काम केल्यामुळे मुथूला पाणी काढायला खूप मदत झाली.

बैलांच्या पुढे चालत त्याने विहिरीत बादली सोडली, दोनदा दोऱ्याला झटका दिला. दोर ओढला जात आहे, बादली तिरकी होत हळूहळू पाण्याने भरली जात आहे, याची जाणीव त्याच्या हाताला झाली. पुन्हा एकदा त्याने दोराला झटका दिला आणि बैलांना पुढे हाकललं. बैल सरीच्या अर्ध्यावर आल्यावर पटकन पुढे होत तो त्या दोरावर बसला. आता, बैलांना समोर आणि मागे दोन्हीकडे सारखंच वजन जाणवलं. भरलेली बादली वर आली. खड्ड्यात रिकामी झाली. त्याने दोर ओढताच पाणी वाहू लागलं. कळशी घेऊन सीरायी धावत आली. खड्ड्यातून बाहेर पडत पाणी सरीत जाण्यापूर्वी तिने चटकन पाण्याने घागर भरून घेतली. सरीत पाणी उतरताच तिने लहान भांड्याने बाजूची पातेली भरून घ्यायला सुरुवात केली. अशा पद्धतीने तिथलं मोठं घमेलं भरून ठेवलं तर त्यांना नंतर पुरेसं पाणी मिळालं असतं. विहिरीतून पाणी काढणं हे सोपं काम नव्हतं. एकट्याने हे काम केलं असतं तर जेमतेम दोन कळशा पाणी ओढता आलं असतं त्यांना. तेवढ्याने, त्यांचे हात अगदी सोलवटून निघाले असते.

काली जेव्हा कधी या विशिष्ट सरीला पाणी देत असे तेव्हाच खोपटातसुद्धा पाणी भरून ठेवत असे. गोठ्यातली पाण्याची पातेली आणि घमेली भरून ठेवत असे. त्याच्या मृत्यूनंतर या दोघी बायका, दोघी विहिणीच कसंबसं पाणी शेंदत

होत्या. ते काम त्यांना सगळ्यात कठीण जात होतं. त्यांनी जर दोन्ही ठिकाणची सगळी भांडी भरून ठेवली तर त्यांना दोन दिवस पाणी पुरत असे. आता वल्लयीसुद्धा दोन कळशा घेऊन आली. सरीतून पाणी कधी येतंय, याची वाट पाहत पोन्ना उभी होती. तितक्यात, लहानशा सापांप्रमाणे एकमेकांभोवती वेढे घातल्यागत पाणी पुढे आलं. पोन्ना वांग्यांच्या तुकड्याशी चालत गेली. तिने थोडं पाणी ओंजळीत घेतलं. त्यात माती मिसळल्याने ते लाल दिसत होतं. तसंच तिने ते तोंडाला लावलं, चेहऱ्यावर सपकारे मारले. या पाण्यात काली होता. तो हसून तिला म्हणत होता, 'काय ग मुली, हे काय?' तिने त्याला डिवचत म्हटलं, 'अहाहा, माझ्यावर कृपा झाली म्हणायची. तू चक्क बोललास माझ्याशी. किती हा तुझा उदारपणा!'

चेहऱ्यावरचं हसू तसंच ठेवत काली त्या पाण्याबरोबर वांग्याच्या तुकड्यात वाहत गेला. तिथल्या उपसलेल्या आणि रचलेल्या मातीवर जात त्याने ती माती सपाट केली. अगदी सावकाश, त्याने तो वांग्याचा तुकडा भरला. तिथल्या मुळांवर तो उभा राहिला आणि नंतर त्यांत झिरपला. वांग्याचा तो तुकडा पूर्ण ओला झाला आहे की नाही, असं मुथू विचारत असलेलासुद्धा पोन्नाला ऐकू आला नाही.

तिच्या डोळ्यांना एवढंच दिसत होतं की, कालीने ती सरी पूर्ण व्यापून टाकली असून दोन्ही काठ त्यात बुडल्यागत दिसू लागले आहेत.

# ८

मुथूने सीरायीला विचारलं, "हे दोन बैल मी घरी घेऊन जाऊ का? तू इथे किती गोष्टींकडे लक्ष देणार आहेस? तुला जेव्हा गरज पडेल तेव्हा बैल घेऊन येत जाईन मी."

उत्तरादाखल काहीही न बोलता तिने पोन्नाकडे बोट दाखवलं. परंतु, पोन्नाशी बोलायला मुथू धजावत नव्हता आणि, पोन्नाने जरी त्यांच्यातलं हे बोलणं ऐकलं होतं तरी तिने काहीही उत्तर दिलं नव्हतं.

नेमकं काय करावं या संभ्रमात मुथू तसाच उभा राहिला. थोड्या वेळाने तो म्हणाला, "बरं असो! सध्या, बैल इथेच राहू देत. त्यांचं काय करायचं ते पुढे पाहूया." तो जायला निघाला. त्याला थांबवत सीरायी म्हणाली, "आजची रात्र राहा ना इथे. सकाळी जा." परंतु, ज्या शेतात आता काली नव्हता तिथे रात्र काढण्याची कल्पनासुद्धा त्याला सहन झाली नाही. जणू, काट्यांच्या खाटल्यावर निजल्यागत वाटलं असतं त्याला. त्याहीपेक्षा वाईट म्हणजे, कोणे एकेकाळी, शाकारलेल्या छपरावर सतत पडणाऱ्या पावसाच्या थेंबांप्रमाणे बडबड करणारी पोन्ना मूक झाली होती. जिथे, कालीचा मृत्यू स्वीकारणं त्यालाच शक्य होत नव्हतं तिथे ती तो कसा स्वीकारणार होती? आत्त्याशी बोलत असल्यागत त्याने उत्तर दिलं, "अथई, नाही. मला घरी थोडं काम आहे. दोन-तीन दिवसांनी पुन्हा येईन मी. मग आपण परत एकदा वांग्यांना पाणी देऊ या." इतकं बोलून तो वळून आपल्या गावाच्या दिशेने भराभर चालू लागला.

गोठ्यात आता दोन बैल, एक दुभती गाय, एक गाभण गाय आणि वेगवेगळ्या वयाच्या चार कालवडी अशी एकूण, आठ जनावरं होती. ती सगळी, एकाच गायीच्या पोटी जन्माला आलेली एकाच जातीची होती. ती गाय पोन्ना लग्नानंतर सोबत घेऊन आली होती. गाय पहिल्यांदा तिथे आली तेव्हा गाभण होती. तिथे येताच दहा दिवसांत तिला कालवड झाली होती. पोन्नाने कालवडीला गायीचं भरपूर दूध पिऊ दिलं होतं, तिची उत्तम काळजी घेतली

होती. त्यांना घरात दही करण्यापुरतं काय ते दूध लागत असे. कालीला दह्याची विशेष आवड होती. दह्याशिवाय एक घासही त्याच्या घशाखाली उतरत नसे. दही जराही आंबट असलं तरी तो ते मुळीच खात नसे. त्याला पातळ किंवा अधमुरं दहीसुद्धा आवडत नसे. उत्तम दह्याव्यतिरिक्त त्याला काहीच चालत नसे. ती त्याच्यासाठी वेगवेगळ्या वाडग्यांमध्ये दूध विरजत असे. रोज सकाळी तो आदल्या दिवशीचं शिळं अन्न दह्यात मिसळवून ते पिऊन घेत असे.

एकदा, नासलेल्या दह्यातला घट्ट भाग काढून तिने चांगल्या दह्यात मिसळला होता. परंतु, पहिला घास घेताच त्याच्या ते लक्षात आलं होतं. त्याने विचारलंही होतं, 'हे काय? याला काय दही म्हणायचं? तू ते नासलेलं दही याच्यात घातलंस, हो की नाही?'

ती म्हणाली होती, 'म्हणजे, तुझ्या लक्षात आलं तर! तू तर बामणाच्या घरात जन्माला यायला हवा होतास, म्हणजे मग प्रत्येक जेवणाबरोबर तुला अगदी सायीचं दही खायला मिळालं असतं. हे असलं दही खायची वेळ आली नसती तुझ्यावर. कदाचित, काल तू गायींना नव्या गवतावर चरू दिलं असशील. म्हणूनच, दूध थोडं पातळ होतं आणि सायसुद्धा पुरेशी घट्ट नव्हती.'

त्याने ते दही तसंच पिऊन टाकत म्हटलं, 'हे बघ, बामणसुद्धा आपल्याचकडून दूध घेतात. आपल्याला उत्तम मलाईदार दही प्यायला मिळतं हे आपलं नशीबच नाही का?' हाताने तोंड पुसत तो बाहेर जाण्यासाठी उठत म्हणाला, 'पुन्हा उद्या असं करू नकोस. जर केलंस तर मी तुला जोरात विचारेन, "कोणासाठी वाचवते आहेस? मुलंबाळं आहेत का आपल्याला?" सगळ्या गावाला ऐकू येईल माझं विचारणं. मी असं केलं तर तू संतापता कामा नये.'

तिला नेमका त्याचाच राग आला. ती ओरडून म्हणाली, 'म्हण की! जरा म्हणायचा प्रयत्न तर करून बघ! तुझी इच्छा असेल तर मला वांझसुद्धा म्हण. आता म्हटलंच आहेस. उद्या तसं म्हटलंस काय किंवा नाही म्हटलंस काय, काय फरक पडणार आहे?'

तिचं बोलणं कानांवर न पडल्यागत तो हसतच तिथून बाहेर धावला. तो असा धावलेला पाहून तिलाही हसू आलं.

तो दह्यात कधीही मीठ घालत नसे. त्याची ती सवय पाहून ती त्याला एकदा म्हणाली होती, 'तू जर थोडं मीठ घातलंस ना तरच तुला जरा लाज आणि अभिमान शिकता येईल. कोणी काहीही म्हणा, तू आपला निर्लज्जासारखा हसत असतोस. मग, बोलणारी ती व्यक्ती तुझी बायको असू दे, तुझी आई असू दे नाहीतर गावातलं कोणी कुत्तरडं असू दे. निर्लज्ज माणसा!'

आपल्या सवयीचं स्पष्टीकरण देत तो म्हणाला होता, 'मिठाशिवाय दही

खाऊन तर बघ. तसं केलं तरच दह्याची खरी चव कळते. त्यात मीठ घातलं की चव लागते ती त्या मिठाची. एक चव दुसरीत मिसळते त्यामुळे. आपण जसं दह्यातून मीठ वगळतो ना तसंच गावातले लोक काय बोलतात तेसुद्धा वगळायला हवं. तसं केलं तरच आपल्याला आपली चूक समजेल.'

ती संतापून म्हणाली होती, 'मग भातात दही कशाला कालवतोस रे?'

तो मस्करी करत म्हणाला होता, 'लाडके! ज्या गोष्टी एकत्र कालवता येतात तेवढ्याच कालवता येतात. आपण दोघं कसे एकरूप झालो आहोत. ज्या गोष्टी एकत्र करायला नकोत त्या गोष्टी एकत्र करणं म्हणजे गाय आणि बकऱ्याचा संकर करण्यासारखं आहे. मरतील ते!'

'आपण कशाहीबद्दल बोलायला लागलो ना तरी तू येऊनजाऊन नेमका याच विषयावर येतोस!' तिने लटक्या रागाने म्हटलं होतं.

कालीची दह्याची आवड तिने अगदी पक्की लक्षात ठेवली होती. गोठ्यात एखादी तरी दुभती गाय असेलच याची ती काळजी घेत असे. वासराचं पोट भरल्यावर, घरची गरज भागल्यावर उरलेलं दूध ती ज्याला हवं असेल त्याला विकत असे. परंतु, प्रत्येकच घरी गायी होत्या. त्यामुळे, दही विरजून दुसऱ्या दिवशी साय घुसळून लोणी काढण्यासाठी पुष्कळ दूध उरे. दर दहा-पंधरा दिवसांनी एकदा करत्तुरला जाऊन तिथल्या बामणआळीतल्या बाजारात ती ते लोणी विकू शकत असे. मंगळवारच्या बाजारात, लोणी वजनावर विकत घेत.

त्यांच्याकडे आत्ता असलेले दोन्ही बैल गोऱ्हे असताना कालीने एकदमच आणले होते. त्यांच्या कपाळावरच्या केसांचा कुरळेपणा तपासत त्यांच्या गुणवत्तेची खात्री करून घेतली होती. त्याने त्या दोन्ही बैलांचं संगोपन लहानपणापासून अगदी उत्तमप्रकारे केलं होतं. त्या बैलांचं खच्चीकरण केल्यानंतरच (निर्बीजकरण) त्यानं बैलांना वापरायला सुरुवात केली होती.

तो म्हणाला होता, 'इतक्या वर्षांत आत्ता कुठे मला बैलांची हवी तशी जोडी मिळाली आहे. ते एकत्र अगदी मस्त काम करतात. नांगरटी असो, विहिरीतून पाणी काढणं असो; ते दोघं एकमेकांना अचूक समजून घेत एकत्र हालचाली करतात. मी जेव्हा त्यांना गाड्याला जुंपतो तेव्हा तर एखाद्या पालखीसारखं ते गाडं वाहून नेतात. तलावातून रेती आणून शेतभर पसरवण्यासाठी त्यांना जोडायला हवं गाड्याला. करत्तुरहून चार गाड्या भरून खत आणण्याची कल्पनाही कदाचित चांगली असू शकते.'

अशाप्रकारे, तो आपल्या वेगवेगळ्या योजना बोलून दाखवत असे. तो त्या बैलांची फार उत्तम काळजी घेत असे. तो तिला म्हणाला होता, 'तू तुझ्याबरोबर हा फार चांगला शकुन आणला आहेस. तू आल्यापासून गोठा कसा गच्च भरला

आहे बघ. त्यामुळे, दुधाची घागरसुद्धा भरलेली असते.'

त्यावर ती झटक्यात म्हणाली होती, 'माझी कूस मात्र अजून उजवलेली नाही.'

त्याने उत्तर दिलं होतं, 'येऊनजाऊन हेच बोलतेस तू. हे बघ, इथून पुढे मी जेव्हा काही आनंदाचं बोलत असेन तेव्हा तो आनंद नासेल, असं तू काहीही बोलता कामा नये.'

पोन्नाने सोबत आणलेली श्रीदेवी नावाची गाय मागच्याच वर्षी मेली होती. तिने दरवर्षी एक वासरू जन्माला घालून गोठा भरून टाकला होता. खूप म्हातारी झाली होती ती. तिला चारासुद्धा चाववेनासा झाला होता. चाऱ्याची टोकं तिच्या तोंडाला आतून जखमा करत, मग रक्त वाहू लागे. हे पाहताच कालीने तिला खास मक्याचा चारा घालायला सुरुवात केली होती. त्याचे अगदी छोटे तुकडे करून तो तिला प्रेमाने भरवत असे. त्या म्हाताऱ्या गायीसाठी तो मऊ गवत खुरपून आणत असे. ती एखादं लहान मूल असल्यागत तो तिची काळजी घेई. माजावर येऊन तिने बैलासाठी हंबरायला सुरुवात केली, की तो तिला रागवून म्हणत असे, 'अजूनही तुला ते सगळं हवं आहे का? तुला आता चार घाससुद्धा खाता येत नाहीत. दुसरा एखादा जीव पोसू शकशील असं वाटतंय का तुला?' तिच्या त्या उतारवयात त्याने तिला बैलाला दाखवलं नाही तरीसुद्धा, त्याने पोन्नाला विचारलंच, 'इतकं म्हातारं झाल्यावरसुद्धा या गायी आणि बकऱ्या गाभण कशा काय राहतात? आपल्यासारखं त्यांचं सगळं चक्र थांबत नाही का?' तोवर, गुराढोरांमध्ये त्याने कैक वर्षं घालवली होती पण श्रीदेवीच्या माजावर येण्याने त्याला तो प्रश्न पडला होता.

पोन्नाने उत्तर दिलं होतं, 'बाया गर्भार राहिल्या तरच तुम्ही त्यांना कुटुंबात ठेवून घेणार का? बकऱ्या आणि गायी गाभण राहिल्या तरच तुम्ही त्यांना गोठ्यात ठेवून घेणार का? नाहीतर जाऊन कसायाला विकणार का? म्हणूनच देवाने हे सगळं असं निर्माण केलं आहे. एका वयानंतर बाईला दिवस जाणं थांबलं नसतं तर तुम्हा पुरुषांनी आम्हाला छळलं नसतं का?'

त्यावर तो म्हणाला होता, 'असं असेल तर नीघ तू या घरातून. आपण गायी विकून दुसऱ्या गायी आणतो, हो की नाही? तसंच बायांबाबतसुद्धा करू शकतो आपण.'

तिने त्याला डिवचत उत्तर दिलं होतं, 'वीक की मग श्रीदेवीला. मीही जाईन तिच्याबरोबर.'

तिच्या त्या बोलण्यावर त्याला काहीही उत्तर सुचलं नव्हतं.

पावसाळ्यातल्या एका सकाळी ती म्हातारी गाय मरून पडल्याचं त्यांना

दिसलं होतं. तिच्या मृत्यूचा कालीला खूप शोक झाला होता. तो म्हणाला होता, 'बिचारी गाय! तिचं सोसणं आपल्याला पाहावं लागू नये म्हणून रात्रीच मुकाट्याने प्राण सोडला तिने. माणसंसुद्धा इतकी समजुतदार नसतात बघ.' गायीचं मांस विकत घेण्याबद्दल जेव्हा लोकांनी चौकशी केली तेव्हा कालीने चक्क नकार दिला होता. गाय पुरण्यापूर्वी तिचं कातडं तरी काढू दे, असं जेव्हा कोणी म्हटलं तेव्हा त्यालाही त्याने संमती दिली नव्हती. तो म्हणाला होता, 'ही गाय आमच्यासाठी ढोर मेहनत करून मेली आहे. याच शेतात तिचं खत होऊ दे.' शेतातच मोठा खड्डा करून त्याने तिला तिथेच पुरलं होतं.

श्रीदेवी मेल्यावर सगळे नातेवाईक भेटायला येऊन गेले होते. गावातले सगळे लोकसुद्धा येऊन गेले होते. जवळपास आठवडाभर शेतात काहीही काम होऊ शकलं नव्हतं. येणाऱ्या जाणाऱ्याला श्रीदेवीच्या आठवणी सांगण्यातच त्या तिघांचा वेळ गेला होता. गायीचं दूध किती उत्तम होतं, तिने किती कालवडींना जन्म दिला होता, हे सगळं सांगितल्यावर प्रत्येक जण म्हणाला होता, 'त्या कालवडींमधली एक आम्हाला दे बरं.' कित्येकांना तर वाटलं होतं फुकटात मिळून जाईल एखादी कालवड. काहींना वाटलं होतं, की थोडेसे पैसे दिले की झालं. येणाऱ्या पाहुण्यांशी पोन्ना फारशी बोलत नसे. काली आणि सीरायी मात्र येताजाता त्या गायीचं गुणगान प्रत्येकासमोर करत. 'इथे आल्यापासून श्रीदेवीने एकही वर्षी आम्हाला नाराज केलं नाही. गाभण राहिल्यावर ती पुन्हा दोन महिन्यांतच माजावर येत असे. जेव्हा ती गाभण असे तेव्हाही तिने दूध देणं कधी थांबवलं नाही. तिचं एकही वासरू अशक्त निपजलं नाही. केवळ गाभण गायच देऊ शकेल, असं दूध तिच्या ओटीतून येऊ लागल्यावरच आम्ही तिला दोवणं थांबवत होतो. त्या गायीने आम्हाला खरोखरच भरभरून दिलं,' सीरायी प्रत्येकाला सांगत असे.

पोन्नाने जर हेच सांगितलं असतं तर लोकांनी खुशाल शेरा ओढला असता, 'देवाने तुम्हाला अशी गाय दिली जी प्रत्येक वर्षी वासरू देत होती - तो तुम्हाला पोर नाही देऊ शकला का?' हे ऐकल्यावर पोन्नाला संताप आला असता. हे असलं बोलणं टाळण्यासाठीच आलेल्या पाहुण्याशी पोन्ना जेमतेम एखादा शब्द बोलून, काम करण्याच्या निमित्ताने तिथून निघून जात असे.

असं सगळं असताना तिचा भाऊ ते बैल घेऊन जाण्याच्या गोष्टी करत होता. बैल गेले असते तर गोठा अगदी ओकाबोका झाला असता. कालीच्या मृत्यूनंतर त्यांचं घर नाही का फक्त बायकांचं घर झालं होतं, तसंच. बैलांना नेलं असतं तर गोठ्यात निव्वळ गायी राहिल्या असत्या. त्यामुळेच, काहीही झालं तरी बैल इथेच राहातील, असा निर्णय तिने घेतला. बैलांना गोठ्यात ठेवायचं म्हणजे वाढीव

खर्चाला सामोरं जावं लागलं असतं. रोजच्या रोज त्यांना दोन-दोन दोण्या भरून पाणी लागत होतं, चाऱ्याचे चार भारे लागत होते. तरीसुद्धा, ते बैल तिथे असणं, हे काली तिथे असण्यासारखंच होतं. तो निघून गेला आहे, असं जरी तिला वाटत असलं तरी ती त्याला जाऊ देऊ शकत नव्हती.

तिथल्या प्रत्येक लहानसहान गोष्टीत त्याला ओलीस ठेवायचा निश्चय तिने केला होता.

# ९

एकेक करत तिच्या आईने आणि सासूने शेतात चरत असलेल्या सगळ्या गायी गोठ्यात आणून बांधायला सुरुवात केली. बसल्या जागेवरून पोन्नाला ते दृश्य दिसत होतं. आता, त्या दोघींनी मेंढ्या आत घ्यायला सुरुवात केली. बाजूच्या झाडांवर पक्षी कलकलाट करत होते. तितक्यात, त्यातले एक दोन पक्षी उडून पारोशा पिंपळावर जाऊन बसले. कावळे होते ते. त्या कावळ्याच्या रूपात काली तर आला नव्हता ना? त्याचा आत्मा नक्कीच अवतीभवती भटकत होता. सारंकाही तो इतक्या सहजतेने सोडू देणार नव्हता. ही जागा त्याला अतिशय प्रिय होती. कुंपणावर वाढलेल्या वेलीवरची कोवाईची किती फळं पिकली आहेत, किती नव्याने लागली आहेत आणि किती कच्ची आहेत, हे तो सांगू शकत होता. प्रत्येक गोष्टीवर इतकं अतोनात प्रेम असणारी व्यक्ती अशी अचानक, इतक्या सहजतेने कशी काय निघून जाऊ शकत होती?

त्याचं तिच्यावर असलेलं प्रेम मोजायला कुठलं परिमाणच नव्हतं, पण तो ते व्यक्त करत होता. हलक्याशा स्पर्शात, एखाद्या चुंबनात, एखाद्या शब्दात; तो त्याच्या सर्व भावना पूर्णत्वाने प्रकट करत होता. ते सगळं प्रेम घेऊन तो कुठे गेला असेल? कदाचित, एखाद्या पक्ष्यात रूपांतर होऊन, पारोशा पिंपळाच्या फांदीवर बसून तो सारंकाही पाहत असेल. कुंपणावर सरपटणाऱ्या सरड्याच्या नजरेत तो असू शकेल. कालवडींच्या जोरात मान झटकण्यामध्ये तो दिसू शकेल. मेंढ्यांच्या ब्यॅ-ब्यॅमध्ये त्याचा आवाज ऐकू येऊ शकेल. तो जमिनीवर झोपला असेल. वांग्याच्या तुकड्यापर्यंत त्याचे हात पोहोचले असतील. तो कुठेच गेला नव्हता. खरं सांगायचं, तर तो अगदी पूर्णत्वाने तिथेच होता.

झोपडीसमोरच्या सपाट खडकावर पोन्ना बसली होती. तो त्या खडकातसुद्धा असू शकत होता. शेत नांगरताना त्यांना तो खडक सापडला होता. काली नांगर हाकत होता आणि ती तो ओढत होती. नांगराचा फाळ मातीची ढेकळं फोडत पुढे जात होता. अचानक, फाळाचं टोक कशात तरी अडकलं. दोरांना ओढ बसल्याने

बैलांना थांबावं लागलं. त्याने बैलांना मागे घेण्याचा प्रयत्न करून नांगराचा फाळ जमिनीतून ओढून काढायचा प्रयत्न केला. फाळ काही हलता हलेना. कशात तरी पक्का अडकला होता तो. त्याने कितीही जोर लावला तरी त्याला फाळ मातीबाहेर काढता येईना. हे पाहून, त्याने नांगराचे बैल सोडले. माती ओलसर होती. तो पटकन कुदळ घेऊन आला. फाळ अडकलेल्या ठिकाणी त्याने गोलाकारात खणायला सुरुवात केली. फाळाचं टोक एका खडकात अडकून बसलं होतं. तो खडक काढून फाळ सोडवता येईल, असं त्याला वाटलं खरं, पण जसा तो खणू लागला तसं त्याच्या लक्षात आलं की तो खडक चांगलाच मोठा होता. त्यातून फाळ मोकळा करण्यासाठी तो पहार घेऊन आला. खडकाचा आकार पाहून ती दोघं थक्क झाली. तो खडक तिथे कसा येऊन पडला असेल, असं नवलही त्यांना वाटलं. त्याभोवती त्यांनी नांगरलं आणि पेरणी केली. परंतु दुसऱ्या दिवशी तो पुन्हा शेतात गेला आणि त्या खडकाशी झटू लागला. पुन्हा त्याने त्याच्या सभोवती खणायला सुरुवात केली. सरतेशेवटी, तो खडक बाहेर काढणं त्याला जमलं. ढकलतच त्याने तो तिथून दूर केला. तो एखाद्याच्या छातीच्या पिंजऱ्यागत रुंदाड आणि पसरट होता. तो मातीतून बाहेर काढताच तिथे मोठा खड्डा तयार झाला. एखादा माणूस त्या खड्ड्यात सहज उभा राहू शकला असता. खडकावर तीन जण आरामात बसू शकले असते. तो खड्ड्यात उतरला. खाली निव्वळ रेती होती.

तो म्हणाला, ''माझ्या पूर्वजांनी इथे काही खजिना दडवून ठेवला होता की काय असं वाटलं मला, पण इथे तर काहीच नाही.'' त्याचं त्यालाच हसू आलं.

पोन्नाने सुचवलं, ''जरा नीट खण आणि बारकाईने पाहा.'' तिथे नक्कीच काहीतरी दडवून ठेवलेलं असेल, असा विचार तिच्या मनात आला.

काली हसून म्हणाला, ''तुझ्या भावाला दाखवू या उद्या. आपल्याला जे काही सापडेल त्यातलं अर्ध त्याला देऊ या.''

त्याला एकट्याला तो खडक ढकलता आला नसता. पोन्नाने मदत केली पण तरीसुद्धा फार कठीण होतं ते काम. म्हणूनच, त्याच दिवशी दुपारी जाऊन तो मुथूला घेऊन आला. दोघांनी दोन्ही बाजूंनी पहारी लावल्या आणि नेटाने प्रयत्न करत तो खडक गोठ्यापाशी आणला. तिथेच, खोपटासमोर त्यांनी तो ठेवला. दोन्ही बाजूंना पुरेसा आधार देऊन त्यांनी तो खडक चांगला पक्का बसवला. व्हरांड्यात बसल्यागत तीन लोक अगदी आरामात बसू शकत होते त्यावर. एखादा माणूस त्याच्यावर मजेत आडवा होऊ शकत होता. मुथू पटकन त्या खड्ड्यात उतरला आणि त्याने बारकाईने सगळा तपास केला, त्यालाही काहीही सापडलं नाही.

मुथू म्हणाला, ''मापिल्लई, अशा खड्ड्यात आपल्याला काही खजिना वगैरे

मिळणार नाही. पूर्वीच्या काळी, धान्य सुरक्षित राहावं म्हणून लोक ते अशा खड्ड्यात ठेवत. थोडी माती ढकलू त्याच्यात आणि झाकून टाकू तो खड्डा आपण. नाहीतर, एखादा वेडा धावत जाऊन गोऱ्या अधिकाऱ्यांना सांगायचा काहीबाही.''

''अरे, आपल्याला तर इथे काहीच सापडलेलं नाही. मग, कुणी जाऊन महसूल अधिकाऱ्यांना काही सांगितलं तरी त्याने काय फरक पडणारे? आपली काय मुंडकी छाटतील का ते? या म्हणावं इथे आणि पाहा, काय पाहायचं ते,'' कालीने समजावण्याचा प्रयत्न केला.

परंतु, त्याला भीती घालत मुथू म्हणाला, ''हे बघ, तू इथे शेतात नुसता पडून राहातोस. जगात काय घडतंय याची तुला काही माहिती तरी आहे का? मागच्याच वर्षीची गोष्ट सांगतो, कैक्करनूरमध्ये असाच खड्डा सापडला. ज्याच्या जमिनीत तो खड्डा सापडला त्याच्या शेजाऱ्याला तो माणूस अजिबात आवडत नव्हता. त्यामुळेच, धावत जाऊन त्याने अधिकाऱ्यांना सांगितलं, की या माणसाला शेतात सोन्याचा हंडा सापडलाय. महसूल अधिकारी आला की धावत. सोबत, त्याचा लवाजमा होता. त्यांच्याबरोबर एक गोरा माणूस तो कॅमेरा का काय असतो ना त्याचा डब्बा घेऊन आला होता. जमीनमालकाने समजावण्याचा खूप प्रयत्न केला पण महसूल अधिकारी त्याचं काहीएक ऐकून घ्यायला तयार नव्हता. गोरा माणूस तिथे उभं राहून वेगवेगळ्या कोनांतून फोटो काढत राहिला. जे काही घडत होतं ते पाहून सगळे गावकरी धास्तावले होते. सरतेशेवटी, तो शेतकरी त्या गोऱ्या माणसाच्या पाया पडला. तेव्हा कुठे, त्या गोऱ्या माणसाने त्या महसूल अधिकाऱ्याला विचारलं, की हे सगळं नेमकं काय सुरू आहे. त्या अधिकाऱ्याने परिस्थिती समजावून सांगितल्यावर गोऱ्याला फार हसू आलं. असल्या खड्ड्यात काहीही सापडत नसतं, कारण पूर्वीच्या काळी तिथे धान्य ठेवलं जायचं, असं सांगत तो गोरा खदखदून हसला. त्या शेतकऱ्याला सोडा, असंही त्याने बजावलं. तरीसुद्धा, तो अधिकारी आणि त्याचा लवाजमा यांना तिथून घालवायला त्या शेतकऱ्याला चांगले दहा रुपये खर्च करावे लागले. आता तूच सांग, दहा रुपये ही काही लहानसहान रक्कम आहे का? अरे, सगळ्या हंगामाचे मिळून एवढेच मिळतात आपल्याला जेमतेम. हे बघ, आपल्याला असली काही यातायात नको बरं. चल, चटकन माझ्या हाताला हात लाव. आपण थोडे दगड-गोटे भरून हा खड्डा बंद करून टाकू यात.''

मग काली आणि मुथूने मिळून तो खड्डा बुजवला. बाहेर काढलेला तो भलामोठा खडक कालीने स्वच्छ धुवून काढला. काळाकभिन्न कातळ होता तो. त्यानंतर, छिन्नी हातोडा घेऊन कालीने त्या खडकाचा पृष्ठभाग चांगला गुळगुळीत केला.

नक्कीच, त्या प्रत्येक गोष्टीमध्ये काली होता. तो तिथून जाऊच शकत नव्हता. पोन्ना त्याचा विचार करत बसली असताना तिच्या आईने हाक मारली. कोपऱ्यातल्या तांब्याच्या हंड्यात पाणी उकळत होतं. तिच्या आईने तिला हातपाय धुवून घ्यायला सांगितलं. आई म्हणाली, "सकाळपासून राबली आहेस तू. नंतर अंग दुखेल तुझं. जरा गरम पाण्याने हातपाय धू, बरं वाटेल तुला." त्या कुंपणाआड कालीनेच पोन्नासाठी छोटंसं न्हाणीघर केलं होतं. तिला थोडा एकांत मिळावा, म्हणून त्याने ती जागा शाकारून घेतली होती.

करत्तुरमधल्या एका ब्राह्मण कुटुंबाला पोन्ना बरेचदा घरी केलेलं लोणी विकत असे. त्यांच्या घराच्या मागच्या बाजूला जमिनीचा लहानसा तुकडा होता. पूर्वी, त्यांच्या पूर्वजांनी तिथे फार सुरेख बगिचा राखला होता. पुन्हा एकदा तो बगिचा तयार करावा, अशी त्यांची इच्छा असल्याचं त्यांनी पोन्नाला सांगितलं. ती जमीन तयार करण्यासाठी त्यांना थोडी मदत हवी होती. काही रोपं हवी होती, थोडी बिजवई पेरायची होती. पोन्नाने कालीला जेव्हा हे सांगितलं तेव्हा आपण स्वत: जाऊन सगळं पाहू आणि हवी ती मदत करू, अशी खात्री त्याने तिला दिली होती.

त्याला जेमतेम तीन दिवस लागले होते. पहिल्या दिवशी त्याने सगळं तण उपटून काढत ती जागा तयार करून तिथे छानसं कुंपण घातलं होतं. दुसऱ्या दिवशी, कुठे काय पेरायचं आणि लावायचं याचा अचूक आराखडा करून त्यानुसार त्याने त्या त्या जागी खड्डे खणले होते. विहिरीतून पाणी काढल्यावर सगळ्या झाडांना पाणी देता यावं, म्हणून त्याने योग्य जागी सऱ्यासुद्धा ओढल्या होत्या. तिसऱ्या दिवशी, त्याने सगळी रोपं लावून त्यांना पाणी घातलं. त्या जागेच्या एका कोपऱ्यात त्याने शेवग्याची फांदी खोचली. फांदीच्या वरच्या टोकावर गायीच्या शेणाचा गोळा माखला. दुसऱ्या एका कोपऱ्यात त्याने नारळाच्या झाडासाठी खड्डा खणला. त्याच्यात एक नारळ ठेवून त्याने वरून तो खड्डा मातीने बुजवला. उरलेल्या बगिच्यात त्या कुटुंबाच्या आवडीने फुलांची झाडं आणि भाजीपाल्याच्या बिया पेरल्या. बघताबघता महिन्याभरात बगिचा फुलून आला. त्या मालकांना फार समाधान वाटलं. त्या घरातल्या स्त्रीने कालीला त्या कामाचे चांगले दहा रुपये दिले. ते पैसे घेऊन काली त्याच रस्त्यावर असणाऱ्या नातेसर या सोनाराकडे गेला. पोन्नासाठी कानातले डूल तयार करून घेतले. कैरीच्या आकाराचे होते ते डूल. ज्याला त्याला मोठ्या अभिमानाने ती ते दाखवत असे.

काली जेव्हा त्या जागेत काम करत होता तेव्हा तो मागच्या बाजूने असलेल्या दरवाज्यातून ये-जा करत होता. तिथेच, एक न्हाणीघर होतं. ते पाहिल्यावर,

पोन्नासाठीसुद्धा शेतात असंच एक न्हाणीघर करायचं त्याने ठरवलं. त्यानुसार, परत आल्यावर त्याने तिथल्या एका कोपऱ्यात चार सपाट दगड ठेवले. आजूबाजूने झावळ्या लावल्या. आत उभी असलेली व्यक्ती बाहेरून दिसणार नाही इतकी उंची ठेवली. आता, अगदी दिवसासुद्धा पोन्नाला आत बसून अंघोळ करता येत असे. पूर्वी तिने अनेकदा तक्रार केली होती, 'किती बाई हा त्रास! उन्हाने जीव अगदी नको होतो, पण सगळ्यांची नजर चुकवून अंघोळ करणं काही शक्य होतं नाही. नेमकं तेव्हाच कोणीतरी काहीतरी कामाला येतं. जणूकाही, यायला दुसरी काही वेळच नाही त्यांच्याकडे.' त्या गावात बायकांनी अंधार होईपर्यंत थांबून राहायची पद्धत होती. त्यानंतरच परसदारी जाऊन घाई-गडबडीत अंघोळ उरकायची. समजा, एखाद्याच्या घरी मृत्यू झाल्यावर दारावर म्हणून त्या गेल्या असतील तर आल्यावर त्या विहिरीवर जायच्या, कुणाला तरी विहिरीचं पाणी काढून त्यांच्या डोक्यावर ओतायला सांगायच्या. अंगावरची साडी तशीच असायची त्यांच्या. ती साडी तिथे बदलण्याची कुठलीही सोय नव्हती. परंतु, कालीने ते छोटंसं न्हाणीघर बांधताच पोन्नाची फार सोय झाली. दिवसासुद्धा तिला लघवीला बसायला जागा झाली होती. तिचं जर कधी पोट बिघडलं तर त्या जागेशिवाय तिला कुठली दुसरी जागाच नव्हती. एरव्ही, तिला घराच्या बाहेर धाव घ्यावी लागे. साडी फार उचलून न धरण्याचा प्रयत्न करत विहिरीतून पाणी काढत तिला हातपाय धुवावे लागत. अतिशय त्रासून ती तक्रार करे, 'अरे, काय सांगू तुला, स्वतःची नीट स्वच्छता करण्यासाठीसुद्धा मला अंधार पडायची वाट पाहावी लागते. पण तुम्हा पुरुषांना काय कळणार म्हणा! खुशाल लंगोट सोडता आणि हवं तिथे स्वतःला स्वच्छ करता.'

कालीने ते न्हाणीघर बांधलं आणि पोन्नाच्या सगळ्या अडचणीच संपल्या. शेतात येणाऱ्या लोकांना ते न्हाणीघर पाहून मोठं आश्चर्य वाटे. कालीने वाळलेल्या नारळाच्या झावळ्यांपासून त्या न्हाणीघराला छानसं दारसुद्धा केलं होतं. हे सगळं करायला त्याला काही फार श्रम करावे लागले नव्हते. असंच एकदा तो जेव्हा मटण आणायला गेला होता तेव्हा शाकारलेल्या दोन तीन चौकटी त्याला तिथे दिसल्या होत्या. मटणाचे तुकडे त्याच्यावरच ठेवले होते. त्यातल्या दोन चौकटी तो येताना घेऊन आला. आल्यावर त्याने त्या चांगल्या पक्क्या बांधल्या. त्यासाठी त्याने पारोशा पिंपळाच्या मजबूत फांद्यांचा वापर केला. पानेईच्या धाग्यांनी त्या चौकटी व्यवस्थित बांधून अशा पद्धतीने खोचल्या की त्या आता एखाद्या दाराप्रमाणे एका बाजूला उघडू लागल्या. आतल्या बाजूला पोन्नाला साडी टांगण्यासाठी एक खांबसुद्धा उभारला होता. हे न्हाणीघर बांधल्यानंतर, सांत्वनाच्या भेटी देऊन येणाऱ्या बायका तिथे येऊन अंघोळ करत आणि कपडे बदलत. पोन्नाला फार

अभिमान वाटायचा त्या न्हाणीघराचा. पण लवकरच, पाण्याची टंचाई सुरू झाली. एकदा असंच, पाच-सहा बायका आल्या. न्हाणीघरात भरून ठेवलेल्या मोठ्या घमेल्यातलं सगळं पाणी त्यांनी संपवलं.

त्यानंतर तिने सगळ्यांना खडसावलं, 'हे न्हाणीघर तुम्ही वापरू शकता, पण ते वापरल्यानंतर प्रत्येकीने विहिरीतून एकेक घागरभर पाणी काढून घमेलं भरून ठेवलं पाहिजे.' हे ऐकल्यावर त्रासिक चेहरा करून बाया तिथून निघून गेल्या होत्या.

काली म्हणाला होता, 'बिचाऱ्या बायका! चार घागरी ओढून हे घमेलं भरून ठेवण्याइतके आम्ही तगडे नाही का?'

पोन्नाने उत्तर दिलं होतं, 'मामा, तुला काही समजत नाही बघ. या सगळ्या बायका, इथे येतात आणि अगदी आनंदात अंग धुतात. बाहेर जाऊन लोकांना काय सांगतात माहीत आहे का? त्या म्हणतात, "जा जरा, जाऊन पाहा कालीने पोन्नासाठी कशी जागा बांधली आहे." तुला सांगते, कापसाच्या शेतात काम करणारी बाई परवाच दुसरीला म्हणत होती, "तिचा चेहरा कोमेजला नाही, तिची छाती ओघळली नाही, पाहा जरा पोन्नाला, ती आणि तिचं न्हाणीघर."'

हे ऐकून कालीला हसू आवरलं नव्हतं. विकट हसत तो म्हणाला होता, 'पुन्हा सांग, काय म्हणालीस ते पुन्हा सांग. मला ऐकायचं आहे.' हे ऐकताच, हात उगारून ती त्याच्या अंगावर धावली होती.

तिचा फटका चुकवत तो पारोशा पिंपळावर चढला होता. तिथे बसून तोही गाऊ लागला, 'चेहरा तिचा फुलासारखा, जे कोमेजत नाही कधी, च्युत तिची ढेपाळत नाही कधी, पाहा जरा पोन्ना, न्हाणीघराची कमाल झाली.'

पाहता पाहता, गावात तशी दहा न्हाणीघरं बांधली गेली. पुढचे काही दिवस चौकात बसून पुरुष एकमेकांकडे तक्रार करताना ऐकू येत होते. ते म्हणत होते, 'गायी आणि मेंढ्यांसाठी जशी बंदिस्त जागा असते, तशीच बायकांनासुद्धा हवी आहे असं दिसतंय. तिथे जाऊन, त्या आपले पाय पसरतात आणि धूत राहातात स्वत:ला, त्या नामर्दाची कृपा सारी. त्यानेच केली ही सुरुवात.' त्यानंतर, गावात एखादी नवी सून येणार असली की, त्या घरात ताबडतोब न्हाणीघर बांधलं जाई.

पोन्नाची नजर जाईल त्या प्रत्येक गोष्टीमध्ये कालीची काहीतरी आठवण बंदिस्त होती. त्याच्या आठवणीने तिचं मन व्यापून टाकलं होतं.

# १०

त्या दिवशी त्यांनी कम्बु शिजवला. सीरायीने मोठ्या पातेल्यात आधण ठेवलं, त्याच्यात कम्बु टाकून आच कमी केली. मंद आचेवर शिजून कम्बु घट्ट झालं. वल्लयीने अवराईची डाळ शिजत घातली. पाणी घेऊन पोन्ना जेव्हा शेतातून आली तेव्हा वल्लयीने तिला एका ताटलीत थोडं खायला दिलं. सुतकाचा काळ संपला असता तर त्यांनी थोडा तांदूळ शिजवला असता, परंतु टेकडीवरच्या मंदिरात जाऊन येईपर्यंत त्यांना थांबणं भाग होतं. तांदूळ शिजवायला सुरुवात करणं म्हणजे नेहमीच्या दिनचर्येला सुरुवात करण्यासारखं होतं. दिवसभर इतके कष्ट केल्यावर पोन्नाच्या पोटात थोडा भात जायला हवा, असं वल्लयीला वाटत होतं. पोन्नासारख्या कष्ट करणाऱ्या आणि शेतात इतकं योग्य पद्धतीने राबणाऱ्या स्त्रीबरोबर अधिक काळ जीवन घालवण्याइतका काली नशीबवान नव्हता, याचंच वल्लयीला फार वाईट वाटलं.

नेहमीप्रमाणे, पोन्ना बोटाने अन्न नुसतं चिवडत बसली होती. तिला ना कशाची चव लागत होती ना कशात रुची वाटत होती. अत्यंत यांत्रिकपणे ती ताटातलं अन्न पोटात ढकलत होती.

स्वतःत हरवलेल्या पोन्नाला वर्तमानात ओढत वल्लयी म्हणाली, "कम्बु आणि अवराईची डाळ शिजवली आहे आज."

हे ऐकताच पोन्ना शहारून म्हणाली, "अवराई? त्याला फार आवडते."

पुढचं संभाषण त्या दिशेला जाऊ नये, अशी इच्छा असल्याने वल्लयीने काहीच उत्तर दिलं नाही. आपण काही बोललो तर सकाळपासून जरा बऱ्या मनःस्थितीत असलेली पोन्ना पुन्हा कोषात शिरेल की काय, अशी भीती तिला वाटली. एवढंसं अन्न गिळायला पोन्नाने तासभर लावला. पोन्नाने जेवायला सुरुवात केली तेव्हा नुकताच अंधार पडू लागला होता. रवंथ करत खात होती ती. अचानक, करत्तुर मंदिरात शंखनाद झाला. रात्रीचे आठ वाजल्याची खूण होती ती. पोन्ना जर लहान मूल असती तर वल्लयीने तिच्या दोन-चार थोबाडीत

लगावत तिला नीट खायला भाग पाडलं असतं. परंतु, स्वत:च्या उतावीळपणावर नियंत्रण ठेवत, मनाशी पुटपुट करण्याशिवाय तिच्या हातात आतातरी काही नव्हतं. ताटलीतच हात धुवून पोन्ना तशीच तिथे बसून राहिली. तोवर, गोठ्यातली कामं आवरून सीरायी तिथे येऊन पोहोचली. दोन्ही म्हाताऱ्यांनी आपली ताटं वाढून घेतली आणि झोपडीबाहेरच्या बाजेवर बसून खायला सुरुवात केली.

वल्लयी म्हणाली, ''शेवटी एकदाचं तुझ्या सुनेने डावभर अन्न खाल्लं म्हणायचं.''

खोपटात असलेल्या कंदिलामुळे पडलेल्या सावल्यांवरून पोन्नाच्या हालचाली लक्षात येत होत्या. आत जाऊन ती बाजेवर पडली होती. खात असताना, मध्येच उठून आत जाऊन वल्लयीने कंदिलाची वात कमी केली. उजेड कमी झाल्याचं लक्षात येताच पोन्ना पटकन म्हणाली, ''चंद्राचा प्रकाश झाकू नकोस. माझ्या मामाला फार आवडतो तो.''

पोन्नाचं विधान ऐकून हादरलेली वल्लयी पटकन बाहेर आली. पोन्ना काही वेडंवाकडं तर करणार नाही ना, अशीच धास्ती तिला वाटत होती.

गेल्या दोन महिन्यांत, गावातले लोक वाटेल तसं बोलू लागले होते. कालीचं भूत झाल्याचं म्हणत होते. सगळे फार हादरले होते. काली मोठा शिष्ट माणूस होता. त्याचा आत्मा सहजासहजी शांत होणार नव्हता. तरुण वयात कोणी मेलं की, आत्म्याला तशीही पटकन शांती लाभत नाही. आताशा, दिवसा-उजेडीसुद्धा स्मशान आणि गावाच्या दरम्यान असलेली वाट वापरायला लोकं कां-कू करत होते. स्मशानाच्या अवतीभवती ज्यांची शेतीवाडी होती ती कुटुंबं आपली कामं आवरून संध्याकाळच्या आत घरी परतू लागली होती. रात्री ढोरांना चारा घालायलासुद्धा कोणी उठत नव्हतं. मध्यरात्री, किंचाळल्याचे आवाज आणि पैजणांची छुम-छुम ऐकू येते, असं अनेक जण म्हणत होते. जवळच्याच शेतात राहणारी नचयी एके रात्री लघवीला बाहेर गेली तेव्हा तिच्या घरासमोरच्या पारोशा पिंपळाच्या फांदीला लटकणारा काली तिला अगदी स्पष्ट दिसला होता. अतिशय घाबरून तिने घरात धूम ठोकली होती. त्या दिवसापासून तिने अगदी अंथरुण धरलं होतं. तिला गंडेदोरे बांधत, कपाळाला अंगारा लावत तिचं कुटुंब तिच्यावर उपचार करत होतं. ते झाड पाडून तिथून दूर केलं तरच इथून पुढे आपण घराबाहेर पाऊल टाकू, असं ती म्हणाली. दुसऱ्या दिवशीच, तिच्या नवऱ्याने ते झाड मुळासकट काढत करतुरच्या लाकडाच्या वखारीत नेऊन विकलं होतं.

सारंकाही ठीकठाक आहे, सुरक्षित आहे, याची खात्री करायला लोक शेतातून एकमेकांना हाकारे करू लागले होते. रात्रीच्या वेळेस, शेकोट्या पेटवून त्याभोवती घोळका करून बसू लागले होते. कूनप्पालायमच्या पुजाऱ्याच्या अंगात आलेलं

असताना त्याने घोषित केलं होतं, 'गावात भूत आलं आहे. भर दुपारी ते सोसाट्याच्या वाऱ्यासारखं घोंघावेल, संध्याकाळी कुत्र्यासारखं भुंकेल. पारोशा पिंपळाच्या झाडावर ते राहातंय. काळजी घ्या. पंधरा दिवसांनी जाईल ते; पण त्यापूर्वी त्याच्या हातून काहीतरी भयंकर कृत्य घडणार आहे.' केवळ गावकरीच नाही तर सीरायी आणि वल्लयीच्यासुद्धा पाचावर धारण बसली होती. रात्रीच्या वेळेस, पारोशा पिंपळाची सळसळ ऐकू आली की वल्लयी जोरात किंचाळत असे. पण हळूहळू, रात्रीच्या त्या आवाजाची त्या दोघींनाही सवय झाली.

त्या दोघी झोपडीच्या बाहेर निजत. झाडाखाली बांधलेल्या गायींनी दोरीला अचानक हिसडा दिला, झाडाच्या फांद्या जोरात वाऱ्यावर डोलल्या, तर सीरायी तिच्या बाजेवर ताडकन उठून बसत असे. एकदा, असेच आवाज ऐकू आल्यावर ती उठून बसली. तिने मोठ्याने म्हटलं, "तू आता मेला आहेस आणि इथून गेला आहेस. मग आता कशासाठी परत येतो आहेस? तुलाच आम्ही नको होतो, तू आम्हाला दूर ढकललंस, आमचा सल्ला ऐकला नाहीस. तू मोठा माणूस आहेस, तुला सारंकाही समजतं. आमचं काय रे बाबा, आम्ही आपले गावंढळ. आम्हाला जे करता येतं ते करून कसंबसं जगण्याचा प्रयत्न आहे आमचा. आम्हाला पाहायला कशाला आला आहेस आता? ती फांदी हलवल्याने आम्हाला दहशत बसेल आणि आम्ही इथून पळ काढू, असं तुला वाटतं का? तुला आठवतंय का, तू जेव्हा लहानसा होतास तेव्हा ज्या डावाने मी पेज ढवळायचे त्याने तुला चांगलं झोडपून काढलं होतं. तो डाव अद्यापि आहे माझ्याकडे. झोपडीत ठेवलाय तो. जरा माझ्या जवळ येण्याचा प्रयत्न तर करून बघ. तुला काय वाटलं, म्हातारी झाले आहे मी? अजून ताकद आहे माझ्यात. हा देह अशक्त झाला असेल पण हे मन... मन पक्कं खंबीर आहे माझं. मी तुझ्यासारखी आहे असं वाटलं का तुला? अरे बाबा, आपलं शरीर एखाद्या खडकासारखं खंबीर करण्यात काय अर्थ होता? कशाचाही परिणाम होणार नाही, असं खंबीर 'मन' हवं माणसाचं. अरे कुत्र्या! जिवंत राहायला जे काही लागतं ना ते नव्हतंच तुझ्यामध्ये. घेतलंस स्वत:ला टांगून! अरे, तुझ्यासारख्याला मी जन्म तरी कसा दिला रे बाबा?"

एव्हाना वल्लयी उठून बसली होती. सीरायीचा तळतळाट ऐकल्यावर ती म्हणाली, "अगदी बरोबर आहे तुझं, जरा तुझ्या त्या लाडक्या लेकाला विचार!"

त्यावर सीरायीने उत्तर दिलं, "उपयोग काय गं त्याला काही विचारून? तो जर आपल्यासमोर असता तर आपल्या प्रश्नाने त्याला थोडी लाज तरी वाटली असती. आता काय करणार? तो झालाय वारा, वाटेल तिकडे फिरतो तो आता, त्याला पकडणार तरी कसं? एका जागी उभं करणार तरी कसं?" नसलेल्या

कालीला उद्देशून ती पुन्हा म्हणाली, "तरुण होतास तेव्हाही निरुद्देश भटकत राहिलास तू सगळीकडे. तू कुठे जातोस, काय करतोस, असं कधी विचारलं मी तुला? अरे, जाऊन वाटेल तेवढ्या भोसड्या चाटल्या आहेस हे मला काही माहीत नाही का? पण, तुला बायको किती सुरेख मिळाली. तू म्हणशील तेव्हा तुझ्या सेवेला हजर होती ती. गेल्या कित्येक वर्षांत पोन्नाबद्दल या गावातल्या कोणा निरोद्योगी कुत्र्याने कधी काही म्हटलं आहे का? तू रात्री उशिरा घरी यायचास आणि दारावर थाप मारायचास - त्याच्या आधी कोण जाणे कुठे उलथलेला असायचा तू - ती मात्र लगेच तुझ्यासाठी दार उघडायची. कित्येकदा मध्यरात्री तू यायचास आणि ती तुला आत घ्यायची. कधीकधी, तू पहाटेशी यायचास, तेव्हाही ती तिथेच असायची, तुझ्यासाठी दार उघडण्याची वाट पाहत थांबायची, कधी तिने संतापून तुझ्या तोंडावर दार लावून घेतलं होतं का? ती पोर कधी झोपते तरी का असं मला वाटायचं. तुझी वाट पाहत सदैव जागीच असायची ती जशी काही. अशी आहे ती पोरगी."

हे ऐकल्यावर वल्लयी म्हणाली, "सीरायी, खरं की काय? याबद्दल, पोन्ना माझ्याशी कधीच काही बोलली नव्हती."

"ती काय बोलणार म्हणा? तीसुद्धा त्याच्यासाठी तितकीच वेडी होती. आजही ती त्याच्याचसाठी वेडी आहे. एक दिवस आपण जर तिच्यावरचं लक्ष कमी केलं तर ती स्वतःला त्या झाडाला लटकावून घेईल... मूर्ख मुलगी. तो असेल तिचा नवरा, पण तिने त्याला मर्यादेत नको होतं का ठेवायला? ती जेव्हा दुपारी इथे यायची तेव्हाही दोघं भिडायचे एकमेकांना. लावून घ्यायचे दारं. त्याचं जेवण घेऊन इथे आली की गावात परतायला किती उशीर व्हायचा तिला. मी बसायचे काळजी करत. अंधारातून, शेतातून एकटी चालत यायची ती, आजूबाजूला किडाकिटकुल असेल याची काळजी वाटायची मला. त्याची वागणूक मला काही कळत नव्हती असं वाटलं होतं का त्याला? तो जर जिवंत राहिला असता आणि मला विचारण्याची हिंमत दाखवली असती तर मी तोंडावर सांगितलं असतं त्याला - जा आणि गावातल्या कोणालाही जाऊन विचार. गावातल्या किती बायका आपल्या नवऱ्याला लाथ घालून हाकलतात आणि दाराला आतून कड्या लावतात ते शोध जरा. या गावात अशा कित्येक बायका आहेत ज्या नवऱ्यांना स्पर्शसुद्धा करू देत नाहीत. त्या आपल्या नवऱ्यांना विचारतात, 'तुला काय वाटतं, मला हात लावण्याची तरी लायकी आहे का तुझी?' पोन्नाची गोष्टच वेगळी. सगळ्याशी जुळवून घेत होती ती. तिचा इतका छळ करायचा विचार तरी कसा केलास तू? उत्सवाच्या शेवटच्या दिवशी ती फक्त देवतेलाच पाहायला गेली होती ना? ती कोणा दुसऱ्या पुरुषाबरोबर झोपायला गेली नव्हती. तू जाऊन

स्वत: पाहिलं होतंस का काही? तू त्या निष्कर्षाला आलाच कसा? तुझ्याकडे पुरावा तरी काय? आणि समजा, ती जरी तशी गेली असेल तरी ती देवतेबरोबरच गेली होती ना? तुला काय वाटतं, तू देवापेक्षा मोठा झालास का? तू हा असला माणूस होणार आहेस, हे जरा मला माहीत असतं ना तर ज्या छातीने तुला दूध पाजलं ती छातीच उचकटून फेकून दिली असती मी. अरे, या पोरीच्या आयुष्याचं वाटोळं केलंस रे बाबा तू. तुला काय वाटतं, मेल्यावर तुला शांती लाभेल? लक्षात ठेव, बाईचा तळतळाट घेणाऱ्याला कधीही शांती मिळत नाही, सांगून ठेवते.''

सीरायीचं बोलणं ऐकल्यावर वल्लयीसुद्धा मनातलं बोलू लागली. ती म्हणाली, ''तिला स्वत:बरोबर घेऊन जाता येईल या विचारानेच तू पुन्हा पुन्हा इथे येतोस. आम्ही दोघी इथे का राहातोय असं तुला वाटतं? आम्ही जर तुला तिला घेऊन जाऊ दिलं तर माणूस म्हणायच्या तरी लायकीच्या राहू का आम्ही दोघी? तुला काय वाटलं, या पारोशा पिंपळावर घुटमळू शकतोस तू? अरे, छाटून टाकू आम्ही ते झाड. हेच झाड नाही, माझ्या दारी तू लावलेलं झाडसुद्धा छाटून टाकू. मग बघतोच आम्ही, तू कुठे चढतोस ते? आमच्या लेकीचं तुझ्याशी लग्न लावून द्यायला आम्ही कबूल झालो, कारण तू आमच्या मुलाचा मित्र होतास. तिला किती मायेने वाढवलं आहे आम्ही याची तुला कल्पना तरी आहे का? तू जावई आहेस म्हणून स्वत:ला काय समजतोस रे? लक्षात ठेव, आदर मागून मिळत नसतो, तो मिळवावा लागतो. तसा तू वागलास तरच तुला आदर मिळेल. आम्ही कधी तुझ्याशी वाईट वागलो का? पोंगल असो की दिवाळी, तुला आमंत्रण द्यायला कधी चुकलो का? वेळोवेळी आम्ही तुला आहेर करत राहिलो, सन्मान देत राहिलो, दिला की नाही? इतरांसमोर तुझी मान ताठ राहील याची खात्री आम्ही केली होती की नाही? तू नपुंसक आहेस असं जेव्हा गावातले लोक म्हणायला लागले तेव्हा त्यांचं म्हणणं चूक आहे, हे सिद्ध करण्यासाठी तू दुसऱ्या पोरीशी लग्न करावं, असं आम्ही म्हटलं होतं, हो की नाही? आता तू त्याला होकार दिला नाहीस ही गोष्ट वेगळी... आम्ही तिला तिथे केवळ एका रात्रीसाठी पाठवलं होतं रे... त्यात एवढं काय चुकलं? तिने तुला कधी झिडकारलं का? गेले दोन महिने कशी शोकात बुडून गेली आहे ती, बघ जरा, तिचं मन ताळ्यावर नाही रे बाबा. विनाकारण हसते ती. तिचं काय होणारे कोण जाणे. तुझ्यापायी नादावली होती पोर आमची. अरे, तिला सोडून असा कसा निघून गेलास तू?''

अचानक, पारोशा पिंपळाच्या फांद्या डोलायच्या थांबल्या. गायी शांतपणे निजल्या होत्या. सगळीकडे सुन्न शांतता होती.

सीरायी म्हणाली, ''पाहिलंस? त्याच्या विरुद्ध आपण दोघी एक झालो

आहोत, हे पाहताच पळून गेला तो इथून. पण आपण काळजी घ्यायला हवी. मध्यरात्री परतून येऊ शकतो तो. एकदा तिचा विचार मनात आला की दिवस आहे की रात्र याने त्याला फरकच पडत नाही.''

वल्लयीने उत्तर दिलं, ''येऊ दे त्याला. आपण दोघी मिळून त्याचा चांगला समाचार घेऊ या.'' उठून तिने खराटा आणून जवळ ठेवला.

अचानक, त्यांच्या बाजूने वाऱ्याची जोरदार झुळूक गेली.

# ११

पोन्नाला शोधत काली येऊन पोहोचला. आपल्या आईच्या धमकवण्याकडे त्याने जराही लक्ष दिलं नाही. कदाचित, ती काय बोलली होती, हे त्याला ऐकूसुद्धा आलं नसावं. गावातल्या एका पारोशा पिंपळावरून दुसऱ्या पारोशा पिंपळावर उड्या मारत तो शेतातल्या पारोशा पिंपळावर येऊन पोहोचला. त्याच्या गायी-बैलांनी त्याला लगेच ओळखलं. कुत्र्यालासुद्धा त्याच्या अस्तित्वाची जाणीव झाली. त्याचा परिचित गंध हवेत दरवळताच ते सगळे प्राणी आनंदले. त्याने बैलांना कुरवाळलं, त्यांच्याशी दोन शब्द बोलला. थोडा वेळ तो तसाच बैलांच्या बाजूला उभा राहिला. तेही त्याच्याकडे पाहत उभे राहिले. एरवीसारखी जमिनीवर बसकण मारायची त्यांची तयारी नव्हती. सीरायीला ते लक्षात येताच ती त्यांना रागे भरत म्हणाली, "अजूनही असे उभे का? चारा पुरेसा नाही झाला का? त्याने तुम्हाला अगदी डोक्यावर बसवून ठेवलंय! पोटची पोरं असल्यागत बैलांना एक-एक घास भरवल्याचं कोणी ऐकलं आहे का?" इतकं बोलून तिने हातातला भाजीचा कचरा त्यांच्यासमोर सारला. पण त्यांनी त्याला मुळीच तोंड लावलं नाही. ते तसेच उभे राहिले. त्यांच्या जिभा लसलसत होत्या.

त्यांना तळहात चाटता यावा म्हणून कालीने त्यांच्या दिशेने हात लांबवला. त्याचा हात चाटायला त्या दोघांनी मुंड्या खाली करताच त्याने त्यांची शिंगं हळुवारपणे कुरवाळली. तो म्हणाला, "पोन्ना तुम्हाला जाऊ देणार नाही, असं दिसतंय." कुत्र्याने शेपूट गुंडाळत त्याच्या अंगाला लाडाने अंग घासलं. त्याने कुत्र्याला हळूच दूर केलं. थोड्या अंतरावर उभं राहात कुत्रा त्याच्याकडे पाहू लागला. कोंबड्या अस्वस्थ होऊन कलकलाट करत होत्या. त्या पोन्नाची झोपमोड करतील, या भीतीने त्याने त्यांच्या दिशेने हात उंचावला. त्यासरशी, त्या कोंबड्या झाडावर मुकाट बसल्या. इथे शेतातच राहायच्या पोन्नाच्या निर्णयाने त्याला आनंद झालेला दिसत होता. म्हणजेच, तिलाही ही जागा आवडत होती. ती घायकुतीला येणार नाही, हे त्याला माहीत असलं तरी पुढे होत तिच्या

चेहऱ्याकडे पाहावं की नाही, हे त्याचं नक्की ठरेना. दबक्या पावलांनी तो खोपटात शिरला. त्याच्या रस्त्यातून बाजूला होत मांजर पलीकडच्या बोळात पसार झालं. आपल्या आईकडे पाहताना त्याच्या चेहऱ्यावर हसू आलं. त्या दिवशीची मुनियनची अराक जरा जास्ती कडक आणि वास मारणारी आहे, असा विचार त्याच्या मनात आला. आडवं होताक्षणी सीरायीला अगदी गाढ झोप लागली होती. ती अजून जागीच आहे असं वाटून वल्लयीने तिला काहीतरी विचारलंसुद्धा होतं. जेव्हा काही उत्तर आलं नाही तेव्हा स्वत:ही आडवं होत वल्लयी पुटपुटली, ''अगंबाई! हे काय मेलं! बोलताबोलता झोप लागली की हिला!''

खोपटात कंदिलाचा पिवळा उजेड पसरला होता. सहसा, घासलेट वाचवण्याच्या दृष्टीने रात्रीची जेवणं होताच कंदील विझवला जाई. परंतु त्या दिवशी पोन्नाने कंदील अद्याप तेवता ठेवला होता. त्या प्रकाशात काली एखाद्या मोठ्या सावलीसारखा दिसू लागला. वांग्याची फांदी छातीशी घट्ट धरून पोन्ना तिथेच आडवी झाली होती. ती फांदी म्हणजे त्याची जाडीजुडी बोटं आहेत, असं समजून ती त्या फांदीला नकळत कुरवाळत होती. तिचे डोळे बंद असले तरी ती झोपली नव्हती. तो येईल हे कदाचित तिला माहीत असावं. पारोशा पिंपळाची फुलं सुकल्यावर लालसर दिसू लागत, तिचा चेहराही अगदी तसाच झाला होता. तिचे ओठ पुटपुटत होते. तिला स्पर्श कसा करावा, हे न समजून तो तसाच तिथे उभा राहिला. कदाचित, तिच्या कपाळावर आलेली बट तो हळूच बाजूला करू शकला असता. कदाचित, तो तिच्या कानांना हात लावू शकला असता. त्याने तिच्या कानांशी हळुवार फुंकर घातली असती तरी तिला पटकन समजलं असतं. परिस्थिती थोडी वेगळी असती, तो जर अद्यापि जिवंत असता तर त्याने तिचे हात आपल्या छातीवर आणि मग गालांवर ठेवून घेतले असते. कधीकधी, तिला अगदी अनपेक्षित असताना तो पटकन तिच्या स्तनांवर हात ठेवत असे. मग ती म्हणे, 'हे काय तुझं? पाहावं तेव्हा तुझी नजर माझ्या छातीवर खिळलेली असते. माझ्याशी बोलताना, माझ्या चेहऱ्याकडे पाहतसुद्धा नाहीस तू.' त्यावर तो उत्तर देई, 'जेव्हा झरा दिसतो तेव्हा पटकन हात घालून पोटभर पाणी प्यावंसं नाही वाटत का तुला? पण ठीक आहे, इथून पुढे तुझ्याशी बोलताना मी फक्त तुझ्या चेहऱ्याकडे पाहत जाईन.' असं म्हणून तो तिच्या चेहऱ्याचं चुंबन घेत असे.

आज मात्र, तिला स्पर्श कसा करावा, हेच त्याला समजत नव्हतं. त्याला खात्री वाटत नव्हती. तो किंचित शहारला. पण तो जर काहीही न करता तसाच तिथे उभा राहिला तर हातात असलेला वेळ तो गमावून बसला असता. तो तिथे तिला जे काही सांगायला आला होता ते न सांगताच त्याला जावं लागलं असतं.

कंदिलाच्या उजेडात तो सुकलेला चेहरा पाहिल्यावर त्याच्या लक्षात आलं, की त्याच्या आठवणींनी तो चेहरा अद्यापि जिवंत आहे. पोन्नाच्या पांढऱ्या साडीचा पदर बाजेवरून खाली लोंबकळत होता. पदराचं टोक हातात घेत त्याने सुस्कारा सोडला. साडीखालून बाहेर आलेली तिची पावलं लाल मातीने माखलेली दिसत होती. त्याने त्या पावलांना स्पर्श केला. कदाचित तिला थंडी वाजत असावी किंवा त्याचा स्पर्श जाणवला असावा, तिने पटकन पावलं ओढून घेतली; पण त्याने हात काही काढला नाही. त्याला तिचं कण्हणं ऐकू येत होतं. तोसुद्धा रडू लागला. तिच्या पावलांवर डोकं ठेवून तो रडू लागला. त्याने तिच्या पावलांचे आसुसून मुके घेतले.

तिची पावलं बाजेवरच्या दोरीवर थेट आली असती तर त्या दोरीचे वळ तिच्या पावलांवर उठले असते. म्हणूनच, त्याने तिची वाकळ अशा पद्धतीने ओढली की तिच्या पावलांखाली ती वाकळ आली. थोडंसं धीट होत त्याने तिचे हात धरून आपल्या छातीवर ठेवले. एखाद्या वाळलेल्या पानासारखे तिचे तळहात शुष्क झाले होते. तिचे दोन्ही तळहात त्याने आपल्या गालांवर ठेवून घेतले. त्याच्या ओघळणाऱ्या अश्रूंमुळे तिचे तळहात ओलसर झाले. त्या हातांनी आपसूकच त्याचे अश्रू पुसले. तिच्याजवळ बसत त्याने तिच्या चेहऱ्यावर आपला चेहरा टेकवला. थोडंसं सरकून तिने त्याच्यासाठी त्या बाजेवर जागा केली. लग्न झाल्यावर कालीने अनियुर गावातल्या सुताराकडून ती बाज हवी तशी तयार करून घेतली होती. बाजेचे पाय जंगलातल्या पळसाच्या लाकडाचे होते. चांगले मजबूत होते ते. ओल धरत नसत. कडुलिंबाचं लाकूड वापरून त्याने बाजेची चौकट तयार केली होती. कोरफडीचा मऊसर काथा त्याने बाज विणायला वापरला होता. काथ्याच्या गाठी जवळजवळ आणि घट्ट गुंफल्या होत्या. त्या बाजेवर दोन माणसं अगदी आरामात झोपू शकत होती, कूस बदलू शकत होती. सुताराच्या दुकानातून बाजेची चौकट आणायला काली आपलं गाडं घेऊन गेला होता. त्याच्या घरात या बाजेवरच ती पहिल्यांदा निजली होती. आता मात्र तो तिच्या बाजूला आडवा झाला नाही.

तिच्या बाजूला बसत हळुवारपणे तिचा चेहरा आपल्याकडे वळवत त्याने तिच्या ओठांवर ओठ टेकवले. तिने त्याला पूर्ण क्षमा केलेली नाही, हे जाणवून देण्यासाठी ओठ घट्ट मिटून घेतले. त्याने ओठांनी तिचे ओठ उघडण्याचा प्रयत्न केला. मग त्याने दातांनी प्रयत्न केला. ती अशी सहजासहजी त्याला जिंकू देणार नव्हती. तो फारच निकराचा प्रयत्न करतो आहे, हे लक्षात आल्यावर तिने हातांनी त्याचा चेहरा ढकलून दिला.

तो गयावया करत म्हणाला, “का गं?”

ती उत्तरादाखल पुटपुटली, "तुझी सुजलेली जीभ तू बाहेर काढली आहेस!"

दातांनी जीभ चावत ती बाहेर काढत त्याने विचारलं, "म्हणजे असं?" त्याचे डोळे बाहेर आले, चेहरा पिळवटला.

दोन्ही हातांनी त्याचा चेहरा झाकून ती शहारून म्हणाली, "अय्यो!"

तिचे हात बाजूला करण्याचा प्रयत्न करत तो म्हणाला, "माझ्याकडे पाहा!"

ती म्हणाली, "मला भीती वाटते. माझ्याजवळ येऊ नकोस. दूर हो!"

तो हसून म्हणाला, "अगं, बघ की इकडे. काळजी नको करूस. मी उगाच तुला घाबरवायचा प्रयत्न करत होतो."

तो बरेचदा असा खोडकर मुलासारखा वागत असे. पोन्ना शेतात येताना दिसली की जाऊन लपून बसे. एकदा तर, तो पारोशा पिंपळावर चढून बसला. ती शेतात येऊन त्याला आवाज देऊ लागली, 'मामा, मामा...' पण उत्तर आलं नाही. तिने त्याचा शोध घेतला पण तो कुठे दिसेना. 'कुठे गेला हा?' असं पुटपुटत तिने शेतात त्याला सगळीकडे शोधलं. ती त्या पारोशा पिंपळाखालून जात असताना त्याने फांदी हलवली आणि जोरात ओरडत तिच्यासमोर उडी मारली. अतिशय हादरून ती किंचाळली. त्यानंतर ती त्याला म्हणाली, 'चिंचेच्या झाडावर भुतं असतात हे ऐकलं होतं, तू तर पारोशा पिंपळावरचं भूत निघालास!' एका रात्री, लख्ख चंद्रप्रकाश पसरला होता. ती त्याच्यासाठी जेवायला घेऊन आली होती. असंच काहीतरी पुन्हा घडलं होतं. तिने सगळीकडे त्याला शोधलं होतं. तो ताडी आणायला गेला असावा, असा विचार तिच्या मनात आला. शेतातली दिवसभराची कामं अगदी नीट आटोपल्यासारखी दिसत होती. आणलेल्या डब्यासकट ती तशीच झोपडीत शिरली. तिच्या कमरेला काहीतरी घासल्यासारखं तिला वाटलं. ती पटकन वळली. तिथे काहीच नव्हतं. आपल्याला नुसतं वाटत असावं, असा विचार करत तिने त्याचं ताट मांडलं. पुन्हा तिच्या कमरेला नक्कीच काहीतरी स्पर्श झाला. ती गरकन वळली. काय सापबिप तर काही नाही ना! त्याहून भयंकर तर काही नाही ना! तिला काहीच दिसलं नाही. त्या अनुभवाने तिची अगदी घालमेल झाली.

पुन्हा काही वेळातच तिच्या कमरेला काही स्पर्श झाला तेव्हा ती वळली नाही, पण तिने नजरेच्या कोपऱ्यातून पाहिलं. विणलेल्या एका टोपलीआडून एक फांदी आपल्या कमरेच्या दिशेने येते आहे हे तिला दिसलं. काय घडतं आहे हे लक्षात घेत तिने जवळ ठेवलेला डाव उचलला. झटक्यात हालचाली करत, ती टोपली बाजूला ढकलत तिने जोराने हाणत ओरडायला सुरुवात केली, 'साप आहे! साप आहे!' तिचा मार सहन करत काली ओरडला, 'अगं बाई, साप नाही!'

तो नेहमी अशी मस्करी करत असे. एकदा, तिला अगदीच अनपेक्षित असताना तो झोपडीतून तिच्या दिशेने हात पसरवून अगदी जोरात धावत आला होता. तिला करकचून मिठी मारत त्याने तिला चकित केलं होतं. असंच एकदा, मेंढ्यांमध्ये दडून मग झटक्यात उडी मारून तिच्यासमोर उभा राहिला होता. ती फार हादरली होती. संतापून म्हणाली होती, 'हे असलं काही करत जाऊ नकोस रे. भीती वाटते मला. आपण दोघंच असतो तेव्हा तर फार भीती वाटते.' त्याने उत्तर दिलं होतं, 'इथे तिसरं कोण येणार आहे? लक्षात ठेव, माझी परवानगी नसेल तर किडाकिटकुलसुद्धा तुला स्पर्श करू धजणार नाही.'

असंच काहीतरी आता घडत होतं का? तो तिच्याशी खेळत होता का? तिला जिभेने डिवचत होता का?

ती त्याला म्हणाली, "पारोशा पिंपळाला लोंबकळत होतास का? एका हाताने फांदी धरली होतीस का?"

तो पुटपुटला. "हं! तुला त्याने भीती वाटली का?"

ती उसळून म्हणाली, "नाहीतर काय! हे असलं कोण करतं बरं? माझं तर हृदयच बंद पडलं होतं. तुझे डोळे मेंढीसारखे गटाणे झाले होते. गटाणे!"

"गंमत आहे गं नुसती!"

"हे बघ, हे असले खेळ धोकादायक असतात. तू पुन्हा असं काहीही करणार नाहीस असं सांग बरं मला."

"नाही करणार. तुला जे आवडत नाही त्यातलं मी काही करणार नाही."

"खरं?"

"अगदी खरं. तुझी शपथ. बरं ते जाऊ दे, तुझे ओठ दाखव बरं मला."

"हो तिकडे! स्वत:ची जीभ जशी चावून घेतलीस तसे माझे ओठ चावशील."

"नाही चावणार गं. मला त्यांना फक्त स्पर्श करायचा आहे."

तिने हळुवारपणे ओठ विलग केले. त्याने त्यावर आपले ओठ दाबले.

तिने विचारलं, "तुझ्या दातांवर रक्त का आहे?"

"कुठे काय? सगळी नुसती तुझी कल्पना आहे, झालं! हे बघ, आता शहाण्या मुलीसारखी डोळे मिटून घे बरं. माझा स्पर्शच काय तो तुला समजेल. चालेल?"

"इतक्या दिवसांत तुला माझी जराही काळजी वाटली नाही. अचानक कसा काय येऊन उभा राहिलास?"

तो म्हणाला, "मी तर रोजच येतो गं, पण तू कधी मान वर करून माझ्याकडे पाहिलंच नाहीस, तू खूप म्हणजे खूपच संतापली आहेस असं मला वाटलं म्हणून मी आपला थोडा वेळ थांबायचो आणि निघून जायचो. आज मात्र,

वांग्याची फांदी प्रेमाने कुरवाळत तू मला आवाज दिलास म्हणून आलो मी.''

पटकन पुढे होत त्याने ती वांग्याची फांदी उचलून बाजूला टाकली आणि तिच्या छातीवर हात ठेवला.

ती हसून म्हणाली, ''जा तिकडे! आता कशाला आला आहेस?''

''तुला जे हवं आहे ते द्यायला आलो आहे.''

''मला काय हवं आहे हे ठाऊक आहे का तुला?''

''गेली बारा वर्षं तुझ्याबरोबर आहे मी. मला एवढंही समजत नसेल असं वाटलं का तुला?''

''पुढेही असाच राहशील माझ्याबरोबर?''

''मी नेहमी तुझ्याचबरोबर असणार आहे.''

त्याने तिच्या मानेत चेहरा खुपसला. आता त्या बाजेवर त्याला स्वत:ची जागा असण्याची काही गरजच नव्हती. त्या रात्री, कालीने पोन्नाबरोबर चिक्कार वेळ घालवला.

सीरायीला जेव्हा जाग आली तेव्हा कंदील विझला होता. ती पुटपुटली, ''घासलेट संपलं वाटतं!'' खोपटात, बाजेवर निजलेल्या पोन्नाने कूस बदलल्याचं तिला बाहेर ऐकू आलं. सीरायी स्वत:शीच बोलली, ''ही पोरगी शांतपणे निजायला कधी शिकणार आहे कोण जाणे!''

काली हसला. पोन्ना ठीक आहे की नाही हे पाहायला आणि कंदिलात घासलेट भरायला सीरायी जेव्हा खोपटात आली तेव्हा पारोशा पिंपळाच्या फांद्या हलवत त्याने तिचं लक्ष विचलित करण्याचा प्रयत्न केला. ''अरे ए! तुझं मध्ये मध्ये करणं संपलं नाही का अजून?'' असं म्हणत सीरायी खोपटातून बाहेर पडली.

काली किती वेळ होता किंवा तो नेमका कधी निघून गेला, याची पोन्नाला काहीच कल्पना नव्हती.

# १२

उजाडलं तरी पोन्ना तशीच झोपून राहिली. मध्यरात्री अचानक धुवाधार पाऊस कोसळला होता. उठून काही थोड्याफार वस्तू घरात घेण्यापूर्वीच पाऊस थांबलासुद्धा होता. पाऊस पडून गेल्याची पोन्नाला जाणीव होती. तापलेल्या जमिनीला गार करणारा, धो धो कोसळला तरी चटकन आवरतं घेणारा पाऊस होता तो. तरीसुद्धा, ती उठली नाही. तिने पाऊस पाहिला नाही. एखाद्या मेजवानीनंतर बाजूला फेकलेल्या केळीच्या पानासारखी ती नुसतीच कसनुशी पडून राहिली. वल्लयीला काळजी वाटत होती. जेमतेम एक दिवस काय पोन्नाने झडझडून मेहनत केली, तर तिची अशी अवस्था व्हावी? वल्लयीने आणि सीरायीने आदल्या रात्रीची कंबूची पेज पाण्यात कालवली होती. थोडं दही शिल्लक होतं तेही त्यांनी त्यात घातलं होतं. पोन्ना उठली, की तिच्या तोंडात बळजबरी कंबूचे चार घास दह्याबरोबर घालावेत म्हणून त्या दोघी थांबल्या होत्या. बराच वेळ झाला तरी ती उठली नाही त्यामुळे त्या दोघींनी थोडी पेज पोटात ढकलली.

रात्री पाऊस पडून गेल्याचं चिन्हसुद्धा बाहेर दिसत नव्हतं. तरीसुद्धा, नांगरटीचा एक फेर धरता येईल इतका पाऊस पडून गेल्याचं त्या दोघींना वाटलं. धुवाधार पावसामुळे गोठ्यात थोडासा चिखल झाला होता. तिथली स्वच्छता आटोपून त्या दोघींनी साऱ्या वस्तू जागच्या जागी ठेवल्या. ऊन आता चांगलंच तापलं होतं. पोन्ना अजूनही निजलेलीच होती. वल्लयीची काळजी वाढली. ती साशंक झाली. सगळं ठीक तर आहे ना, हे पाहायला ती पोन्नाजवळ गेली. पोन्नाचा श्वास संथ लयीत सुरू होता. ती फक्त दमली असणार, बाकी काहीच नाही. काली तिथे असल्यागत शेत दिसत होतं, पण प्रत्यक्षात काली तिथे नव्हता हेच खरं. झोपडीतून बाहेर पडून शेताकडे पाहिलं, की त्याची अनुपस्थिती अगदी प्रकर्षाने जाणवत होती. इतर सगळ्यांची शेतं हिरवीगार दिसू लागली होती. कालीचं शेत मात्र भाऊबंदकीत अडकलेल्या मालमत्तेसारखं, उजाड दिसत होतं. तो जर हयात असता तर एव्हाना त्याने बागायतीच्या त्या दोन तुकड्यांत काही ना काही पेरणी

केली असती. यंदा मिरची आणि मिरं लावायचा त्याचा विचार होता. जमिनीच्या एकाच भागात असं काही पेरलं तरी तो तुकडा हिरवागार आणि तजेलदार दिसेल, याची तो काळजी घेत असे. पुढचे पाच-सहा महिने पीक येत राही.

बऱ्याचशा भागात त्याने आवर्जून नाचणी लावली असती. उरलेल्या जमिनीत त्याने भुईमूग आणि तुरीचा पेरा केला असता. त्या दोन्हीच्या मधल्या जागेत त्याने एरंडीच्या बिया रुजवल्या असत्या. भुईमुगाच्या कडेने त्याने चण्याची नीटस ओळ पेरली असती. जमिनीच्या मोठ्या भागात कम्बु आणि भोवताली मका पेरला असता. अशी सगळी पेरणी झाल्यावर त्यांच्या कुटुंबाला वर्षभर नाचणी आणि कम्बुची ददात पडली नसती. गुराढोरांना चारासुद्धा भरपूर मिळाला असता. नाचणीचा चारा तो आवर्जून कालवडींसाठी ठेवत असे तर मक्याचा चारा बैलांना घालत असे. दुभत्या गायींसाठी हिरवंगार ताजं गवत नेहमी उपलब्ध असे. कडू संत्र आणि थुंबईची झुडपं शेतात विखुरलेली होती. गायी त्याभोवती चरत. पाऊस जर पडत राहिला तर मकासुद्धा पेरता आला असता.

सुतकाचा कालावधी संपल्यावर, पोन्नाने कुठे कसं राहायचं, हे ठरल्यावरच शेतातल्या गोष्टींचा निर्णय होईल की काय, अशा विचारात सीरायी गायींना चरायला घेऊन गेली. तिथेच ती थोडं गवतही कापणार होती. बाहेर पडण्यापूर्वी तिने वल्लयीला म्हटलं, "एकमेकींची थोबाडं बघत किती काळ बसून राहणार आहोत आपण दोघी अशा? मी जरा जाऊन हिरव्या चाऱ्याचा भारा कापून आणला तर दुभत्या गायीला खायला तरी घालता येईल आपल्याला. पेरणीच्या हंगामात माझ्यासारखी शेतकरीण काही न करता बसून राहिली तर कसं चालेल?"

वल्लयीने भांडी घासायच्या कामात स्वत:ला गुंतवून घेतलं. कोंबड्यांना खाऊ घालून झाल्यावर ती समोरच्या अंगणात बसून काळ्या पक्ष्यांचा कलकलाट निरखू लागली. त्यांनी घरटं बांधायला सुरुवात केली होती. तिच्या मनात आलं, 'मोठे मरतात तरी नवीन जीव येतातच जगात.' त्या सपाट खडकावर बसून ती त्या घरटे-बांधणीचं थोडा वेळ निरीक्षण करत राहिली. तितक्यात, करत्तूरचा नऊचा भोंगा वाजल्याचं तिला ऐकू आलं. आता मात्र पोन्नाला उठवायलाच हवं असं तिच्या मनात आलं. शेतकरी स्त्री इतक्या उशिरापर्यंत कशी काय झोपू शकते, असं तिच्या मनात आलं.

पहिला कोंबडा आरवला की शेतकरणीला उठावं लागतं. तिचा दिवस लगेच सुरू होतो. कम्बु आणि नाचणी कांडणं, दही घुसळणं ही कामं आधी करावी लागतात. तेवढ्यात, उजाडू लागतं. मग, पुरुषांना न्याहारीसाठी शिळ्यापाक्या अन्नात पाणी घालून त्याचं कालवण करून ठेवावं लागतं. ते झालं की समोरचं अंगण आणि गोठ्याची झाडलोट करून स्वच्छता करावी लागते. घरातला पुरुष

जर कामसू असेल तर तो गायी दोवतो नाहीतर ते कामसुद्धा बाईलाच करावं लागतं. काही वासरं नियंत्रणात ठेवणं कठीण असतं. वाटेल तशा उड्या मारत ती मोकाट धावतात. बांधून घ्यायला तयार होत नाहीत. अशा वेळेससुद्धा मदत न करणारे काही पुरुष असतात. लागवडीचा काळ असेल तर कामं अतोनात वाढतात. स्वयंपाकपाणी करून, भाकरतुकडा बांधून, सूर्य चांगला उगवण्यापूर्वी शेतात पोहोचावं लागतं. एकही दिवस कधी ढोरमेहनत चुकते का? संध्याकाळी अंधार पडून गेला तरी त्यांच्या हाताला काही उसंत नसते. रात्रीच्या प्रहरांमध्येच काय ती त्यांना झोप मिळते. पहाट होण्यापूर्वीच त्यांचं रहाटगाडगं परत सुरू होतं.

गेले दोन महिने आपण अगदीच बिनकामाच्या बसलो आहोत, असं वल्लयीला वाटलं. तिच्या घरी तिच्या सुनेवरच सगळं काम पडलं असणार. वल्लयीच्या मनात आलं, 'बरं झालं! तिला तरी कळेल, की अशा वेळेस दुसऱ्या माणसाची मदत मिळाली तर किती बरं असतं!' हंगामाचा काळ असल्यामुळे त्यांच्या शेतात बराच मजूरवर्ग काम करायला आला असणार. तिच्या सुनेला घरातली कामं उरकण्याशिवाय दुसरा काहीही व्याप नव्हता. पोन्ना एकटी पडू नये, याची खात्री करून घ्यायला वल्लयी इथे आली होती खरी, पण दोन महिने झाले तरी तिचा मुक्काम आटोपला नव्हता.

दिवसभर आपण स्वयंपाकपाणी, खाणं, टंगळमंगळ तेवढी करतो. बाकी काहीही करत नाही, असं वल्लयीला वाटू लागलं. गायी चारायच्या आणि त्यांना थोड्या वेळाने परत आणायचं - याला काय काम म्हणायचं? पोन्ना झोपेत काहीतरी बडबडल्याचं तिला वाटलं. तापबिप तर आला नव्हता ना तिला? तिच्या कपाळावर हात ठेवून तिला ताप आला आहे का, हे वल्लयी पाहू शकली असती पण त्यापायी आपल्या लेकीची झोपमोड व्हायला नको, असं तिला वाटलं. तरीसुद्धा, नेमकं काय होतंय हे जवळून पाहण्यासाठी तिने झोपडीत पाय ठेवला.

पोन्नाचे डोळे सताड उघडे होते. या जगात पहिल्यांदाच डोळे उघडणाऱ्या कुत्र्याच्या पिल्लासारखे दिसत होते तिचे डोळे. तिच्या पापण्या चिकटल्या होत्या. ती साशंकतेने म्हणाली, "अम्मा!"

कैक काळानंतर वल्लयीने तिच्या तोंडून अशी हाक ऐकली होती. मायेने पोन्नाजवळ धाव घेत ती म्हणाली, "पोन्ना... काय झालं? बरं वाटत नाही का? ताप आला का? काल तू किती मरमर केलीस गं, बेटा...," असं म्हणत तिने पोन्नाच्या कपाळावरून, मानेवरून, हातांवरून हात फिरवला, तिला ताप आहे का ते चाचपडलं. पण पोन्ना अगदी ठणठणीत दिसत होती.

पोन्ना म्हणाली, "अम्मा, मला उठायला मदत कर." एखाद्या लहान लेकराला अंथरुणातून उठवावं, तसं वल्लयीने तिला उठवलं. दोन्ही हातांत डोकं घट्ट धरत पोन्ना म्हणाली, "मला गरगरतंय."

"पोटात दोन घास गेले ना की बरं वाटेल तुला. पाणीसुद्धा प्यायली नाहीयेस कालपासून. आत्ता काहीतरी प्यायला आणते. इथे खाटल्यावर बसूनच तू पी ते, चालेल?" वल्लयी म्हणाली.

त्यावर पोन्ना आपल्याच तालात म्हणाली, "नाही, मला आधी चूळ भरायची आहे."

बाजेवरून सावकाश उठायला तिला मदत करत वल्लयी म्हणाली, "बरं. माझा हात धर बरं. आधी चुळा भर, मग काहीतरी पिऊन घे."

पोन्नाला एक पाऊलसुद्धा टाकणं जड झालं होतं. तिची पावलं जमिनीवर जोर द्यायलाच जणू तयार नव्हती. जसं काही, तिच्या आईचे खांदे तिला पुढे ढकलत होते. डोकं टेकवून कशावर तरी झुकावं असं पोन्नाला वाटलं. तिने आपल्या आईच्या खांद्यावर भार टाकला. तिचा हात धरत वल्लयीने तिला बाहेर यायला मदत केली. खोपटाबाहेर पाऊल टाकताच सूर्याचा झगझगीत प्रकाश पोन्नाला सहन झाला नाही. क्षणभर तिला सारं दिसेनासं झालं. पारोशा पिंपळाकडे पाहायला ती वळली. ती जिथे उभी होती तिथून तिला झाडाचा सगळा विस्तार अगदी छान दिसत होता. तिच्या आईने तिला चपट्या खडकावर बसायला लावलं. लगबगीने जाऊन ती पाणी घेऊन आली; पण तेवढे काही क्षणसुद्धा पोन्नाला आधाराशिवाय बसता येईना. ती तशीच त्या खडकावर लवंडली. उन्हामुळे तो खडक एव्हाना छान ऊबदार झाला होता. ती ऊब तिला सुखावू लागली. आदल्या रात्री काय होऊन गेलं हे तिला नीटसं आठवत नव्हतं. सत्य आणि स्वप्नाची सरमिसळ झाली होती जणूकाही. तिने छातीवरून बोटं फिरवली. वांग्यांचे काटे तिला जिथे बोचले होते तिथल्या खपल्या तिच्या बोटांना जाणवल्या. त्या जखमांपायी रक्ताच्या गाठी होऊन तिची छाती सुजली होती. सगळं त्याचंच काम होतं हे. तिला एकटं कुठला सोडणार होता तो? ती त्याला सामील होईपर्यंत तो तिला एकटं सोडत नसे. तिच्या मनात आलं, 'तुझ्याबरोबर राहण्यासाठी हेच करावं लागणार असेल तर लवकरच मला तुझ्याबरोबर घेऊन जा.'

तिच्या आईने येऊन तिला पुन्हा बसायला मदत केली. पाण्याचा छोटा तांब्या तिच्या हातात दिला. पाणी कोमट होतं. उन्हामुळे कोमट झालं असणार ते. तांब्या हातात धरण्याची ताकदसुद्धा पोन्नामध्ये नव्हती. तिच्या आईनेच तो तांब्या तिच्या ओठांना लावला. त्या तांब्याभर पाण्याने पोन्नाने तोंड अगदी स्वच्छ धुतलं. जसा तिचा घसा पाण्याने ओला झाला तसा तिला आतून उमासा आला. जोरात

उलटी करावीशी वाटली. तिने इतक्या जोरात ढेकर दिली की आपण आपल्या आतच ओकून ठेवू की काय, असं तिला वाटलं. आपल्या आईची साडी धरत, पुढे झुकत तिने उलटी करायचा प्रयत्न केला. तिचं तोंड एखाद्या छोट्याशा चिमणीच्या चोचीसारखं उघडं पडलं होतं. तिने कितीही प्रयत्न केला तरी तिला उलटी काही होईना. बरीच यातायात केल्यावर थोडीशी थुंकी काय ती बाहेर पडली. तिच्या आईने तिला थोडं पाणी प्यायला सांगितलं; पण पोन्नाला आता तोंडसुद्धा मिटता येत नव्हतं. तिने मान हलवली. मग ती जोरात धापा टाकू लागली. तिची आई आग्रह करू लागली म्हणून पोन्नाने पाण्याचे दोन घोट पिण्याचा प्रयत्न केला; पण ती घोटभरसुद्धा पाणी पिऊ शकली नाही. जे काही पाणी तिने तोंडात घेतलं ते तिच्या तोंडून तसंच्या तसं बाहेर पडलं ते नेमकं तिच्या आईच्या अंगावर. पुन्हा तिने उलटी काढायचा प्रयत्न केला. अगदी थोड्याच वेळात ती थकून गेली. उलटी आलीच तर तयारीत राहायला हवं म्हणून तोंड तसंच उघडं ठेवून, थकल्याभागल्या पोन्नाने आपल्या आईला मिठी मारली. वल्लयी शोक करत म्हणाली, "तुला काय होऊन बसलंय कोण जाणे. अगं, कालपर्यंत तर अगदी धडधाकट होतीस. आता मी काय करू? आत्ता गरज आहे तर नेमकी तुझी सासूसुद्धा नाही अवतीभवती मदतीला." तिने इकडेतिकडे नजर टाकली तेव्हा कुंपणापलीकडच्या गल्लीत दूरवर तिला गवताचा भारा दिसला. तिने साद दिली, "सीरायी, ये लवकर! जरा पोन्नाकडे बघ. तिला काय झालंय कोण जाणे!" वल्लयीची साद येताच डोक्यावरचा भारा तिथेच फेकत सीरायी घराच्या दिशेने धावली. पोन्नाने स्वतःला काहीतरी भयंकर करून घेतलेलं असावं, असाच विचार तिच्या मनात आला. छाती पिटत, मोठ्याने ओरडतच ती पुढे आली. "अय्यो! तूही मला सोडून गेलीस की काय?" तिचं हे ओरडणं आजूबाजूच्या शेतातल्या लोकांनी ऐकलं असणार. ती जशी शेतात पोहोचली तसं पोन्ना उलटी काढायचा प्रयत्न करत आहे हे तिच्या नजरेस पडलं. एका क्षणात तिला सगळा उलगडा झाला. हो, नक्कीच! आनंदाने पुढे येत ती म्हणाली, "पोन्ना! तू माझ्या मनात आशा जागवली आहेस, पोरी! तू आता एकटीच पडणार की काय अशी मोठी काळजी लागली होती बघ मला. पण देवाने तुझ्या कुशीत नवा जीव दिला आहे. आपल्यापासून एक जीव हिरावून घेण्यापूर्वी माझ्या पोराने आपल्याला दुसरा एक जीव दिल्याची खात्री केली आहे."

जवळ येत तिने पोन्नाच्या डोक्यावर हात ठेवला. दोन्ही हातांची बोटं तिच्यावरून ओवाळून टाकत कानशिलावर कडाकडा मोडली. तिची दृष्ट काढली. पोन्नाला कशाचाही अर्थ लागत नव्हता. काय झालं ते वल्लयीच्या मात्र लक्षात आलं. खात्री करून घ्यायला तिने विचारलं, "पोन्ना, शेवटची पाळी कधी येऊन

गेली तुझी?'' पोन्नाने कशाचाही हिशेब ठेवला नव्हता. काली गेल्यापासून ती बाजूला बसल्याचं तिला काही आठवत नव्हतं. वल्लयी म्हणाली, ''देवाने आपल्याला अगदीच काही सोडून दिलं नाही बघ. तुझा नवराच तुझ्या पोटात तुझं पोर म्हणून आला आहे. आता, इथून पुढे कशाचीही काळजी करायची नाही बघ.''

आत्ता कुठे पोन्नाला सगळा उलगडा झाला. पण, डोकं हातात धरून ती हुंदके देऊ लागली.

# १३

आजूबाजूच्या शेतातल्या ज्या कोणी सीरायीचा हंबरडा ऐकला होता, ते सगळे धावत तिच्या शेतात आले. बरीच गर्दी जमली. नेमकं काय झालं आहे हे कळल्यावर सगळे पुरुष आपापल्या शेतात परत गेले. ते म्हणू लागले, "या बायकांचं ना असंच असतं. चांगलं काही झालं तरी किंचाळतात, वाईट काही झालं तरी किंचाळतात. पुन्हा कोणी मेलंबिलं की काय असं वाटून हातातलं काम टाकून धावत आलो होतो पाहा मी इथे."

आलेल्यांपैकी एकही स्त्री परत गेली नाही. पोन्नाजवळ जात सगळ्यांनी तिचं अभिनंदन केलं. प्रत्येकीकडे पाहत तिला फक्त रडू येत होतं. त्या सगळ्याच स्त्रियांच्या मनात आनंद आणि दुःख अशा संमिश्र भावना दाटल्या होत्या. थोडा वेळ तिथेच उभं राहून त्या आपापसात बोलत राहिल्या.

"काय दुर्दैवी जीव म्हणायचा. त्याचा मृत्यू फार चुकीच्या वेळेस झाला. तिच्याकडे आता पाहायचं नशिबातच नाही त्याच्या."

"सगळी त्याचीच करणी. स्वतःच्या जिवाचं मोल देऊन त्याने एक जीव तिच्या पदरात टाकला आहे. तुम्ही पाहाच सगळ्या. नक्की मुलगाच होणार."

"तिसरा महिना असणार. म्हणूनच तिला अशा कोरड्या उलट्या होतायत."

"तिच्या जेवणात जर मसाले वगैरे टाकले असते तर तिला आधीच उलट्या सुरू झाल्या असत्या. पण करता काय! सुतक सुरू आहे ना. मसाले वगैरे कसे वापरणार? तिला जर तेलात तडतडणाऱ्या मोहरीचा वास आला असता तर तिला यापूर्वीच कोरड्या उलट्या झाल्या असत्या."

"तिची पाळी आली नाही हे कोणाच्याही लक्षात आलं नाही का?"

"नसेल आलं! घरातला कर्तासवरता पुरुष गेला. त्याच दुःखात सगळ्याजणी मग्न. हिची पाळी आली काय नि गेली काय, कोणाचं लक्ष असणारे?"

"आजवर ती दोघं ज्या ज्या ज्योतिष्यांकडे गेली होती त्या प्रत्येकाने सांगितलं होतं की पोटी संतान आहेच. थोडा संयम दाखवायचा, ते राहिलं बाजूलाच.

कुठल्या कुत्र्याने त्याचा अपमान काय केला, त्याने जाऊन स्वत:ला टांगून घेतलं. किती हा अभिमान म्हणायचा!"

या नव्या घटनेबद्दल प्रत्येकीलाच काहीतरी बोलायचं होतं.

पोन्ना तशीच रडत आणि कोरड्या उलट्या काढत बसून राहिली.

पोन्नाचा चेहरा हाताने वर उचलत नोन्निक्काडूच्या थोरात्तू पात्तीने म्हटलं, "पोन्ना... कशाला रडतेस? आता तुझ्या आयुष्यात आशा निर्माण झाली आहे बघ. तुझं स्वत:चं पोर तुझ्या आजूबाजूला बागडेल ना तेव्हा आयुष्य नक्कीच सोपं होईल. काळजी नको करूस." त्या म्हातारीला स्वत:चं मूलबाळ नव्हतं. तिच्या तरुणपणीच तिचा नवरा मेला होता. इथे ती तिच्या भावाच्या घरी राहात होती. तिचं सगळं आयुष्य इथेच गेलं होतं. पोन्नाकडे पाहिल्यावर तिलाही आता रडू आलं. ती गाऊ लागली -

*ल्याली रेशमी गं नेसू*
*चार पालख्या दाराशी*
*सोन्याचांदीने मढली*
*सारी सुखं पावलाशी*
*काय करावे गं तिच्या, 'मी'पणाचे बाई*
*जर कुसचं गं तिची, उजवली नाही?*
*आप्त स्वकियांचे कैसे कोडकौतुक गं होई?*
*दुडूदुडू पावलांनी पोन्ना आनंदी गं होई*
*अर्थ लाभेल आयुष्या, उर भरून गं येई*
*सग्यासोयऱ्यांच्या लाडा, आता भरते गं येई*

पात्तीचं गाणं ऐकून सगळ्यांनाच हसू आलं. सगळ्यांना आनंद झाला. तिची थट्टा करत कोणी म्हणालं, "आता हिचं गायन थांबवलं नाही ना तर ती चार लोकांना गोळा करून इथे कुम्मी नाचसुद्धा सुरू करेल!" पोन्नाचे अश्रू पुसत थोरात्तू पात्ती म्हणाली, "मला जे काही सोसावं लागलं ते सोसायची वेळ कोणावरही येऊ नये अशी प्रार्थना करणाऱ्यांमधली मी एक आहे. तुझा विचार मनात आला की मला फार वाईट वाटायचं. आपल्याला नातेवाईक असले, भावंडं असली तरी अगदी आपलं हक्काचं कुणी असणं ही काही वेगळीच गोष्ट असते, नाही का?"

थोरात्तू पात्तीला उद्देशून आपलं तोंड लपवत एक गुबगुबीत तरुण म्हणाला, "पात्ती, मी जाऊन तुझ्या भावाच्या नातवाला सांगतो हे सगळं. मग काय होतं पाहतोच."

त्यावर थोरात्तू पात्तीने उत्तर दिलं, "जा रे बाबा, खुशाल जाऊन सांग त्याला. मला काय सोसावं लागलं हे माझं मलाच ठाऊक आहे. त्याला काय समजणार आहे?" पोन्नाच्या कोरड्या उलट्या काही थांबत नव्हत्या हे पाहून थोरात्तू पात्ती सीरायीकडे वळून म्हणाली, "एक मिरं आणि थोड्या सुंठीची पूड कर, त्याच्यामध्ये थोडी करूपत्ती घाल आणि तिला त्याचा काढा प्यायला दे. तिच्या या कोरड्या उलट्या थांबतील बघ. तिला खाण्यासाठी काहीतरी शिजव पटकन. तिला जे मनापासून आवडतं ना तेच कर. हे पोर फार उशिरा पोटी आलंय तिच्या. तिची नीट काळजी घे." थोरात्तू पात्तीने हे सांगितल्यावर कुठे सीरायी जरा भानावर आली. तिने स्वत:ला सावरलं. चुलीत थोडी लाकडं सारत तिने चूल पेटवली. पोन्नाला नेमकं कशामुळे बरं वाटत नाही, हे आपल्या लक्षात कसं आलं नाही याची वल्लयीला जरा लाजच वाटली.

सीरायीने आधणाला पाणी ठेवलं. ही आनंदाची बातमी ऐकायला इतके जण गोळा झाले आहेत, हे पाहून तिला फार बरं वाटलं. हा क्षण साजरा करण्यासाठी काली हयात असता तर किती बरं झालं असतं. परंतु, तिला एवढा आनंद झाला होता की त्या विचारात ती रमलीच नाही. ती सांगू लागली, "काहीतरी भयंकर घडलं आहे असाच विचार माझ्या मनात आला. धावतच सुटले मी. विहिरीजवळ येऊन पोहोचत नाही तोवर तिच्या आईचं ओरडणं माझ्या कानांवर पडलं. तुम्हीच सांगा, मी तरी काय विचार करणार होते? भलतीच कासावीस झाले मी. गेले कैक दिवस, पोन्ना केवळ त्याच्या आठवणींत जगते आहे. तिने स्वत:चं काही बरंवाईट तर करून घेतलं नाही ना, हा एकच विचार माझ्या मनात होता. अशा परिस्थितीत कोणीही धास्तावेलच ना? स्वाभाविक आहे ते, हो की नाही? म्हणून किंचाळले मी. डोक्यावरचा गवताचा भारा तिथल्या तिथे फेकत जिवाच्या कराराने धावत सुटले. इथे येऊन पाहते तर काय, हिला कोरड्या उलट्या होत होत्या. तेव्हा कुठे मला आठवलं की तो मेल्यापासून हिची पाळी काही आलीच नाही. देवाने आम्हाला थोडीशी तरी आशा दाखवली म्हणून फार बरं वाटतंय पाहा मला आता," असं म्हणतं सीरायीने मसाल्याचं पाळं उघडलं. मिरं होतं त्यात, पण सुंठ काही नव्हती.

ती वल्लयीला म्हणाली, "काही दिवसांपूर्वी सुंठ आणली होती मी. गावातल्या घरी असावी. वल्लाबाई थोडं पाणी घे आणि तिचा चेहरा धू बरं. तिला बाजेवर आडवं पडायला लाव. अशी धावत जाते आणि पळत येते बघ सुंठ घेऊन." इतकं बोलून तिने शेतातून पुन्हा धाव घेतली.

बोळातून धावणाऱ्या सीरायीला पाहून काही लोक म्हणाले, "सीरायीला झालेला आनंद तर पाहा. इथून पुढे तिची अगदी धांदल उडणार आहे बरं."

खरोखरच, आनंदाने सीरायीचं हृदय उचंबळलं होतं. जो दिसेल त्याला ती सांगत होती, ''पोन्नाला दिवस गेले आहेत.'' यापेक्षा दुसरं काहीही तिने कोणाला सांगितलं नाही. ती जशी गावात पोहोचली, तसं काही लोकांनी तिला विचारलं, ''सीरायीअक्का, तुझ्या सुनेला दिवस गेले आहेत हे खरं आहे का?'' त्यावर ती म्हणाली, ''हे काय! इतक्यात गावात बातमी येऊन पोहोचलीसुद्धा? हो, अगदी खरं आहे. आत्ताच कळलं आम्हालासुद्धा.'' एका बाईने विचारलं, ''किती महिने झाले गं? सात की आठ?'' तिचा चेहरा पाहायलासुद्धा सीरायी थांबली नाही. ती म्हणाली, ''ही कोण वाह्यात बाई आहे? सातवा किंवा आठवा महिना असता तर एव्हाना आपल्याला समजलं नसतं का? माझा पोरगा अशा वाईट पद्धतीने कशाला मेला असता मग? जळणाऱ्या घरात स्वयंपाकासाठी सरपण मागण्यासारखं आहे हे. आमची वेळच वाईट आली होती. आता काली या जगात उरला नाही तेव्हा कुठे देवाने आमच्यावर थोडी दया दाखवली हो! जरा आमचा बरा विचार करा आता.''

हे बोलतानाही ती धावतच होती. घरी पोहोचताच, ती पटकन आत गेली. मसाल्याचं पाळं उघडून तिने थोडी सुंठ उचलली.

ती स्वत:लाच म्हणाली, 'इथून पुढे कोणी काही लागट बोललं तर त्या बोलणाऱ्याची जीभ जाळून टाकेन मी. या सुंठेसारखी वाळेपर्यंत भाजून काढेन ती जीभ मी. पण करता काय, आमचंच दुर्दैव सगळं. ज्यांचं सगळं काही धड चाललं आहे ते तोंडाला येईल ते बरळणारच आमच्याबद्दल. जाऊ दे मेले! त्याने आमचं काय बिघडणार आहे म्हणा! आमची ही वाईट वेळ तेवढी निघून गेली की झालं.' शेताकडे परत धावताना ती प्रत्येकाशी एखाद-दोन शब्द काय ते बोलली.

गावातल्या सार्वजनिक विहिरीच्या बाजूने जात असताना तिला तिथे कारान उभा असलेला दिसला. त्याच्या हातात एक घागर होती. तिला पाहताच तो म्हणाला, ''आया, माझ्यासाठी विहिरीतून पाणी काढशील का गं बादलीभर?''

''काढते की,'' असं म्हणत तिने त्याच्यासाठी विहिरीतून पाणी शेंदलं. मग ती त्याला म्हणाली, ''कारान, माझी सून पोन्ना पोटुशी आहे बघ. अडैयुरला आमच्या व्याह्यांच्या घरी जाऊन ही बातमी सांगायला हवी. जातोस का?''

त्यावर कारान म्हणाला, ''म्हणजे? आपल्या मालकीणबाई पोन्ना? जातो की. एवढी पाण्याची घागर घरी नेऊन ठेवतो आणि तडक सुटतो पाहा.''

''हे बघ, बातमी ऐकून पोन्नाच्या घरी साऱ्यांना इतका आनंद होईल, की ते तुझ्या हातावर काहीतरी ठेवतील बघ. कदाचित, एखादं नवं धोतरसुद्धा मिळेल. तू त्यांना ही बातमी सांगताच ते तडक इथे यायला निघतील. तेव्हा, तू त्यांना

आमंत्रणसुद्धा दे बरं.''

''नक्कीच!'' तो म्हणाला. ''मी सांगतो त्यांना की जुंपा गाडं नि या तडक इथं. ही बातमी ऐकण्याइतका काली सुदैवी नव्हता हे किती वाईट म्हणायचं....''

एव्हाना, सीरायीने पुन्हा शेताकडे धाव ठोकल्यामुळे कारानचं वाक्य हवेतच राहिलं. सीरायीला अचानक लक्षात आलं, की गावातल्या दाईला तिने कळवलंच नव्हतं. ती दाई गावाच्या एका टोकाला राहत असे. सीरायी आता तिथे गेली असती तर तिला उशीर झाला असता. त्याऐवजी, दाईला घेऊन यायला कोणाला तरी शोधावं, असं तिने ठरवलं. गावाकडून शेताकडे जाणाऱ्या रस्त्यावरून ती चालत असताना समोरून येणारी एक बाई तिला दिसली. तिच्या डोक्यावरच्या मोळीमुळे तिचा चेहरा झाकला गेला होता. तिच्या चालण्यावरून सीरायीला तिची ओळख पटली नाही, पण ती जवळ येताच सीरायीच्या लक्षात आलं, की ती मोसक्कादूची पोंगायी आहे.

चांगली बाई होती ती. कधी कोणाचं वाईट चिंतत नसे. अतोनात दारू ढोसून तिचा नवरा मेला होता, पण तो मरेपर्यंत तिने त्याची उत्तम काळजी घेतली होती. त्याच्या माघारी दोन मुली आणि एका मुलाला तिने एकटीने वाढवलं होतं. अगदी काही दिवसांपूर्वीच, ती शेतात भेटायला आली तेव्हा तिला रडू आवरलं नव्हतं. ती म्हणाली होती, 'हे सगळं किती भयंकर झालं आहे. माणसाच्या आयुष्याची हीच किंमत आहे का?'

तिला थांबवत सीरायीने ही बातमी सांगितली. सीरायी पुढे म्हणाली, ''पोंगा, जरा वाकडी वाट करून दाईला ताबडतोब यायला सांगतेस का गं?''

पोंगाने उत्तर दिलं, ''हे बघ, तू पटकन जा आणि पोन्नासाठी सुंठीचा काढा कर. मी जाऊन दाईला निरोप देते. मला काही फार वाकडी वाट नाही करावी लागणार. तिचा दादला घरी नसला तरी ती नक्कीच असेल. निरोप मिळताच लगेच येईल बघ. पोन्नाला दिवस गेले आहेत, हे तुझ्या जरी लक्षात आलं असलं तरी पण दाईने त्याला दुजोरा दिला की तुला जास्त बरं वाटेल. तू नको काळजी करूस, मी देते तिला तुझा निरोप लगेच.''

नवी ताकद घेऊन सीरायी चालू लागली. फुलाचा स्पर्श व्हावा, तशी वाऱ्याची मंद झुळूक तिला स्पर्शून गेली.

# १४

पोन्ना बाजेवर निजून राहिली. तिची आता खात्री पटली होती, की आदल्या रात्री काली नक्कीच येऊन गेला होता. त्याने तिच्याबरोबर बराच वेळ घालवला होता. त्यानेच ते नवजीवन तिच्या उदरात ठेवलं होतं. जोवर तो जिवंत होता तोवर तो हे साध्य करू शकला नव्हता; पण आता त्याने ते केलं होतं. पोन्नाची समस्या सोडवण्यासाठी त्याने स्वत:चं आयुष्य अर्पण केलं होतं. केवळ तिच्या भल्यासाठीच त्याने ते केलं होतं. तिला त्या गुंगीत धाडण्यापूर्वी तो तिच्याशी काय काय बोलला होता तो प्रत्येक शब्द तिला आता आठवू लागला. त्याचा आवाजसुद्धा तिला अगदी स्पष्ट ऐकू येऊ लागला. तिला गरगरू लागलं. तो म्हणाला होता, 'तुला जे हवं आहे ते द्यायला मी इथे आलो आहे.' कोणता वार होता काल? गुरुवार. काली गुरुवारीच गेला होता. तो जाऊन बरोबर दोन महिने झाले होते. तिसऱ्या महिन्याची सुरुवात झाली होती.

तो तिच्यावर चिडला नव्हता. तो तिला फक्त मदत करू इच्छित होता. तिने पुन्हा आदल्या रात्रीचा विचार केला. अतोनात सुखात बुडल्यागत तिला वाटलं होतं. तसं सौख्य तिला त्यापूर्वी कधीही जाणवलं नव्हतं. ती भावना तिला आत्तासुद्धा आठवली. या अशा कोरड्या उलट्या त्याचाच परिणाम होता. एखाद्या पटाईत जादूगारासारखा होता काली. लोकांना काय दिसू शकतं यात तो हातचलाखीने बदल घडवून आणू शकत होता. ती कण्हली, 'मामा. तू आता माझ्यातच आहेस. मी तुला कुठेही जाऊ देणार नाही. पण, तुझा आजा फार काळ जगला नाही. तुझा बापही फारसा जगला नाही. तूही नाहीस. माझ्या पोटी मुलगी जन्माला येऊ दे. तिला मी अगदी छान वाढवेन, तुझं नाव काढेल तुझी लेक. तू जसा माझ्या मांडीवर पडून राहायचास तशीच ती माझ्या मांडीवर निजेल. तिचं पोटं भरायला तिच्या तोंडात मी माझं बोंड सारेन. तुझ्या कुटुंबाचा शाप तुझ्याचबरोबर संपू दे. मुलगा जन्माला आला तर माझ्यासारख्या एखाद्या मुलीला त्याच्याशी लग्न करावं लागेल. माझी जशी आता तडफड होते आहे तशीच त्याही मुलीची

तडफड होत राहील. आता मला हे काहीच नको. मला जे हवं ते देण्याचं वचन दिलं आहेस तू. हेच हवं आहे मला.'

गुंगलेल्या अवस्थेतच पोन्ना ही सगळी बडबड करत होती.

पोन्नाला पाहायला आलेल्या बाया तोवर आपापल्या कामाला गेल्या होत्या. इथून पुढे पोन्नाचं सगळं भलं होईल, असं त्यांनी जाण्यापूर्वी आवर्जून म्हटलं होतं. आजूबाजूच्या शेतातून थोडा हिरवा चारा गोळा करायला आलेल्या म्हाताऱ्या बायका तेवढ्या आसपास रेंगाळत होत्या. सीरायीला शेताकडे धावत येताना पाहून त्यातल्या एकीने विचारलं, "सीरायी, सुंठ मिळाली का गं?"

सीरायीने उत्तर दिलं, "आया, मिळाली बरं. मसाल्याच्या पाळ्यातच ठेवते मी हे सगळं. असं काही झालं की हाताशी नको का आपल्या. कुठे शोधणार आपण?" इतकं बोलून सीरायीने सुंठेचा तुकडा चांगला ठेचून त्याची पूड केली. उकळत्या पाण्यात तिने थोडी पूड घातली. साडीच्या ओच्यात बांधलेली करूपत्ती मोकळी करत बत्त्याने ठेचली. तीसुद्धा तिने आता पाण्यात घातली. एव्हाना जाळ विझला होता. पानेईच्या वाळलेल्या झावळ्या तिने चुलीत सारल्या. फुंकणीने फुंकर घालून पुन्हा जाळ केला.

वल्लयीकडे पाहत तिने विचारलं, "मग, काय म्हणते तुझी लेक?"

वल्लयीने उत्तर दिलं, "माझी लेक? तुझी सून आहे गं बाई. बसव तिला आता डोक्यावर. झापड आहे तिच्या डोळ्यांवर. या सगळ्यांतून ती कशी काय बाहेर पडणार याचीच मला काळजी वाटते आहे."

सीरायी म्हणाली, "तू तिची आई आहेस. आता इथे राहा, तिला चांगलं खाऊपिऊ घाल. थोडं मांस शिजव. तिची ताकद भरून काढायला मदत कर." काढ्याचा मस्त दरवळ सुटला होता. पुढे होत तिने तो काढा गाळला. तो कढत काढा पटकन गार व्हावा म्हणून दोन पेल्यांतून ती तो वरखाली करू लागली. पिण्यासारखा झाल्यावर काढ्याने भरलेला पेला वल्लयीच्या हातात देत ती म्हणाली, "हा दे तिला प्यायला. मी काही तो अगदी प्रमाणात नाही केला. सुंठीचा चहाच म्हण त्याला; पण अगदी पिण्यासारखा झाला आहे. तिच्या घशाला जरा आराम मिळेल. आता चूल पेटवलीच आहे तर थोडा भात शिजवते. तिला आवडेल भात खायला. काही मसाले वगैरे न घालताच थोडं पातळ वरण करता येईल. तिला पिता येईल तेसुद्धा."

पोन्नाला उठून बसायला मदत करत वल्लयीने तिला घोट घोट सुंठीचा काढा पाजला. दोन घोट पोटात जाताच पोन्नाला जोरदार ढेकर आली.

बाहेरच बसलेली थेना पात्ती म्हणाली, "अगदी बरोबर, अशीच ढेकर येते. छोटेछोटे घोट घेत पीत राहा." मग सीरायीकडे वळून तिने म्हटलं, "अगं सीरा,

अजून सुतक संपलं नाही, हो की नाही? मग भात कसा रांधणार गं तू?''

हा प्रश्न येणारच हे सीरायीला माहीत होतं. तिचं उत्तरही तयार होतं. ती म्हणाली, ''शेत आहे हे, नाही का आया? घरात भात शिजवायचा नाही, हे माहीत आहे मला. पण इथे शेतात शिजवायला काय हरकत आहे. गेले दोन महिने आम्ही इथे भटक्यांसारखे राहातो आहोत. इथेच रांधतो, इथेच खातो. घरी चूलसुद्धा पेटवली नाही मी. ज्या दिवशी सुतक संपेल, आम्ही टेकडीवरच्या मंदिरात जाऊ, त्या दिवशी घर स्वच्छ करू आणि सगळं विधिवत नीट करू. सध्या, तिच्यासाठी मी इथेच काय ते शिजवू शकते. जरा बघ तिची परिस्थिती. कशी झालीय ती. तिच्या आवडीचे दोन घास तिच्या पोटात गेले तरच तिला जरा बरं वाटेल. या सगळ्या रूढी आपणच तर ठरवतो, हो की नाही? तुझं काय म्हणणं आहे? थोरात्तू पात्ती, तुला पटतंय का?'' आधारासाठी दुसऱ्या स्त्रीकडे वळत सीरायीने प्रश्न केला.

सीरायीच्या हो ला हो लावत ती म्हणाली, ''हो गं बाई. त्यात काय एवढं मोठं? दुसऱ्या कोणाच्या तरी घरी भात शिजवून इथे आणणं काय आणि इथेच तो शिजवला काय, दोन्ही सारखंच. हो पुढे, शिजव तिच्यासाठी थोडा तांदूळ, सीरायी. समजा कालीला जर त्याच्यात काही गैर वाटलं तर येऊ दे त्याला आणि म्हणू दे तसं.''

त्या सगळ्या ज्येष्ठ स्त्रिया पारोशा पिंपळाच्या सावलीखाली बसल्या होत्या. थोरात्तू पात्तीने कमरेची चंची काढली. तिची चंची पाहून थेना पात्तीने तिला चिडवायला सुरुवात केली. ती म्हणाली, ''काय गं, कमरेची चंची जराही दूर होऊ देत नाहीस तू. असं वाटतंय की तू मेल्यावरच त्या चंचीला हात लावायचा आणि त्यातूनच तुझं क्रियाकर्म उरकायचं असं तू सांगितलेलं दिसतंय. भरपूर माल दिसतोय त्यात. पाहा जरा, कशी फुगलीय तुझी चंची!''

थोरात्तू पात्तीने उत्तराला प्रत्युत्तर देत म्हटलं, ''काय गं बाई, विड्याची पानं आणि तंबाखू आहे याच्यात. झालं तर थोडा चुना. वाटलं तर स्वत: बघून खात्री कर,'' मग तिने चंचीतल्या वस्तू बाहेर काढल्या. प्रत्येकीने विड्याचं पान उचललं.

एकीकडे स्वयंपाक करताना सीरायी त्यांची बडबड ऐकत होती. सीरायीने केलेलं डाळ-तांदळाचं कढण पोन्ना अगदी एवढंसं प्यायली. तेवढ्याने तिला बरं वाटलं. तोवर, थंगयी दाई तिथे येऊन पोहोचली. आल्या आल्या ती म्हणाली, ''तुम्ही सगळ्या मोठ्या बाया इथे जमलेल्या पाहून मला वाटलं कुणी मेलंबिलं की काय.''

थोरात्तू पात्ती उसळून म्हणाली, ''हो गं बाई! असं काही आक्रित घडलं तर

तुला फारच आनंद होईल, नाही का?''

थंगयीने उत्तर दिलं, ''होच मुळी. तुम्ही चौघींनी चांगलं ऐंशी पार केलंय आता. तुमच्यातली एखादी तरी मरेल, म्हणून वाट पाहतेय मी कधीची. जरा गोडधोड तरी खायला मिळेल, पण इतक्यात काही तसं होईल असं वाटत नाही मला.''

त्या म्हाताऱ्यांपैकी एकजण म्हणाली, ''लोकांची हजामत करून तुझा नवरा पैसे कमावतो. पुरेसं नाही का तुला? लोकांच्या मरणावर टपून बसलीयस?''

हे ऐकून न ऐकल्यासारखं करत थंगयी म्हणाली, ''कालीसारखी तरुण आणि धट्टीकट्टी माणसं मरतात. पण थकलेल्या म्हाताऱ्यांना काही होत नाही. जा, जगा हवं तितकं, अगदी शंभरी पार करा.''

''त्या ऐवजी, थोडं विष देऊन आम्हाला मारून का टाकत नाहीस? आनंदाने घेऊ हो आम्ही,'' थोरात्तू पात्तीने उत्तर दिलं.

इतरांना चिडवण्याची थंगयीची ही पद्धत सगळ्यांना माहीत होती. कोणी त्रासेल असं ती कधीच काही बोलत नसे. ती त्या सगळ्या गावाची दाई होती. सगळ्या बायकांवर ती उपचार करत असे. प्रत्येकीच्या बाळंतपणात त्यांची काळजी घेत असे. हजामत करणं हा जरी तिच्या नवऱ्याचा मुख्य व्यवसाय असला तरी पुरुषांवर तो औषधोपचार करत असे. गावकरी त्याला वर्षावारी पैसे देत. थंगयीने पोन्नाचा उजवा हात हातात घेत तिची नाडी तपासायला सुरुवात केली. ती म्हणाली, ''अगदी खात्रीने सांगते, कालीच आता नव्याने हिच्या पोटात आला आहे. उद्या सकाळी मी तिला वनौषधींचे चार गोळे देईन. पुढचे चार दिवस तिने त्यातला एक गोळा खाल्ला पाहिजे. हे सगळे कोरडे उमासे ताबडतोब थांबतील पाहा.'' पोन्ना कशीबशी हसली. तिचं कौतुक करत थंगयी पुढे म्हणाली, ''पाहिलंत, तिच्या चेहऱ्यावरचं हसू पाहा. सगळं नीट होणारे. तिच्या पोटी चांगलं सशक्त मूल जन्माला येणार आहे. या कुटुंबाचं आता भलं होईल. या कुटुंबाची भरभराट होईल. ते लहानसं लेकरू इथे खेळेल, त्याची प्रगती होईल.'' तितक्यात, आतून शेरभर कम्बु आणून वल्लयीने तो थंगयीच्या साडीच्या ओच्यात ओतला. त्याचं नीट गाठोडं बांधून दाई खोपटातून बाहेर आली.

तिच्याकडे पाहत थोरात्तू पात्ती म्हणाली, ''आताशा फार बोलतेस तू बरं. तुझी जीभ जरा थोडी कापून टाक असं तुझ्या नवऱ्याला सांगायला हवं.''

दुसरी एक स्त्री पटकन म्हणाली, ''ते काही व्हायचं नाही, पूजा करतो तो तिची.''

''खरं की काय! कशी पूजा करतो बाबा? गुडघ्यांवर बसतो की उताणा पडतो?''

थंगयी म्हणाली, "उभ्याने करतो. काय बाई या म्हाताऱ्या! एकेकीचं बोलणं ऐकावं!"

"ए बये, जरा जपून. हातात सुरा घेऊन फिरतो तो."

दुसरी म्हातारी चहाटळपणे म्हणाली, "हो, पण त्या सुऱ्याला धार करायचा खडक थंगयीकडे आहे ना."

या असल्या चवचाल बोलण्याची त्या सगळ्या बायांना, त्या पात्तींना, फार मजा येत होती. सगळ्या हसत होत्या.

तितक्यात थंगयी थोरात्तू पात्तीला म्हणाली, "जरा विड्याची पानं देतेस का गं?" म्हातारीने कमरेची चंची पुन्हा काढली. त्यावर थंगयी म्हणाली, "आपली चंची उघडायला अगदी नको असतं म्हातारीला!"

थोरात्तू पात्तीने ते ऐकून न ऐकल्यासारखं केलं. ती म्हणाली, "बरोबर. ही चंचीच काय ती तेवढी माझी आहे. तुझी गोष्ट वेगळी. तुझ्याकडे तर सोन्याची चंची आहे. तुला हवी तेव्हा चटकन उघडून वाटतेस सगळ्यांना," इतकं बोलून तिने थंगयीला विड्याचं अर्धं पान आणि सुपारीचा तुकडा दिला.

थंगयीने विचारलं, "सगळं पान का नाही दिलंस मला? काय गेलं असतं तुझं? हे कसं पुरणार मला?"

त्यावर थोरात्तू पात्तीने उत्तर दिलं, "आमची विड्याची पानं कोणाच्या तोंडाला पुरी नाही पडू शकत, पडतील का?"

थंगयी म्हणाली, "तुझ्याशी बोलताना मी कधीही जिंकू शकणार नाही. थोडा चुना दे. मला निघायला हवं. खूप कामं पडली आहेत अजून."

दुसरी एक पात्ती म्हणाली, "हे विड्याचं पान घरी नीट घेऊन जा आणि सांग तुझ्या नवऱ्याला थोडा पांढरा चुना फासायला."

"हो, हो, ठाऊक आहे मला. तुम्ही इथे बसून आनंदाने गप्पा मारत आहात हे पाहून मला फार बरं वाटलं. अशाच आनंदात राहा," अगदी मनापासून तिने त्या सगळ्यांना म्हटलं.

त्यानंतर थोरात्तू पात्तीने गाण्यात तिचं कौतुक करायला सुरुवात केली. सगळ्या बायका त्यांच्या कुम्मी पद्धतीने टाळ्या वाजवत तिच्याबरोबर गाऊ लागल्या.

*सुख सुखावली दाई, सुख सुखावली दाई*
*तुझ्या पायी गं झुंझुळे तुझे चाळ का गं दाई?*
*खुळखुळ कम्बूची कानी येतसे गं दाई*
*गोडी गुळाची गं त्यात मुरू दे गं दाई*
*कडी लावून दाराची कुट, कुट ते गं दाई.*

''काय बाई या म्हाताऱ्या! मला चिडवणं काही थांबत नाही यांचं. जातेच कशी मी,'' असं म्हणत थंगयीने तिथून पटकन काढता पाय घेतला. तितक्यात, म्हाताऱ्यांपैकी कोणीतरी म्हणालच, ''अगं हो! काळजी घे, कम्बु जरा नीट सांभाळ!'' - कम्बू - दांडा या अर्थाने ती बोलत होती. थंगयीने काही उत्तरच दिलं नाही.

शिजलेल्या भाताचा घमघमाट येऊ लागला. चुलीच्या वैलावर सीरायीने डाळ शिजायला लावली होती. ती वल्लयीला म्हणाली, ''अक्का, या सगळ्या पात्ती गाऊन गाऊन थकल्या असतील बघ. जरा त्यांच्यासाठी थोडी कंबूची पेज करतेस? त्यांना थोडीशी पेज पिऊ दे. जरा आराम करू दे. दुपार झालीय बघ.''

एक पात्ती म्हणाली, ''थोडं दही असेल तर आमच्यासाठी ताक घुसळ बाई. घरी जाऊन स्वयंपाक करायला कुठे वेळ आहे आता? इथेच थोडं ताक पितो आणि पारोशा पिंपळाखाली अंग टाकतो. संध्याकाळ झाली की निघू आम्ही.''

सीरायीने उत्तर दिलं, ''अगदी चालेल! तुम्हाला हवं तर आजची रात्र इथेच निजा तुम्ही. झाडाखाली तुमच्यासाठी दोन बाजा घालते मी.''

''पण, तुझा पोरगा त्या पारोशा पिंपळावरच बसतो ना.''

''बसू दे त्या मूर्खाला झाडावरच. तुम्ही सावलीत बसा. तो काय त्या सावलीवरसुद्धा हक्क दाखवणार आहे का?''

''तसंही आपल्याला काय करणार आहे तो? तो आपल्याला जर घेऊन गेला तर आपणही आनंदाने जाऊ त्याच्याबरोबर. या पृथ्वीवर भार होऊन आपल्याला तरी कुठे जगायचं आहे?''

त्या सगळ्या बायांसाठी थोडं कम्बु पातळ करण्यापूर्वी तुरीची डाळ शिजली. सीरायीने ती रवीने चांगली घुसळली. आता छान पिण्यासारखं कढण झालं होतं. एका ताटलीत थोडा भात आणि कढण घेऊन ती पोन्नाकडे गेली. पोन्नाने तिच्या हातून ताट घेत आपल्या मांडीवर ठेवलं तेव्हा गरम अन्नाचा दरवळ तिच्या नाकाला जाणवला.

कित्येक दिवसांनंतर आज पहिल्यांदाच ताटातलं वाफाळलेलं अन्न पाहून पोन्नाला खायची इच्छा झाली.

## १५

सीरायीच्या अंदाजाप्रमाणेच पोन्नाचे वडील आणि भाऊ ताबडतोब बैलगाडीतून येऊन पोहोचले. येताना त्यांनी मुथूच्या बायकोला नि मुलालाही बरोबर आणलं होतं. लग्नासाठी अनेक भेटवस्तू आणल्याप्रमाणे त्यांनी बैलगाडीतून अनेक छोटीमोठी बोचकी बाहेर काढायला सुरुवात केली. त्यात काही पितळीची भांडीसुद्धा होती. त्यांनी बरंचसं धान्य, डाळी, करूपत्ती, नारळं आणि इतर बऱ्याच वस्तू आणल्या होत्या.

पोन्नाच्या दिशेने धाव घेत तिची भावजय पूवयी म्हणाली, ''इथून पुढे आता अगदी चांगले दिवस आले आहेत बरं.''

पारोशा पिंपळाच्या सावलीत लवंडलेल्या सगळ्या पात्ती उठून बसत एकमेकींना म्हणू लागल्या, ''काली जिवंत असता ना तर याहून कितीतरी अधिक भेटी आणल्या असत्या त्यांनी.''

''हे तर काहीच नाही. मुलगा झाला की मामा खूप भेटवस्तू आणतो.''

''त्या मामाला आहेच की एक मुलगा. हिला जर मुलगी झाली तर त्या दोघांचं लग्न होऊ शकतं. मुथूला एक मुलगा आहे आणि पोन्नालाही एक होईल. त्या लग्नाने दोन्ही घरातला पैसा आणि नाती सगळंच घरात राहील.''

''हे पाहा, ही आपली इच्छा आहे. देवाच्या मनात काय आहे, ते महत्त्वाचं नाही का?''

''हो गं बाई. आपल्या सगळ्याच इच्छा खऱ्या झाल्या असत्या तर देवाची काय गरज उरली असती?''

''बरोबर! कदाचित, आपल्याला त्रास द्यायला तो मुद्दाम वेगळं वागला असता. म्हणूनच, बरेचसे लोक देवाला खास वेगळं काही मागत नाहीत. देवाला जे योग्य वाटेल ते त्याने द्यावं, म्हणून त्याची प्रार्थना तेवढी करतात.''

मग त्या बायका असंच काही ना कांही बोलत राहिल्या.

पोन्नाला दिवस गेले आहेत, हे समजल्यापासून काय काय झालं, याबद्दल

सीरायी आणि वल्लयी मोठ्या अभिमानाने सगळं पुन्हा सांगत होत्या. पोटात चार घास गेल्यावर पोन्नाच्या चेहऱ्यावर जरा टवटवी आल्यासारखी दिसत होती. आपल्या भावजयीचा हात धरून ती खोपटातून बाहेर आली. तिथल्या त्या सपाट खडकावर ती बसली. तिच्या भावजयीने तिचे केस हळुवार हातांनी सोडून त्यांना तेल लावलं. गेल्या कित्येक दिवसांत पोन्नाचं केसांकडे जराही लक्ष नव्हतं. पानेईच्या झावळ्यांसारखे रखरखीत झाले होते तिचे केस. गुंतलेसुद्धा होते. तिची भावजय म्हणाली, "हे बघ, थोडी शिकेकाई घालून केसातलं तेल निघेल, अशी काळजी घे हो. नाहीतर तुझे केस असे काही गुंततील की सोडवणं कठीण जाईल." मग तिने पोन्नाच्या केसातला गुंता कंगव्याने हळुवारपणे काढायला सुरुवात केली. पोन्नाचं डोकं ती अगदी सावकाश इकडून तिकडे करत होती. कंगव्याने केस जोरात ओढले जाणार नाहीत, पोन्नाला त्रास होणार नाही, याची काळजी घेत होती. आपल्या अवतीभवती काय काय घडत आहे, याची पोन्नाला पूर्ण जाणीव होत नव्हती. बातमी ऐकताच आपल्या आईला आणि सासूला एवढा आनंद होईल, अशी तिची अपेक्षा नव्हती. शिवाय, गावातले सगळेच तिला भेटायला येत होते, प्रत्येकाच्या चेहऱ्यावर आनंद होता. आता तिच्या माहेराहून कितीतरी भेटवस्तू आल्या होत्या. प्रत्येकाचा चेहरा उजळला होता. एका बाईला दिवस गेले, की कित्येक लोकांच्या चेहऱ्यावर आनंद येतो.

मूल नसणं फार दुर्दैवी आहे, असं लोकांना का वाटतं याचा अर्थ आता कुठे पोन्नाच्या लक्षात येऊ लागला. बाळाच्या ठायी मोठा आनंद आणि उत्सव असतो. सुरुवातीलाच लोक अशाप्रकारे प्रतिसाद देत असतील तर प्रत्यक्ष बाळाचा जन्म झाल्यावर हे लोक नेमकं काय काय करतील असा विचार पोन्नाच्या मनात आला. नान्गयीच्या सूचना काही संपत नव्हत्या. ती सांगू लागली, "तुला सकाळी कोरड्या उलट्या होतील. उलटी करायची जबरदस्ती करू नकोस स्वत:वर. त्यापायी तुझा घसा खरवडून निघेल. करूपत्तीचा छोटासा तुकडा चघळ. त्याने तुझ्या ढेकरा कमी होतील. जाग आल्यावर ताडकन उठून न बसता तशीच जर थोडी पडून राहिलीस तर तुला कमी गरगरेल. दिवस जसजसा चढू लागेल तसंतसं तुला ताकद आल्यासारखं वाटेल. स्वत:ला उगाचच थकवू नकोस. झेपेल इतकंच काम कर. पाचवा महिना लागला की उलट्या वगैरे बंद होईल. मग तुला अगदी पहिल्यासारखं वाटू लागेल."

मुथूकडे वळत सीरायी म्हणाली, "बेटा, आता आपल्याला जरा पुढचा विचार करायला हवा. तुझ्या मित्राने फार घाई केली जाण्याची. तो जर आपल्यात असता तर आपल्याला कितीतरी आनंद झाला असता. आपण त्याचा कितीही विचार केला तरी तो काही आता परत यायचा नाही. बापाला दूर पाठवल्यावरच

हे पोर जन्माला यायचं होतं. इथून पुढे, तुझ्या मदतीची गरज पडणार आहे आम्हाला. काल रात्रीच पाऊस पडून गेला. काली असता तर त्याने सकाळ होताच बैल नांगराला जुंपले असते. कम्बु आणि भुईमुग पेरण्याच्या दृष्टीने जरी उशीर झाला असला तरी आपण अजूनही शेतात मका पेरू शकतो. इथल्या गुराढोरांना भरपूर चारा मिळेल त्याचा. वाढणारं गवतसुद्धा खाऊ घालू शकतो आपण ढोरांना. वल्लयी घेईल घराची आणि लेकीची काळजी. मी शेताकडे पाहीन. तू आम्हाला जरा मदत कर रे बाबा.''

मुथू म्हणाला, ''अथ्थयी, अजून बराच दिवस हातात आहे. मी असं करतो, एका लांबीने मका पेरत जातो आज. उरलेलं काम उद्या संपवू या. माती ओली असेपर्यंत पेरणी होऊन जाईल बघ. कुठलंही काम अर्धवट नाही सोडणार आपण.''

सीरायीने उत्तर दिलं, ''हो रे मुथू, अगदी बरोबर आहे. घरात एक जीव वाढतोय म्हटल्यावर शेताकडेसुद्धा लक्ष द्यायलाच हवं ना? हेच योग्य आहे बघ. जशी जमीन फळफळेल तसं घरही फळफळेल बरं. त्याने किती मका जपून ठेवलाय हे काही मला ठाऊक नाही. सगळ्या जमिनीला काही पुरायचा नाही तो. लिंबू आणि भुईमुगावर त्याने लक्ष केंद्रित केलं असणार. उरल्यासुरल्या जागेत मका लावायचा त्याचा विचार असणार. कदाचित, पोन्नाला माहीत असेल. चल, तिला विचारून पाहू. नाहीतर, आपणच कोठारात जाऊन पाहू या काय काय आहे ते.''

पेरणी सुरू करता येईल की नाही याचा अंदाज घ्यायला मुथू सरळ शेतात पोहोचला. पोन्नाच्या नजरेला नजर देण्याचं धाडस त्याच्यात नाही असंच त्याला वाटत होतं. काय बोलणार होता तो तिच्याशी? मंदिरातल्या त्या उत्सवात तिला नेल्यानेच तिला हे मूल झालं होतं. म्हणजे, तिची कूस वांझ नव्हतीच. दोष कालीचा होता. काली जिवंत असता तर त्याला काय वाटलं असतं? कालीमधली उणीव सगळ्या जगासमोर उघडी करण्यासाठी हे मूल आलं आहे, हे जाणून तो दुखावला गेला असता का? इथून पुढे तो निपुत्रिक आहे असे टोमणे गावकऱ्यांना मारता येणार नाहीत म्हणून त्याला आनंद झाला असता का? हे बाळ कोणा देवाने दिलं होतं. परंतु, तसं पाहिलं तर, प्रत्येक मूल हे देवाचाच प्रसाद असतं. असा कुठलाही वंश नसतो जिथे सगळे अगदी एका मुशीतून काढलेले, अगदी शुद्ध असतात. प्रत्येक कुटुंबाची काहीतरी कहाणी असतेच. 'तो तिथे गेला, ती तिथे गेली' असे प्रवाद बोलले न जाणारं कुठलंच कुटुंब नसतं. इतकंच काय, त्याचा स्वत:चा बापही संतापला की म्हणत असे, 'कोणापासून जन्माला आलास तू कोण जाणे!' खरोखरच, ती कल्पना त्याच्याही मनात बरेचदा घोळत असे. या

सगळ्याचा विचार करायचा म्हटलं तर लोक बदलत आहेत, जात बदलत आहे, खेडी बदलत आहेत, इतकंच काय, देशही बदलत आहे, या सगळ्या गोष्टींत तथ्य वाटू लागतं.

सेव्वूर नावाच्या ठिकाणी वेल्लैयन कादू म्हणजेच गोऱ्याचं शेत होतं. तिथे रोजंदारीवर नांगरटी करायला गेल्यावर मुथूला ते समजलं होतं. ज्या कुटुंबाने त्याला कामावर ठेवलं होतं त्या कुटुंबात प्रत्येक पिढीत एकतरी पोर अगदी गोरं जन्माला येत होतं. पांढऱ्या फिरंग्याप्रमाणेच. परंतु, त्या सगळ्यांना त्या गोऱ्या कातडीचा अभिमान होता. ज्या शेतकऱ्याची ती जमीन होती तो स्वतः चांगलाच गोरा होता. त्यानेच मुथूला म्हटलं होतं, 'फार वर्षांपूर्वी आमच्या कुटुंबात एक अतिशय आकर्षक स्त्री होती. आम्हा सगळ्यांसारखीच तीसुद्धा चांगलीच गव्हाळ होती, पण तिच्यात एक वेगळंच तेज होतं. सगळ्यांनाच ती खूप आकर्षक वाटायची. तिच्या लग्नानंतर ती तिच्या नवऱ्याबरोबर रथयात्रा पाहायला गेली. एका गोऱ्या अधिकाऱ्याने तिला पाहिलं. तो तिला बळजबरीने स्वतःबरोबर घेऊन गेला. त्या दोघांमागून तिचा नवराही गेला. त्या गोऱ्याच्या बंगल्याबाहेर तो थांबून राहिला. संपूर्ण रात्र तो तिथेच बसून राहिला. आपल्या बायकोला तो त्या गोऱ्या माणसाबरोबर कायमचं तर ठेवू शकत नव्हता, नाही का? पण, त्या गोऱ्याबरोबर तो लढू शकत नव्हता, त्याचा विरोध करू शकत नव्हता. दुसऱ्या दिवशी, त्याची बायको रडतच बाहेर आली. तो गोरा मात्र मस्तपैकी हसत बाहेर आला. बाहेर बसलेल्या या माणसाच्या पाठीवर थोपटत तो म्हणाला, की इतकी आकर्षक बायको मिळाली आहे, हे त्याचं नशीबच आहे. त्या गोऱ्याने याच्या हातात नोटांची थप्पी ठेवली, पण या नवऱ्याने ती काही घेतली नाही. त्याला फार रडू आलं. या माणसाला नेमकी काय भेट दिली तर त्याला आनंद होईल, असा विचार त्या गोऱ्याच्या मनात आला. कोणाच्याच नसलेल्या सार्वजनिक जागेतून त्याने त्याला चांगली दहा एकर जमीन दिली. शेतकऱ्याला जमीन दिली, की तो सारंकाही विसरतो. तुम्हाला हवं ते देऊ करतो. अशाप्रकारे, ही जमीन आमच्या ताब्यात आली. आम्ही तर, आमच्या त्या पणजी, खापर पणजीचे आभारच मानतो. अन्यथा, ही अशी एवढी जमीन आमची आम्हाला काही मिळाली नसती. त्या गोऱ्या माणसाने जे बीज रुजवलं ते आज इतक्या पिढ्यांनंतरसुद्धा आपला रंग दाखवतंय. प्रत्येक पिढीत एक मुलगा किंवा मुलगी गोरी जन्माला येते. त्या गोऱ्या माणसाचं "फिल्ड" हेच आडनाव आम्हाला चिकटलं. या गावात जातीबाहेर लग्न होतात, पण सगळा मामला चोरीचा असतो. मात्र, आमच्या घरातली ती बाई त्या गोऱ्याबरोबर जाते, हे सगळ्यांना ठाऊक होतं. मी पण त्याबाबत अगदी मोकळेपणाने बोलतो. आमच्या घरात जेव्हा कोणी लग्नाचा प्रस्ताव घेऊन येतं

तेव्हा आम्ही त्यांना सांगतो, की जन्माला येणारं मूल गोरं असू शकतं.' तो पुढे असंही म्हणाला, 'जेव्हा एखादं मूल गोरं जन्माला येतं तेव्हा त्याचं कोणालाही काही वाटत नाही. उलट, सगळ्यांना अभिमानच वाटतो. आपला दृष्टिकोन कसा आहे, यावर सगळं अवलंबून आहे.'

मुथूने शेताकडे पाहिलं. शेताचा तो तुकडा अगदी उत्तम निगा राखलेल्या स्थितीत दिसत होता. चारी बाजूच्या उंचावलेल्या मेरी जागेवर होत्या. जिथे माती अजून ओलसर होती असा जमिनीचा भाग निवडून त्याने तिथे वाढलेली कोलुंजी उपटून काढायला सुरुवात केली. मुथूला जाणवलं, की जमिनीच्या या तुकड्याला अनेकांचा हात लागला होता, अनेकांनी तिची मशागत केली होती. आधीच्या मालकाकडून ती जमीन दुसऱ्याच्या हातात आली की तिची नांगरटी आणि पेरणी दुसऱ्याच्याच हातात असते, नाही का? मुथूने स्वत:ला बजावलं, की पोन्नाला त्रास होऊ नये म्हणून जे काही करायला हवं ते त्याने केलंच पाहिजे. कालीच्या मृत्यूमुळे निर्माण झालेली पोकळी मिटवण्यासाठी तो काहीही करू शकत नव्हता. ते जोडपं एकमेकांच्या सहवासात अत्यंत आनंदात होतं. पोन्नासाठी कालीने साऱ्याचा त्याग केला होता. या शेतात स्वत:ला कोंडून घेतलं होतं. कालीचं आणि पोन्नाचं लग्न होण्यापूर्वी मुथू आणि काली महिन्यातून एकदा तरी बायका शोधायला बाहेर पडत. कालीने जेव्हा पोन्नाशी लग्न करायची इच्छा प्रकट केली तेव्हा वरकरणी जरी मुथूने आनंदाने होकार दिला तरी मनोमन त्याला चिंता होती. लग्नानंतर काली धड राहील की नाही, हाच विचार त्याच्या मनात होता. काली पोन्नाशी ज्या एकनिष्ठतेने राहिला होता त्याची मुथूला जराही अपेक्षा नव्हती. तिचं त्याच्यावर पूर्ण नियंत्रण होतं. तिला न आवडणाऱ्या व्यक्तीशी त्याची जराही घसट असली तरी ती आपली नावड लक्षात आणून देत असे.

कालीने मुथूला वारंवार सांगितलं होतं, 'तुझ्या बहिणीचा हात माझ्या हातात दिलास ही तू माझ्यासाठी फार उत्तम गोष्ट केली आहेस.' कालीने जर त्या दोघांच्या मैत्रीचा विचार करणं थांबवलं असतं तर त्याने स्वत:चं आयुष्य असं संपवलं नसतं, असा विचार त्याच्या मनात आला. पोन्ना ही आपली अत्यंत अमूल्य मालमत्ता आहे, असं कालीला वाटू लागलं होतं. कालीशिवाय मुथूला फार एकटं वाटलं. अर्ध्याअधिक शेतातलं कोलुंजी तण उपटून झालं तेव्हा त्याच्या वडिलांनी हाक मारली, "अरे, पोरा!" कालीच्या मृत्यूनंतर मुथूचा बाप मुथूशी अधिक प्रेमाने वागू लागला होता. मुथू म्हणाला, "आलो, आलो!" पण त्याने तेवढ्या भागातलं सगळं तण उपटून काढलं. त्याचा गठ्ठा बांधला. कोलुंजीचं तण ताजं होतं. बरीच फुलंसुद्धा लागली होती. ते सगळं एखाद्या गड्ड्यात टाकलं तर त्याचं उत्तम खत झालं असतं. कालीला नेहमी अशा छोट्यामोठ्या कल्पना

सुचायच्या. काली जरी गेला असला तरी त्याचे विचार आणि कल्पना मागे साडून गेला आहे, असंच मुथूला वाटलं. काली जर हयात असता, त्या सगळ्यांमध्ये असता तर सगळं कसं वेगळं झालं असतं, असा विचार मुथूच्या मनात आल्याशिवाय राहिला नाही.

# १६

त्या विशिष्ट रिवाजाबद्दल मुथूला काहीही ठाऊक नव्हतं. परंतु, त्याच्या वडिलांना त्याबद्दल सगळं माहीत असल्याचं दिसलं. थोरात्तू पात्तीने त्यांना आठवण केली हे फार बरं झालं.

संध्याकाळच्या सुमारास, उन्हाची तीव्रता थोडी कमी झाल्यावर सगळ्या पात्ती जायला निघाल्या. पोन्नाच्या गावाकडून ज्या काही भेटवस्तू आल्या होत्या त्यातूनच त्या प्रत्येकीला दोन दोन केळी आणि करूपत्तीचा एक एक तुकडा देण्यात आला. प्रत्येकीने ते साडीच्या पदरात बांधून घेतलं. कुल्ला पात्ती म्हणाली, ''आम्हा म्हाताऱ्यांना किती देतो आहेस. ज्या कारानने ही चांगली बातमी आणली त्याला तू काय दिलंस?''

मुथू म्हणाला, ''आया, त्याचं अगदी मन भरेल इतकं बक्षीस दिलं त्याला.''

सीरायीकडून बातमी ऐकल्यावर पोन्नाच्या कुटुंबाला ती कळवण्यासाठी कारान ताबडतोब निघाला होता. त्याच्या जागी कोणीही असतं तरी हे काम करायला त्याने होकारच दिला असता. धावत जाऊन ती बातमी सांगून बक्षीस खिशात टाकायला कुठल्याही तरुण मुलाला नक्कीच आवडलं असतं. म्हणनूच, कारानने ती बातमी इतर कोणालाही सांगितली नाही. सगळी शेतं ओलांडत, आडमार्ग घेत तो त्याला सांगितलेलं काम करायला धावला. मुथू त्याला वाटेतच, त्याच्या शेतात भेटला. तिथेच त्याने मुथूच्या कानांवर बातमी घातली. अतिशय उत्तेजित होत मुथूने त्याला कडकडून मिठी मारत उचलून घेत म्हटलं, 'काय मस्त बातमी आणली आहेस, गड्या!' त्याच्या त्या कृतीने कारानला अगदी संकोच वाटला. तो पटकन म्हणाला, 'सामी! हे पाहा, इतर कोणी आपल्याला पाहण्याआधी सोड बरं मला.' त्यावर मुथू म्हणाला, 'सोडतो रे. चल, घरी चल.' इतकं बोलत मुथूने आनंदाने घराकडे धाव घेतली. त्याच्या पाठोपाठ कारान तिथे पोहोचेपर्यंत मुथूने त्याच्यासाठी एक धोतर, एक टॉवेल आणि दोन बंदे रुपये काढून ठेवले होते. हे सगळं त्याच्या हातात देत मुथूने विचारलं, 'पुरेसं आहे ना?' कारान तर आनंदाने

अक्षरश: वेडा झाला होता. त्याने तिथेच त्यांच्याबरोबर मस्तपैकी जेवण केलं आणि मग त्यांच्याच बैलगाडीत बसून तो परत आला. कारानने त्यांचा निरोप घेण्यापूर्वी मुथूने त्याला पोन्ना आणि सीरायीबरोबर शेतात काम करायला एखादी बाईमजूर पाहून द्यायला सांगितलं.

थेना पात्तीने विड्याची पानं आणि सुपारी मागितली. विडा तोंडात सारून तो चांगला चावत ती म्हणाली, ''सगळं काही ठीक होईल बघ. पोन्नाचं बाळंतपण सुखरूप पार पडेल. ती आपल्या मुलाला उत्तमप्रकारे वाढवेल आणि हे बघा, आम्ही सगळे आहोत ना मदतीला. कधीही काहीही गरज लागली तर आमच्यासाठी सांगावा धाडा बरं. तशाच धावत येऊ आम्ही. तिला छान छान खायला करून घालू. तसंही, कोणीतरी एकीनेच स्वयंपाक केला, की त्याच त्याच चवीचं अन्न खाऊन कंटाळा नाही का येणार? आमच्यापैकी कोणी कोणी येत गेलं की खायलासुद्धा वेगळं होत राहील. तितकाच चवीत बदल.''

थोरात्तू पात्ती म्हणाली, ''हे पाहा, गावपंचायतीला ही बातमी सांगा हो, विसरू नका. मी मात्र विसरले!''

त्या वेळेस पहिल्यांदा मुथूने त्या रिवाजाबद्दल ऐकलं. एखाद्या बाईचा नवरा वारल्यावर तिला दिवस गेले तर गावपंचायतीला त्याची खबर द्यावी लागते. त्यानंतर मोठा समारोह होतो. मृत नवऱ्याचं शेवटचं क्रियाकर्म पार पडल्यावर त्या समारोहाची सुरुवात होते. सगळं गाव एकत्र येतं. स्मशानभूमीतून दहनयात्रा घरी आल्यावर प्रार्थना करून झाली, की एक न्हावी घराच्या प्रवेशद्वारापाशीच बसतो. त्याच्या बाजूला पाण्याने भरलेला तांब्या असतो. त्या मृत नवऱ्याच्या बायकोने कपड्यांवरून अंघोळ केलेली असते. त्या ओल्या कपड्यांनिशीच ती तिथे येऊन पाण्याच्या तांब्याला अतिशय आदराने स्पर्श करत नमस्कार करते. मग तो न्हावी मोठ्याने म्हणतो, 'गणगोत, नातेवाईक, काका-मामा, दीर-मेहुणे, जातीचे आणि गावातले इतर लोक; तुम्हाला सगळ्यांना सांगण्याजोगी बातमी माझ्याकडे आहे. ही अमुक-अमुक स्त्री, तिचा विवाह अमुक-अमुक तारखेला झाला, आत्ता ती पांढरं वस्त्र नेसून इथे उभी आहे, तिचा नवरा अमुक-अमुक, तो अमुक-अमुक गावचा असून, अमुक-अमुक शेतातला आहे, त्याने अमुक-अमुक तारखेला, अमुक-अमुक वेळेस, या जगाचा निरोप घेतला. लोकहो, आजच्या दिवशी, ईश्वराकडे नेणाऱ्या मार्गावर त्याला कुठला अडथळा येऊ नये म्हणून आपण प्रार्थना करत आहोत, तेव्हा त्याची पवित्र बायको इथे उभी आहे, ती सगळ्या गावकऱ्यांना माहिती देऊ इच्छिते, की त्याने तिच्या उदरात गर्भ ठेवला आहे. त्यांच्या हिशेबाप्रमाणे इतके इतके महिने, इतके इतके दिवस झाले असून तो गर्भ इतक्या-इतक्या वयाचा आहे. कदाचित दहा-वीस दिवस इकडे तिकडे

होतील, परंतु हा ईश्वराचा हिशेब आहे. तूर्तास, नवऱ्याचं निधन झाल्यामुळे ती असह्य दुःखातून जात असल्याने, मी, या समाजाचा सदस्य म्हणून, या पंचायतीसमोर उभा राहून, तिच्या वतीने, सगळ्यांना ही माहिती देत आहे. लोकहो, कुठलीही नकोशी टिपणी न करता तुम्ही सगळ्यांनी या बातमीचा स्वीकार करावा होऽऽऽ!'

हे सगळं तो न्हावी अगदी उच्च स्वरात सांगत असे जेणेकरून प्रत्येकाला ती बातमी ऐकायला येईल. त्यानंतर, गावातलाच कोणी एक ज्येष्ठ समोर येऊन साऱ्यांच्या वतीने उत्तर देई, 'ठीक आहे! या माहितीचा आम्ही स्वीकार करतो. आता पुढे हो आणि जे करायला हवं ते कर.' इतकं झाल्यानंतर एखादी विवाहित स्त्री त्या विधवा स्त्रीच्या दिशेने पुढे होई. तोवर ती विधवा स्त्री हाताची घडी घालून, मान खाली घालून तिथेच उभी असे. तिचा हात धरून ती विवाहित स्त्री तिला घरात घेऊन जाई.

नवऱ्याच्या मृत्यूनंतर बाईला दिवस गेले आहेत असं म्हणण्यापासून सगळ्यांना थोपवणं, हाच या विधीमागचा उद्देश होता. अंतिम कार्य होईपर्यंत ती पत्नी गर्भारशी असल्याचं कोणाला कळलं नाही तरीसुद्धा गावपंचायतीसमोर गर्भारपणाची बातमी जाहीर करणं ही परंपरा होती. अशा वेळेस, गावप्रमुखाला सभा बोलवायला सांगितली जाई आणि त्या कुटुंबातल्या एका व्यक्तीला तिथे जाऊन गर्दीसमोर उभं राहून ती बातमी सगळ्यांना सांगावी लागे. अन्यथा, पंचायत त्या कुटुंबाला बहिष्कृत करत असे. पात्तीने आठवण करून देईपर्यंत त्यांच्या लक्षातच आलं नव्हतं. आत्ता कुठे त्यांना जाणीव झाली, की हा रिवाज पाळायचा आहे. अशी परिस्थिती कैक वर्षांत उद्भवलीच नव्हती त्यामुळे त्यांना त्याचा विसर पडला होता. गावप्रमुखाशी सल्लामसलत करून त्यांनी अशा सभेसाठी तारीख निश्चित करावी लागणार होती. त्याबद्दल सगळ्यांना कळवण्याकरता त्यांना विशेष व्यवस्था करावी लागणार होती. ज्या सभेमध्ये ही बातमी सांगितली जाणार असेल त्या सभेला जवळचे सगळे नातलग उपस्थित असणं आवश्यक होतं. काली एकुलता एक मुलगा होता. त्याचा बाप आणि आजासुद्धा एकुलते एक होते. खरोखरच, त्यांचं अगदी जवळचं कोणीच नव्हतं.

तरीसुद्धा, जवळचे नातलग म्हणता येतील अशी काही कुटुंबं गावात होती. परंपरेनुसार सीरायीने स्वतः या जवळच्या नातेवाइकांच्या घरोघरी जाऊन त्यांना या सभेची माहिती देणं गरजेचं होतं. तिनेच गावातल्या इतर घरीसुद्धा जाणं गरजेचं होतं. म्हणूनच, मुथू तिला म्हणाला, ''अथायी, तू आधी जाऊन गावप्रमुखाशी बोल. माझ्या बापाला तुझ्याबरोबर घेऊन जा. पंचायतीची सभा कोणत्या दिवशी होऊ शकते हे एकदा आपल्याला कळलं, की उद्या सकाळी सगळ्या जवळपासच्या नातेवाइकांकडे जाऊन त्यांना आपण आमंत्रित करू या. तुला जावंच लागेल.

तुझ्याऐवजी मी गेलो असतो गं; मला त्याचं काहीच वाटत नाही. परंतु, मी जर असा गेलो तर ते सगळे विचारतील त्या, की कालीच्या मेहुण्याला का बरं यावं लागलं?''

अशाप्रकारे, मुथूच्या बापाला बरोबर घेऊन सीरायी गावप्रमुखाकडे जाऊन पोहोचली. त्यांच्याबरोबर थोरात्तू पात्तीसुद्धा निघाली. ती म्हणाली, ''नवरा हयात असतानाच बाईला दिवस गेले आहेत, हे गावाला समजावं हाच यामागचा हेतू आहे. ती बाई काही आपण उठून कोणा तिऱ्हाईत पुरुषाबरोबर गेली नव्हती.''

पोन्नाने हे वाक्य ऐकलं. तिच्या वहिनीने तिचे केस विंचरून दिल्यावर बाजेवर जाऊन पोन्ना पाय पोटाशी घेऊन बसून राहिली. त्या दिवशी तिला कालीबद्दल जी काही माया दाटून आली होती ती सगळी सुकल्यासारखी झाली. कालीनेच तिला अशा विचित्र परिस्थितीत अडकवून टाकलं होतं. आता तिला सगळ्या गावासमोर उभं राहून घोषित करावं लागणार होतं, 'मी फक्त माझ्या नवऱ्याबरोबर झोपले आहे.' तिने जर म्हटलं, 'हे मूल त्याचं नाही. मी एका तिऱ्हाइताबरोबर झोपले होते,' तर सगळं गाव काय म्हणेल बरं? आदल्या रात्री काली येऊन तिला भेटून गेला होता, तिच्या कानांत प्रेमाचे गोड शब्द बोलला होता. आज रात्री तो काय करणार होता बरं? सगळ्या गावकऱ्यांसमोर ती एकटीच उभी राहून स्वत:चा बचाव करते आहे, हे पाहिल्यावर काली तिच्या मदतीला येणार होता का? पोन्नाला वाटलं, की मृत्यूपश्चातसुद्धा काली तिला कदाचित सतत टोमणे मारेल. त्याला कसं दूर करायचं हेच तिला समजत नव्हतं. बाजेवर पालथं पडून पोन्ना ढसाढसा रडू लागली. धावत येऊन वल्लयीने तिच्या केसावरून मायेने हात फिरवत तिचं सांत्वन करत म्हटलं, ''बेटा, अशी पालथी झोपू नकोस. इथून पुढे तू फक्त कुशीवर निजायला हवंस. रडू नकोस. काय करणार! आपलं नशीबच आहे हे. आपल्याला सहन करणं भाग आहे. दुसरं काय? तो तर गेला गं, आपल्याला मात्र जगावं लागणार आहे. आणि, आपण जर सगळ्या गावाच्या विरोधात गेलो तर आपण जगणार कसं? हे बघ, तुला फक्त तिथे जाऊन उभं राहायचं आहे.''

हे ऐकल्यावर पोन्ना कुशीवर झाली. तिची भावजय पूवयी वल्लयीला म्हणाली, ''मी थांबेन तिच्याबरोबर. तू जा.'' मग, ती वयस्कर स्त्री तिथून गेल्यावर पूवयी पोन्नाला म्हणाली, ''कशाला रडतेस? तुझ्या पोटात आता पोर आहे. तू रडता कामा नये. आम्ही सगळे तुझ्या बाजूने उभे आहोत. तू कशाला काळजी करतेस? करता काय, गावाचे काही रीतिरिवाज असतात. अशा गोष्टींपायी बाईला किती त्रास होतो हे त्यांना कुठून कळणार आहे? तुला जर असं सगळ्यांसमोर उभं राहावं लागणार आहे, इतका अपमान सोसावा लागणार आहे हे त्याला माहीत

असतं तर त्याने स्वत:ला संपवलं असतं का? पण काय करणार, जिवंत असणाऱ्यांना आणि समजत असणाऱ्यांनासुद्धा बाईच्या यातना कळतातच असं नाही. हे बघ, तू ना या कशाचाही फार विचार करू नकोस. जर तसा रिवाज आहे तर करून टाक ते सगळं. मला सांग, मूल व्हावं म्हणून तू आजपर्यंत किती देवळांत जाऊन आलीस, किती नवससायास बोललीस, किती प्रार्थना केल्यास - अगदी हजारो केल्या असतील. या सगळ्याचं फळ तुला आता मिळतंय, एवढी एकच गोष्ट लक्षात ठेव आणि तुझ्या मनाला जो काही आनंद मिळाला आहे तेवढाच धरून ठेव. एखादा भाऊ किंवा बाप तुला एका मर्यादेपर्यंत मदत करू शकेल, पण तुला आता स्वत:चं म्हणता येईल, असं कोणीतरी मिळणार आहे. हा विचार कर आणि त्याच्यात आनंद मान. आपण जर प्रत्येक गोष्टीकडे संघर्ष म्हणूनच पाहत गेलो ना तर आपल्या वाट्याला संघर्षाशिवाय दुसरं काहीही येणार नाही, बघ हो!''

आता, गावच्या घरात परत जायची वेळ आली होती की काय, असा विचार पोन्नाच्या मनात आला. इथून पुढे ती या शेतातल्या घरात राहू शकणार नाही असं तिला वाटलं. आधी ती इथे राहात होती, कारण कालीच्या इथल्या उदंड आठवणी तिच्याजवळ होत्या. पण आताही ती जर इथेच राहू लागली तर तो तिच्यासाठी आयुष्य असंच कठीण करत राहील. बाळंतपण होईपर्यंत आईच्या घरी जाऊन राहावं की काय, असाही विचार तिच्या मनात आला.

तिला कालीचा राग आला.

# १७

गावकऱ्यांची सभा पुढच्या आठवड्यातल्या शुक्रवारी ठरली. एखादी महत्त्वाची बैठक नसेल तर गावकऱ्यांच्या सभा नेहमी शुक्रवारीच घेतल्या जात. तोवर, सभेची बातमी प्रत्येकापर्यंत पोहोचली होती. गावाच्या मुख्य भागात जेमतेम दहा-पंधरा कुटुंबं होती. त्यामुळे, दवंडी पिटणाऱ्या माणसाला दूरदूरवरच्या शेतात राहणाऱ्यांपर्यंत माहिती पोहोचवण्याचं काम देण्यात आलं होतं. परीट आणि न्हावी या दोघांना सांगण्यासाठी सीरायी स्वत: गेली. त्या विधीसाठी कपडा पसरायचं काम तेवढं परिटाला करावं लागणार होतं. न्हाव्याची भूमिका अत्यंत महत्त्वाची होती. मुथूने त्याला चांगले पाच रुपये देऊन सभेच्या दिवशी जे काय हवं नको असेल ते आणायला सांगितलं. पैसे कशाला देतो, असं म्हणत सीरायीने त्याला थोपवायचा प्रयत्न केला तेव्हा आपण या सगळ्या गोष्टींची काळजी घेत असून सीरायीने त्यात लक्ष घालायची काही आवश्यकता नाही, असं त्याने सांगितलं.

जवळचे नातेवाईक म्हटले तरी गावात सतरा घरं होती. त्या प्रत्येकाकडे जाऊन सीरायीने सभेचं आमंत्रण दिलं. ती अगदी जपून म्हणाली, 'देवी कूली आमच्या कुटुंबावर इतकी का रागावली आहे कोण जाणे. आमच्यावर एका पाठोपाठ एक दुर्दैव ओढवतंय बघ. मला तर वाटत होतं की आम्हा सगळ्यांनाच थडग्यात लोटते की काय आता ती. परंतु, आशेचा छोटासा कोंब तिने आमच्या दिशेने धाडलाय. तोच घट्ट धरून पुढे टिकून राहू म्हणतो आम्ही. मात्र, तो मोडू न देता आम्हाला अगदी काळजीपूर्वक आमच्या थडग्यातून बाहेर यावं लागणार आहे. असं दिसतंय, की मी माझ्या नवऱ्याला तर गिळून बसलेच पण माझ्या पोरालाही गिळलं. मी बिचारी एकटी विधवा बाई. माझ्या आयुष्यात माझी पोटुशी सून एकटीच काय तो आशेचा किरण आहे. या गावात, माझं म्हणावं असं तुमच्याशिवाय कोण आहे? मला दुसरे कोणी जवळचे नातेवाईक नाहीत. तुम्हाला आमच्याकडच्या प्रत्येक प्रसंगाला यावंच लागेल हो.''

मुथूने कालीचे शेवटचे विधी पार पाडले होते. त्यापायी, याच नातेवाइकांमध्ये जरा कुरबुर निर्माण झाली होती. म्हणूनच, तिला टोमणे मारत त्यांनी मुद्दाम हसूनच विचारलं, "काय गं सीरायी, त्याचे शेवटचे विधी पार पाडताना नाही झाली तुला आमची आठवण? आता कशी गं तुला आमची आठवण झाली?" आज ना उद्या हा प्रश्न उपस्थित होणारच, हे सीरायला ठाऊक होतं; म्हणूनच ती शांतपणे म्हणाली, "हे पाहा, आमचं म्हणावं असं एकच कुटुंब असतं तर हा प्रश्न उद्भवला नसता. तुम्ही कितीतरी जण आहात. तुमच्यापैकी नेमकं बोलवावं तरी कोणाला हेच समजेना मला. समजा, तुमच्यापैकी एखाद्याला मी बोलावलं असतं, तर इतरांना वाईट नसतं का वाटलं? शिवाय, अगदी खरं सांगू का, त्या दिवशी की नाही, माझं तर डोकंच चाललं नाही पाहा. नुसती तगमग होत होती माझ्या जिवाची. आमच्याच घरातला पुरुषामागून पुरुष मरतोय, आम्हा बायकांना तेवढं एकटं मागे टाकून जातोय, हेच विचार माझ्या मनात होते. त्यामुळेच, ती दुर्घटना घडल्यावर जेव्हा शेवटचे विधी कोणी पार पाडायचे, असा प्रश्न निर्माण झाला तेव्हा त्याचा मेहुणा चटकन पुढे आला. कालीवर त्याचं भलतंच प्रेम होतं बरं. अगदी लहानपणापासूनचे मित्र ते. खरं सांगू का, म्हणून तर त्यांनी त्यांच्या लेकीचं लग्न कालीशी लावलं. तो जेव्हा विधी करायला पुढे झाला तेव्हा मी हरकत घेऊच शकले नाही. मी म्हटलं, तेवढ्याने त्याचंही जरा सांत्वन होईल. म्हणून करू दिलं हो मी त्याला सगळं. आपला काली जर चांगलं जगून मेला असता तर तुम्हा सगळ्या बायकांना मी बोलावलं असतं, आपल्या रीतीनुसार सगळे पदार्थ करायला लावले असते. कावळ्यांना घास भरवला असता. त्या प्रत्येकीला मी काहीना काही भेटवस्तू दिली असती. पण करता काय? आपल्या कालीने स्वत:चा जीव तर दिलाच, आम्हा दोन बायकांना दिलं सोडून आपलं आपलं जगायला. आता मला सांगा, त्याच्या विधीपायी आपण डोकं खाजवून उपयोग काय? रीत म्हणून त्याच्या भावजयीने, त्याच्या मेहुण्याच्या बायकोने, छतावर ठेवलं मेलं थोडं अन्न. देवा परमेश्वरा, हे काही बरं झालं का? छतावर कावळ्यांसाठी घास ठेवला पण काय सांगू तुम्हाला, आम्ही आपल्या वाट पाहतोय, पाहतोय, पाहतोय! एक मेला कावळा शिवला असेल तर शपथ हो! त्या दिवशी एकही कावळा पुढे आला नाही, ना कोणी कावकाव केली! कितीतरी वेळ असाच गेला. कलीअप्पा! कलीअप्पा! अरे, तुझं काय वय होतं का रे जायचं? अजून तर तुझे सगळे हिशेब चुकते करायचे राहिले होते. तुझी वेळच नव्हती आली रे बाबा. तुझी वेळच नव्हती आली!"

सीरायीने आपल्या बोलण्याचा शेवट शोकगीतात केला. तिच्या नातेवाइकांमधल्या बायाबापड्या पुढे होत तिला म्हणाल्या, "सीरायीअक्का, कृपा कर आणि रडू

नको बरं. हे बघ, आम्ही हा विषय काढायलाच नको होता. अगं, बाईला काय भोगावं लागतं ते बाईच जाणे. आम्ही तुझ्यासाठी येणार नाही कशा? आणि आम्ही आमच्या घरातले पुरुष पण पाठवू. आम्हीसुद्धा येऊ हो!''

त्यानंतर, सीरायी तिच्या माहेरच्या मंडळींना आमंत्रण द्यायला गेली. तिला दोन धाकटे भाऊ होते. एकेकाळी तिचे त्यांच्याबरोबर खूप चांगले संबंध होते. काली जेव्हा लहान होता तेव्हा मामांच्या घरी कितीतरी दिवस राहायचा. परंतु, लग्नाचं वय झालं तेव्हा कालीने त्याच्यासाठी बायको शोधायची संधी या मामांना न देता आपली बायको आपणच शोधली म्हणून ते मामा कालीवर तसे नाराजच होते. त्यामुळेच, त्यांनी कालीकडे येणंजाणं थांबवलं होतं. त्यापायी त्यांचं नातं बिनसलं होतं. मामांनी सुचवलेल्या किंवा मामांच्या नात्यातल्या कोणा मुलीशी कालीने जर लग्न केलं असतं तर लग्नाच्या निमित्ताने आहेरांची देवाणघेवाण झाली असती. थोडं देणंघेणं होत राहिलं असतं. नात्यांमध्ये थोडा पक्केपणा आला असता. त्यातून कालीला स्वत:चं मूलबाळ काही होऊ शकलं नव्हतं. त्यामुळे, त्याची संपत्ती आपलीच आहे अशा थाटात मामांनी बोलायला सुरुवात केली होती. तसं ते सुचवू लागले होते. काही वर्षांपूर्वी एकदा त्यांच्या भागातल्या देवळाच्या उत्सवात मामांनी त्याला आमंत्रण दिलं होतं. त्या समारोहाला जायचं असं काली आणि पोन्ना दोघांनी ठरवलं होतं; पण शेवटी मोठ्या मामीशी पोन्नाची चांगलीच तोंडातोंडी झाली होती - त्या दिवसापासून त्या कुटुंबाने तोच राग मनात धरला होता.

कालीचं लग्न होऊन सात वर्षं झाल्यावर हे सगळं घडलं होतं. दोन्ही मामाकडची सगळी मंडळी स्वत:हून त्या दोघांना गावातल्या मंदिरोत्सवासाठी आमंत्रण देऊन गेली होती. मोठ्या मामीने अगदी प्रेमाने म्हटलं होतं, की 'काली आणि पोन्नाने थोडं लवकरच यावं. देवीसमोर पोंगलचा नैवेद्य सकाळीच अर्पण करावा.' मामा-मामीने स्वत: येऊन आमंत्रण दिल्यामुळे पोन्ना आणि कालीने जायलाच हवं, असा आग्रह सीरायीनेसुद्धा धरला होता. जरा गायीवासरांचं चारापाणी झालं आपण येऊ त्यापूर्वी पोन्नाने पुढे व्हावं, असं कालीने सुचवलं होतं. त्यानुसार, केळीचे दोन घड घेऊन पोन्ना निघाली होती. थल्लयुर गाव त्यांच्या गावापासून जेमतेम पाच मैलांवरच होतं. निघण्यापूर्वी तिने थोडी पेज खाल्ली होती. पहाटेशीच ती निघाली होती. सूर्य अजून उगवतच होता तोवर ती मुक्कामी पोहोचलीही होती. तोपर्यंत इतर कोणीही नातेवाईक आले नव्हते. ते सगळे दिवसभरात पुढे येणार होते.

पोन्नासमोर खूप काम होतं. तिथे पोहोचल्यावर तिला दिव्याच्या विधीसाठी पीठ दळायचं होतं, वडे करण्यासाठी डाळ वाटायची होती, इतरही भरपूर कामं

होती तिला. तिथे पोहोचताच पदर खोचून ती कामाला लागली. मोठ्या मामीने पोन्नाने आणलेले केळीचे दोन्ही घड ताब्यात घेऊन दूर ठेवून दिले होते. दुसरा घड दुसऱ्या मामाला द्यायचा पोन्नाचा विचार होता; पण त्या क्षणी ती काही बोलली नाही. तिथून निघताना हा विषय काढावा, असं तिने ठरवलं. दुपारी, पिठाचे गोळे करण्यासाठी बायकांनी गुळाचा पाक करायला ठेवला. कम्बूची आणि तांदळाची भरपूर पिठी तयार होती. बेसनाचे गोड लाडू मोठ्या मामांच्या मुलाला फार आवडत होते. ते करणं जरी महागाचं असलं तरी थोड्या प्रमाणात ते लाडू आवर्जून वळले गेले.

लाडू वळतावळता मामी पोन्नाशी गप्पा मारत होती. तिने विचारलं, 'का गं, तुझ्या मोठ्या भावाशी तुझं सगळं बरं आहे ना?'

पोन्नाने उत्तर दिलं होतं, 'हो. अगदी खरं सांगायचं, तर माझा भाऊ आणि माझा नवरा हे अगदी जवळचे मित्र आहेत बघा. मी जरी भेटायला गेले नाही तरी त्याला काही वाटत नाही. परंतु, माझा नवरा जर कधी गेला नाही तर त्यांच्यापैकी कुणीतरी येऊन भेटून जातं त्याला.'

'हो, सगळं गाव अगदी असंच म्हणतंय. पण हे बघ, जरा काळजी घे. तुला पोरबाळ नाही म्हणून तुझा सगळा जमीनजुमला तुझ्या भावाच्या नावाने नको लिहून देऊस.'

बोलणं ज्या दिशेने चाललं होतं ते पोन्नाला काही आवडलं नाही. ती पटकन म्हणाली, 'तरुण आहोत आम्ही अजून. या सगळ्याची काळजी करायची गरज नाही आम्हाला अद्याप.'

त्यावर मामीने उत्तर दिलं होतं, 'नाही गं बाई, पोन्ना. या गोष्टीतलं तुला काही समजत नाही. माझा नवरा आणि त्याचा धाकटा भाऊ या दोघांना सीरायीचं फार कौतुक हो. म्हणूनच, तिच्यावर भेटवस्तूंचा नुसता वर्षाव करतात. आम्ही बायकांनी जर त्याला हरकत घेतली तर आम्हाला तोंड बंद ठेवायला सांगतात ते. उलट ते म्हणतात, विधवा आहे त्यांची बहीण, तिच्याकडे पाहायला तिच्या भावांशिवाय आहेच कोण? त्यामुळे लक्षात ठेव, आमची सगळी संपत्ती तुमच्याकडेच येऊन पोहोचली आहे. आलं का लक्षात?'

पोन्नाला आता संताप अनावर झाला. ती जे पीठ मळत होती ते थाडकन परातीत आपटत तिने म्हटलं, 'माझ्या सासूवर अशा कोणत्या भेटवस्तूंचा वर्षाव केला आहे तुम्ही? माझ्या लग्नानंतर काय ती आमच्या घरात तांब्या-पितळेची चार पातेली आली बरं. तीसुद्धा, मी माझ्याबरोबर आणलेली. त्यापूर्वी तर त्या घरात निव्वळ मातीची पातेली होती. त्यातलंही एक फुटकंच होतं. तुमच्या नवऱ्याने आणि त्यांच्या भावाने त्यांच्या बहिणीवर जो भेटवस्तूंचा वर्षाव केला

आहे म्हणता, काय झालं हो त्या भेटवस्तूंचं? तिच्या घरात काय सोन्याने माखलेल्या भिंती आहे का? आम्ही अजून तरुण आणि सुदृढ आहोत तर आमची संपत्ती हडप करायच्या गोष्टी करताय तुम्ही? आम्हाला ठार करून हे सगळं बळकावलंत ना तुम्ही तरीसुद्धा मला त्यात काही आश्चर्य नाही वाटणार हो. तुम्ही अचानक इतकी खुशामत कशी करू लागला आहात, असं जवळकीने कसं बोलू लागला आहात हे आत्ता कळलं मला. हे पाहा, तुम्ही जे काही कमावताय ना ते तुमच्या पोरासाठी आणि पोरीसाठी वाचवून ठेवा हो. वारस नसलेल्या कोणाच्याही मालमत्तेवर असे डोळे ठेवू नका, तुमच्या तोंडाला असं हावरटपणाने पाणी सुटू देऊ नका!' इतकं बोलून झाल्यावर त्या क्षणी ती तडक तिथून घरी परत आली होती. तिने कालीलासुद्धा त्या समारंभाला जाऊ दिलं नव्हतं.

सीरायीचं म्हणाल तर तिचं म्हणावं असं तेवढंच एक कुटुंब होतं. ते तिचे सख्खे भाऊ होते. तिने पोन्नाला आधीच ताकीद देऊन ठेवली होती, 'हे बघ, माझ्याबद्दल त्यांनी तुला काय काय ऐकवलंय हे मला येऊन सांगू नकोस. त्या माझ्या भावांच्या बायका आहेत. त्या नकोसं बोलणारच. मुकाट्याने सगळं सहन कर आणि घरी ये.'

पोन्नाची त्या घरी ती शेवटची भेट होती. सीरायी मात्र अधूनमधून तिथे जात-येत असे. आताही ती तिथे गेली कारण होणाऱ्या सभेची आणि पोन्नाच्या गर्भारपणाची बातमी त्यांना जाऊन सांगणं गरजेचं होतं. शिवाय, तिची माणसं तिच्या बाजूने उभी असलेली हवी होती. तिचा मोठा भाऊ तिच्यावर वस्काटत म्हणाला, ''हे बघ, काली मेला तेव्हा फक्त तुझ्यासाठी आलो बरं आम्ही. त्याने तिची बाजू घेऊन आमच्याकडे येणंजाणं तर बंद केलं होतं. आम्ही मामा तरी किती करत राहणार याच्यापेक्षा? ती बाई... फार बोलते ती, आणि तिला हवं तेच करते.''

त्यावर सीरायी म्हणाली, ''दा, हे पाहा, पाण्याला काठीने झोडपलं म्हणून काही ते दुभंगत नसतं. कोणी काय म्हटलं, कोणाचं काय जास्ती चुकलं, हे सगळं बोलत राहण्यात काय अर्थ? ते घडून गेलं. मला मान्य आहे की, ती पटकन तोंडाला येईल ते बोलते. मला एक सांग, गाड्याला जर दोन बैल जुंपले आणि दोन्ही बैल दोन दिशांना गाडं ओढू लागले तर आपण कुठे पोहोचू का? असं आहे, गावपंचायतीच्या सभेत थोडेफार नातेवाईक असायला हवेत, असं आम्हाला सांगितलंय. तुमच्याशिवाय माझं आहे तरी कोण? मोठी बहीण म्हणून मी तुला म्हणते आहे बरं. तू जर आलास, माझ्या बाजूने उभा राहिलास तर तुझ्याबद्दलचा माझा आदर वाढेल. तुझाही सन्मान होईल. तुला जे योग्य वाटेल ते तू कर हो, मी त्यात काही बोलणार नाही.''

येऊ घातलेल्या सभेबद्दलच या भेटी असल्या तरी कोणीतरी आपल्याला भलतंच काहीतरी कठोर बोलून बसेल, अशी भीती सीरायीला वाटत होती. गेल्या आठवड्यात तिने काही फार कुचकट मतं ऐकली होती. एक-दोघं म्हणाले होते, 'आत्तापर्यंत पोरबाळ झालं नाही यांना. आत्ताच कसं झालं? पोर राहण्यापूर्वीच नेमका नवरा कसा मेला? यात नक्की काहीतरी काळंबेरं आहे. ही पोन्ना काही साधीसुधी पोरगी नाही. ती काय वाटेल ते करू शकते. तिने नक्की काहीतरी केलं आहे. त्या कालीला समजलं असणार ते सगळं. लाज वाटून त्याला तोंड दाखवणं नकोसं झालं असणार. म्हणून त्याने स्वत:ला टांगून घेतलं असणार.' या गावगप्पा सीरायीपर्यंत आणून पोहोचवणारेही लोक होतेच. इतरांचं बोलणं तिखटमीठ लावून सांगत होते ते. इतकंच नाहीतर, बैलगाडीत बसून पोन्ना उत्सवाला गेली होती, हे पाहणारेसुद्धा अनेक जण होते.

सीरायीने तर कोणाला तरी असंही बोलताना ऐकलं होतं, 'हे पाहा, चाळीसच्यावरची बाई जर उत्सवाच्या ठिकाणी गेली तर कदाचित त्यामागे निरागसपणा आहे, असं आपण म्हणू. पण जेव्हा एखादी तरुण बाई तिथे जाते तेव्हा त्यामागे दुसरं काही कारण असूच शकत नाही. पोर व्हायच्या उद्देशानेच गेली असणार ती आणि असं दिसतंय, की तिच्या नवऱ्याला काही ते आवडलं नाही. आता मला सांगा, सगळे नवरे थोडी चालवून घेतात हे? घेतात का? एखाद्याचा स्वाभिमान दुखावला जातो. हे काही कालीचं पोर नाही, हे त्या मंदिरोत्सवाचंच पोर आहे.' या सगळ्या अपमानांना सीरायीने कुठलंही उत्तर दिलं नव्हतं. उलट, तिने सरसकट म्हटलं होतं, 'मी तरी काय बोलू? आमच्या नशिबापायीच आम्हाला हे सगळं सोसावं लागतंय. ज्या बाया खुशाल धीटपणे दुसऱ्या पुरुषांकडे जातात त्यांना तर काही कुठल्या अडचणी आलेल्या दिसत नाहीत. पण करता काय! ही सगळी मतं ऐकून घेणं आम्हाला भाग आहे. देवच साक्षीदार आहे हो सगळ्याचा. घेईल तो आमची काळजी.'

परंतु, होणाऱ्या सभेत कोणाकडून काही अडचण येऊ नये, अडथळा येऊ नये याची खात्री करून घेण्यासाठी ती सगळ्यांचा आधार घेत फिरत होती. थोरात्तू पात्तीला तर ती म्हणाली होती, "त्या दिवशी तुम्ही सगळ्या आलात, धीराचे चार शब्द बोलतात. आमच्या मनाला तेवढ्याने ताकद मिळाली हो. पण असं दिसतंय की, आम्ही आनंदी असणं लोकांना बघवत नाही. आमच्याबद्दल काय वाटेल ते बोलतायत सगळे, असं ऐकतेय मी. आया, तुम्ही सगळ्या जर त्या गावच्या सभेला आलात तर आम्हाला थोडं बळ येईल. मला माहीत आहे, की, अशा सभांना बायका सहसा जात नाहीत. पण हे बघ, इथे दोन बायकांच्या जिवाचा प्रश्न आहे गं. आपण सगळ्या बायका एकत्र राहिलो तर बरं होईल. या पुरुषांच्या

घाणेरड्या मतांविरुद्ध आपण एकमेकींचं संरक्षण करू शकू.''

त्यावर थोरात्तू पात्ती तिला म्हणाली, ''सीरायी, या असल्या घाणेरड्या गोष्टी मी पण ऐकल्यात. तू काही काळजी करू नकोस, तू धिटाईने वाग. या गावात आमच्यासारख्या पाच-सहा म्हाताऱ्या आहेत अजून. आमचा काय उपयोग मग? त्या सभेला आम्ही येणार. घरी नुसतंच बसून राहायचं त्यापेक्षा तिथे येऊन बसू आम्ही. आणि हे बघ, जरा लवकरशीच येऊ आम्ही. तू काळजी करू नकोस. तू जा आणि बाकीचं सगळं आवर बघू.''

मुथूने सीरायीला विचारलं होतं, ''अथायी, इतक्या घरोघरी जाऊन इतक्या लोकांना का बरं बोलवून आणते आहेस तू? चार-पाच जण आले तर पुरेसं नाही का?''

हे ऐकून सीरायी नुसतीच हसली होती. तिने तिच्या मनातली कुठलीही चिंता त्याच्यासमोर मांडली नव्हती.

# १८

गावसभेला अजून एक आठवडा होता, त्यामुळे पोन्नाला जरा धीर गोळा करायला अवसर मिळाला. त्यादरम्यान बऱ्याच जणींनी तिला आधार दिला. रात्री ती विचारमग्न अवस्थेत आडवी होत असे. तिला भेटायला येणाऱ्यांमुळे तिला थोडी ताकद मिळू लागली. त्या जागेत कालीच्या खूप आठवणी असल्यामुळेही तिला थोडी मदत झाली. इतके दिवस पोन्नाच्या हालचाली कुंपणात बंदिस्त होत्या, आता मात्र ती संपूर्ण शेतात फिरू शकत होती. त्यामुळेही तिला थोडा मोकळेपणा आला, 'इथून पुढे हे शेत ही आपली जबाबदारी आहे' असा तिचा विचार पक्का झाला. त्या विचाराने तिला आनंद झाला. दुसऱ्या दिवशी उजाडताच सेन्गान या मजुराला घेऊन मुथू आला. आदल्या दिवशीच, मुथूने जमिनीच्या छोट्या तुकड्यात मका पेरून वर माती सारली होती. त्या सकाळी त्याने दुसऱ्या जमिनीतलं कोलुंजी तण उपटून नांगरटी करून मका पेरला. आल्या आल्या सेन्गानने स्वत:ला कामाला जुंपून घेतलं. जमिनीच्या दुसऱ्या तुकड्यातली कोलुंजी त्याने उपटून फेकली.

शेतात करण्याजोगं इतर काहीच काम नव्हतं. शेतांमधल्या जागेत गायीला चरायला पुरेसं हिरवं होतं. तिथली जागा सपाट होती, तिथे कुठले दगडगोटे नव्हते. गायीचा दोर धरून तिला मोकळं सोडलं तरी तिला भरपूर चरायला मिळत होतं. शेतसुद्धा अगदी सपाट होतं. अधेमध्ये कुठेही दगडगोटे नव्हते. नांगर चालवणं सुखद होतं. तिथे पायी चालतानासुद्धा कोणाला त्रास होत नसे. कालीने तिथल्या मातीची उत्तम काळजी घेतली होती. ती माती अगदी मऊ असेल याकडे त्याने अगदी जातीने लक्ष पुरवलं होतं. शेताचे चौकोनी तुकडे अशा पद्धतीने केले होते, की त्यांचा एकापाठोपाठ एक असा हलका उतार लक्षात येत होता. दोन तुकड्यांमधल्या उंचीत बोटभराचंसुद्धा अंतर नव्हतं. प्रत्येक तुकड्यामधली माती सपाट पसरली होती. पाऊस पडला, की पाण्याचा प्रत्येक थेंब जागच्या जागी झिरपत असे. जर फारच धुवाधार पाऊस पडला तर

तो पाऊस शेतभर सारखाच पसरत असे. त्यानंतर कुठल्याही तुकड्यातली माती वाहून न जाता पाणी तेवढं दुसऱ्या तुकड्याकडे वाहत जाई.

शेतभर बहुतांशी लाल माती होती. मात्र, काही तुकड्यांत ती काळी दिसत होती. मुथूने जवळ जाऊन काळजीपूर्वक पाहिलं तेव्हा त्याच्या लक्षात आलं, की मातीत खत मिसळल्याने तिचा रंग असा काळा झाला होता. कालीने शेणाचा, झाडाझुडपाच्या कचऱ्याचा, कुठलाही भाग वाया जाऊ दिला नव्हता. त्या सगळ्याचा वापर करून त्याने खत तयार केलं होतं. तेच खत त्याने मातीत अगदी एकजीव केलं होतं. अशाप्रकारे खत कालवलेली माती पुढचे चार-पाच वर्षं जमीन तशीच सुपीक ठेवेल, याची त्याने काळजी घेतली होती. कालीची जरी चारच एकर जमीन असली तरी तो त्या जमिनीची उत्तम काळजी घेत असल्यामुळे त्याला दरवर्षी भरघोस पीक येई, चार पैसे बाजूला पडत. त्यासाठी, थोडे जास्त श्रम घ्यायला तो कधीही मागेपुढे पाहत नसे. त्याच्या त्याच स्वभावामुळे पोटी पोरं होण्यासाठी त्याने कैक नवससायास बोलले होते, कैक पूजाविधी केले होते. इतकी उत्तम निगा राखलेल्या जमिनीवर काम करण्यात फार मजा येईल, असं मुथूला वाटलं. त्याला असंही वाटलं, की हा अति तंतोतंतपणाच कालीच्या मृत्यूला कारणीभूत ठरला असावा. एखादी गोष्ट थोडीशी वेडीवाकडी असली तर बिघडलं कुठे? समजा, नांगराच्या फाळाआड एखादा दगड आला तर आला, थांबून दगड काढता येत नाही का? नांगराच्या फाळाचं काही नुकसान झालंय का हे पाहायला जो वेळ लागेल तेवढ्या वेळात बैलांनाही थोडी विश्रांती मिळते. मजुरालासुद्धा काम करताकरता थोडीशी विश्रांती मिळते. मदतीला कोणाला बोलावता येतं. थोड्या गप्पा होऊ शकतात. परंतु, या जमिनीवर एकदा नांगरटी सुरू केली की कुठलाही अडथळा न येता शेवटपर्यंत नांगरटीच सुरू राहत होती.

जमिनीच्या अशा सरधोपट तुकड्यावर काम करणं कदाचित प्रत्यक्षात कंटाळवाणंसुद्धा असेल. लोकांना हातभर अंतरावर रोखता यावं, म्हणून तर काली जमिनीचा तुकडा एवढा स्वच्छ ठेवत नसेल ना? कालीच्या जमिनीच्या तुकड्यात कणभरही कचरा नव्हता. त्याने बांधलेल्या खोपटात कशाचीही उणीव नव्हती. तिथल्या पाण्याच्या सऱ्या आणि भाजीपाल्याचे तुकडे अगदी निर्दोष होते. विहिरीतून पाणी काढायला काली जो पिकोता वापरत असे तोसुद्धा अगदी योग्य प्रकारे काम देई. कालीने रुजवलेली सगळी झाडं उत्तम वाढली होती. त्याची मेंढरं किंवा गुरंढोरं आजारी किंवा अशक्त नव्हती. असा माणूस आपल्या बायकोची एखादी त्रुटी कशी काय चालवून घेईल? ज्या मित्राबरोबर आपण एवढा काळ घालवला होता, त्याला समजून घेण्यात आपण अपयशी ठरलो, या गोष्टीचं

मुथूला दु:खही झालं आणि आश्चर्यही वाटलं. परंतु त्याच्या लक्षात आलं, की ते जेव्हा तरुण होते तेव्हा काली असा नव्हता. लोकांचे शब्द जेव्हा कालीला फटकारू लागले तेव्हा तो स्वत:ला शेतात कोंडू लागला. त्यानंतरच, परिपूर्णतेचा त्याचा हा अट्टाहास वाढीला लागला असावा.

उन्हाळाभर शेत नांगरलं गेलं नसल्यामुळे मुथूला ते दोनदा नांगरावं लागलं. त्यापायी, त्याला थोडा जास्त वेळसुद्धा लागला. एक शेत नांगरून झालं तेव्हा त्याला दिसून आलं की सेन्गानने संपूर्ण शेतातली कोलुंजी उपटून काढत ती एकत्र गोळा करत घट्ट बांधली होती. सेन्गानच्या काम करण्याच्या कौशल्यावर मुथू खूश झाला. त्याने मग नांगराचे बैल सोडून त्यांना सावलीत बांधलं. त्यांच्यासमोर थोडं चारापाणी ठेवलं. त्याने स्वत:चा उरलासुरला भाकरतुकडा खाल्ला. आता तो निघायला तयार झाला. जाण्यापूर्वी तो वल्लयीला म्हणाला, "अम्मा, मी आपल्या गावात चाललोय. सेन्गान आहे इथे. उरलेली नांगरटी तो करेल पूर्ण. उद्या सकाळी येईन मी परतून." पोन्ना जागीच होती. तोंड धुतल्यानंतर ती काढा पीत बसली होती. अजूनही मुथूने तिच्याशी थेट बोलायला सुरुवात केली नव्हती. त्याला भीती वाटत होती, की तो जर तिच्याशी बोलायला गेला तर ती फटकन काहीतरी बोलेल. म्हणून, तिलाच पहिल्यांदा पुढाकार घेऊ द्यावा, असं त्याच्या मनात होतं. उरलेलं शेत नांगरायला सेन्गान जेव्हा उठला तेव्हा पोन्ना शेतात जाऊन विहिरीलगतच्या पलाई वृक्षाच्या सावलीत बसली.

तिथून तिला सगळं शेत अगदी नीट दिसत होतं. कोलुंजीचं तण काढून टाकल्यामुळे शेत सपाट होऊन पेरणीसाठी तयार झालं होतं. पूर्वेकडच्या कोपऱ्यात नांगर उभा होता. पोन्नाला आठवलं, की या जमिनीवर तिने पारोशा पिंपळाची ती फांदी रोवली होती. सीरायीने ती उपटून फेकून दिल्यानंतर पोन्नाने तिथे खुणेसाठी एक गुळगुळीत गोटा ठेवला होता. सेन्गानने ती जागा नांगरली काय, अशी धास्ती तिला वाटली. अगदी सावकाश उठून ती त्या दिशेने चालू लागली. ऊन चांगलंच तापलं होतं. अशा उन्हात जमीन जेमतेम एखाद दिवस ओलावा धरून ठेवू शकली असती. असं असताना, एका दिवसात पेरणी आणि नांगरटी या दोन्ही गोष्टी करणं शक्य झालं असतं का? तसं झालं नाही तर पुन्हा पाऊस पडेपर्यंत त्यांना थांबून राहावं लागलं असतं. पोन्नाला शेताच्या दिशेने येताना पाहून सेन्गानने विचारलं, "इतक्या उन्हाची कशाला चालत आलीस तू पोन्ना?"

गेली कित्येक वर्षं सेन्गान मुथूच्या जमिनीत राबत होता. त्याला पोन्नाबद्दल अपार माया होती. पूर्वेकडच्या त्या कोपऱ्यात चालत येत तिने त्या खडकाकडे पाहत म्हटलं, "या कोपऱ्यात देव आहे बरं. तू तिथे नांगरलं तर नाहीस ना, याची खात्री करून घ्यायला आलेय मी." तण काढलेल्या जमिनीत तो दगड

चांगला चमकत होता. लाल मातीचा रंग त्याच्यावर चढला होता. त्याच कोपऱ्यात जमिनीचे दोन बाजूबाजूचे चौकोन एकत्र आले होते. कालीने हा भाग चांगलाच रुंद केला होता. ढोरं चरायला आणली की इथे त्यांना आरामात बसता येई. त्या दगडामागे पलईचे काही वृक्ष चांगलेच वाढले होते. अनेक दिवसांपूर्वीच उगवले असणार ते. त्यांची लवचीकता दिसून येत होती. ते कितीही वेळा कापले तरी मुळापासून पुन:पुन्हा वर येत होते. त्यातलं एखादं झाड मोठं होऊ द्यावं, असं पोन्नाच्या मनात आलं. जमिनीच्या त्या भागापासून बाजूला नांगरटी करावी, असं तिने सेन्गानला सांगितलं. त्याने उत्तर दिलं, "बेटा, तू जाऊन सावलीत बस बरं. मी घेतो इथली काळजी."

परंतु, पोन्नाला सेन्गानशी बोलायचं होतं. ती म्हणाली, "विहिरीला पाणी आहे. आपण थोड्या मिरच्या आणि टमाटे लावू शकतो. एका शेतात नाचणी पेरू या. आठवड्यातून एकदा पाणी दिलं की झालं. पुढच्या वर्षी मी स्वतःच पाणी शेंदेन आणि शेतं ओली करेन हो. यंदा तुला किंवा माझ्या भावाला इथे येऊन सगळ्याची काळजी घ्यावी लागेल. हे बघ, सगळीकडे उगाच मका पेरू नकोस, आणि आता कंबूसुद्धा नको. नाचणी पेरायलाच हवी. आपली पोटं त्यानेच भरणार आहेत." ती भराभर बोलत होती.

त्यावर सेन्गानने उत्तर दिलं, "बेटा, तू म्हणतेस तसंच करू, बरं का! तो वांग्याचा तुकडा आहे ना तो आणि पलीकडचा मोठा तुकडा, तो सध्या आपण तसाच ठेवू या. इकडच्या सगळ्या भागात तू म्हणालीस तशीच पेरणी करू या. कदाचित, आजच आपला मका पेरूनसुद्धा होईल. बेटा, अशीच शेतात चकरा मारत जा, म्हणजे त्या पलाई वृक्षाच्या म्हाताऱ्या बियांप्रमाणे तुझं दुःखसुद्धा पार उडून जाईल बघ." त्याचे शब्द ऐकून पोन्नाला फार बरं वाटलं.

त्याने आग्रह धरला म्हणून पोन्ना पलईच्या सावलीत जाऊन उभी राहिली. तितक्यात तिला खोपटाकडून आईची हाक ऐकू आली. बहुतेक खायला बोलावलं असणार. इथून पुढे पोन्नाला दोन जीवांसाठी खाणं भाग होतं. परंतु, ताबडतोब उठायची गरज नव्हती. ती थोडा वेळ तिथे थांबू शकत होती. ती जिथे उभी होती तिथून आईशी जोरात ओरडून बोलण्याचं त्राण आपल्यात नाही, असं तिला वाटलं. केवळ दोन दिवसांतच कालीने तिच्या शरीरातली सगळी शक्ती ओढून घेतली होती. तिला तो झाडात दिसत होता. तिला तो शेतात दिसत होता. त्याने प्रत्येक गोष्ट, ही संपूर्ण जागा व्यापून टाकली होती. त्याच्यापासून मुक्त होणं निव्वळ अशक्य होतं. आणखी एक आठवडा. त्यानंतर तिला सगळ्या गावासमोर उभं राहावं लागणार होतं. काय सांगणार होती ती? हे पोर कालीचंच आहे, इतकंच ती सांगू शकणार होती. आदल्याच रात्री तो येऊन तिच्या बाजूला निजला

होता. तिच्या उदरात तीन महिन्यांचा गर्भ एका रात्रीत ठेवण्याचं सामर्थ्य त्याच्यात होतं. हे पूर्णत्वाला नेण्यासाठी त्याने तिला इतकं सोसायला लावलं होतं. स्वत:चं आयुष्य तिथून खुडून त्याने सुरक्षित ठेवलं होतं.

नाही. या गोष्टीला तीन महिने झाले असतील तर नक्कीच मुथू त्यांना मंदिरोत्सवाचं आमंत्रण द्यायला आला होता तोच तो दिवस होता. काली घरी आला होता. मध्यरात्री त्याने दारावर टकटक केली होती. त्याच्या त्या टकटक करण्यावरूनच तिला कळलं होतं की तोच तो आहे. दार उघडून ती म्हणाली होती, 'माझा भाऊ तुला भेटायला आला आहे. एक रात्रसुद्धा तू दूर राहू शकत नाहीस का? काय वाटेल त्याला?' परंतु, तिला मिठीत घेत काली म्हणाला होता, 'मी तिथून निघालो तेव्हा तुझा भाऊ चांगला डाराडूर झोपला होता. गडगडाट झाला तरीसुद्धा तो उठणार नाही आता. मी मात्र तुझा विचार करत झोपू शकलो नाही.' त्या रात्रीपासून ती दिवस मोजू शकणार होती. कालीने तिच्या छातीवर डोकं ठेवलं होतं. तशीच त्याला झोप लागली होती. त्याला उठवून तिनेच शेताकडे परत पाठवलं होतं. आपल्या भावाला जर जाग आली आणि काली तिथे नाही, हे त्याच्या लक्षात आलं तर तो काय विचार करेल, अशी चिंता तिला भेडसावत होती. तिने कालीला उठवल्यावरसुद्धा तिथून जाण्यासाठी त्याचा पाय निघत नव्हता. तिने अक्षरश: त्याला घराबाहेर ढकलत दाराची कडी आतून लावून घेतली होती. उत्सवाच्या शेवटच्या दिवसापासून तिच्या उदरात हे बाळ वाढू लागलं आहे, असा जरी विचार तिला करावा लागला तरी त्या दिवशी कालीचा विचार तिच्या मनातून क्षणभरसुद्धा गेला नव्हता, हे तितकंच खरं होतं.

कालीची आठवण थांबवण्याच्या प्रयत्नात तिने कित्येक पुरुषांना दूर ढकललं होतं. ती स्वत: त्यांच्यापासून दूर झाली होती. त्या रात्री सरतेशेवटी ज्या छातीवर तिने डोकं टेकवलं होतं त्याच्यातसुद्धा काली होताच. तिने डोळे मिटले होते तेव्हाही त्याला पाहिलं होतं. त्याबाबत ती काहीच करू शकत नसल्यामुळे तिने अगदी मनापासून त्याला मिठीत घेतलं होतं. असं असताना, हे मूल त्याचं नाही, असं कसं शक्य होतं? प्रत्यक्षात, असं म्हणण्याचा अधिकार कालीलासुद्धा नव्हता. सगळ्या गावासमोर, गरज पडली तर सगळ्या जगासमोर ती मोठ्यांदा सांगणार होती, 'माझ्या उदरात वाढणारा जीव मला कालीने दिला आहे.' आता तिच्यात बरीच धिटाई आली. जसं काही लग्नाचं आमंत्रण देत असल्यागत सीरायी या घरून त्या घरी पळत होती, लोकांना बोलावणं करत होती. आदल्याच रात्री, सीरायी आणि वल्लयीने बसून कोणाकोणाला बोलवायचं आहे, याची यादी केली होती. या सभेला यायलाच पाहिजे, असा आग्रह कोणाला करायला हवा

हेही त्यांनी ठरवलं होतं. पोन्नाच्या आजोबांचं नावसुद्धा त्या यादीत होतं. परंतु, पोन्नाला कोणाचीच गरज नव्हती. ती आता धिटाईने बोलू शकणार होती. पलाई वृक्षाच्या सावलीत ती तशीच पडून राहिली.

कालीच्या मांडीवर झोपल्यागत...

# ११

शनिवारी छान चांदणं पडलं होतं. पोन्नाबरोबर फक्त सीरायी आणि वल्लयीच होत्या. रोजच रात्री कोणी ना कोणी पाहुणा त्यांच्या सोबतीला राहत असल्यामुळे क्वचित कधीतरी जेव्हा त्या तिघीच असायच्या, तेव्हा काहीतरी गमावल्यागत वाटायचं त्यांना.

पोन्नाला अजूनही सकाळी चांगलंच मळमळत होतं. दिवस चढू लागला की, तो त्रास सोसायचा काही ना काही मार्ग ती शोधून काढत असे. त्या दिवशी सकाळीच ती शेतात गेली होती. कित्येक तासांनी ती खोपटात परतली. जसं काही, सगळं शेत ती पहिल्यांदाच नीट न्याहाळत होती. आता कुठे तिला या जमिनीचे वेगवेगळे भाग कळू लागले होते. शेताचे काही भाग बघून तिला नवलसुद्धा वाटलं होतं. या सगळ्या गोष्टींकडे पाहताना तिच्या मनात आल्याशिवाय राहत नव्हतं, की कालीने त्या शेतात आता काय केलं असतं, आणि ती आता त्या शेतात काय करू शकणार आहे.

अतिशय श्रमल्यानंतरसुद्धा रात्री तिला चटकन झोप लागत नसे. पहाटेशी तिचा डोळा जरा लागत असे. पारोशा पिंपळाच्या फांद्या सळसळल्या किंवा कुत्रं भुंकलं, की काली तिला पुन्हा भेटायला आला आहे की काय, असा विचार तिच्या मनात येई. अगदी खरं सांगायचं, तर त्याने असं भेटायला यावं, म्हणून एकीकडे ती खूप वाटत पाहत असली तरी तो आता पुन्हा येणार नाही, हे जणू तिला माहीत होतं. त्याचं काम आता झालं होतं. कदाचित, तीन महिन्यांच्या सुतकाच्या कालावधीचा हेतूच तो असावा. परंतु, तो जरी पुन्हा आला नसला तरी तो आसपास नक्कीच रेंगाळत असणार. शेतात घिरट्या मारणारा कावळा असू शकत होता तो. तो सारंकाही बघत असणार. फक्त, ती मात्र त्याला पाहू शकत नव्हती. आपल्या बाजेवर पडून ती त्याचा विचार करत राही. खोपटाबाहेर सीरायी आणि वल्लयी एकमेकींशी कुजबुजत गप्पा मारत असायच्या. अजूनही, सभेला कोणाकोणाला बोलवायचं राहिलंय, याबद्दल त्या बोलत असाव्यात.

सीरायी तिच्या भावांकडे जाऊन त्यांना आमंत्रण देऊन आल्याचं, पोन्नाला काही आवडलं नव्हतं, पण सीरायी म्हणाली होती, 'त्यांना असं वाटतंय, की आपली पत घसरली आहे. उलट, आपण पुन्हा उठून उभे राहात आहोत, हे त्यांना नको का समजायला? म्हणून गेले मी.' असं करण्याने सीरायीला थोडी शांती लाभत असेल तर तिच्यासाठी ते बरंच होतं. पोन्नाने ठरवलं होतं, की ती सीरायीशी कठोरपणे काहीही बोलणार नाही. तिच्या मनात विचार आला, 'मी आधीच एकाला गमावून बसले आहे, पण सीरायीला आधी नवऱ्याला गमवावं लागलं आणि आता मुलाला. तिच्यावर दोनदा गमावण्याची वेळ आली आहे.'

कुंपणाच्या बाजूला काहीतरी हालचाल झाल्याचं जाणवून कुत्रं अचानक भुंकलं. काय असेल हे बघायला उठत सीरायी म्हणाली, 'एखादी पाल जरी आली ना तरी हे कुत्रं भुंकू लागतं.' परंतु कोणीतरी येत असल्याची चाहूल तिला लागली. मग कुत्र्याच्या भुंकण्याव्यतिरिक्त "सामी..." अशी हाक तिला ऐकू आली. बाहेर येत, शाकारलेल्या फाटकाच्या दिशेने जात तिने आवाज दिला, "कोण आहे रे?"

उत्तर आलं, "मी, कारान. सामी, मला असं वाटलं, की तुझ्याशी बोलायला ही वेळ जरा सोयीची आहे."

पुढे होत सीरायी म्हणाली, "ये रे बाबा, ये." त्याच्याबरोबर त्याची बायको आणि सूनसुद्धा होती. सीरायीने त्याला विचारलं, "कारान, काही खाल्लंबिल्लं आहेस की नाही?" ते सगळे खाऊन आले होते.

त्या संध्याकाळी पोन्नासाठी सीरायी आणि वल्लयीने थोड्या शेंगा भाजल्या होत्या. त्या थोड्या उरल्या होत्या. त्यातल्याच बचकाभर काढून सीरायीने आलेल्या प्रत्येकाच्या हातावर ठेवल्या. आपल्या वाट्याच्या शेंगा टॉवेलच्या एका कोपऱ्यात बांधून घेत कारान म्हणाला, "हे बघ, आपल्या मालकिणीला दिवस गेल्याची बातमी अडैयूरला मीच जाऊन दिली होती त्या दिवशी. तिच्या भावाने आपल्या गाड्याने आणून सोडलं होतं. तो म्हणाला होता, की शेतात काम करायला एखादी बाईमजूर पाहा बरं. त्याबद्दलच बोलायला आलो होतो मी आज."

सीरायी म्हणाली, "हो का? आम्हाला काही बोलला नाही तो तसं. अरे, कोणाला ठेवून घ्यायला इथे काम नाही रे बाबा फारसं."

तितक्यात वल्लयी पुढे येत म्हणाली, "मलाही नाही बोलला तो तसं काही. कदाचित तो आपलं उगाच म्हणाला असेल. हे बघ, उद्या जरा त्याच्याशी बोलते आणि काय ते तुला सांगते, चालेल ना?"

हे ऐकताच कारान नाउमेद झाल्यासारखा दिसला. मोठी आशा घेऊन आला होता तो. काय उत्तर द्यावं हे त्याला कळेना. हे सगळं ऐकून आपली बायको

आणि सून काय प्रतिक्रिया देतील, याची त्याला जरा भीती वाटू लागली.

बाजेवरून उठत पोन्ना खोपटाच्या बाहेर येऊन त्या खडकावर बसली. आलेले पाहुणे खडकापासून दूर जमिनीवर बसले होते. ती म्हणाली, ''भाऊ जे म्हणाला त्यामागे कारण असणार. त्याने नीट विचार केला असणार. त्याला इतकी कामं आहेत, त्यापायी तो आम्हाला सांगायला विसरला असणार.''

सीरायी म्हणाली, ''ते ठीक आहे गं, परंतु शेतात कुणाला मदतीला ठेवून घ्यायची परिस्थिती तरी आहे का आपली?''

आपली आई आता आपल्या घरी जायला आतुर झाली आहे, हे पोन्नाला ठाऊक होतं. सुतकाचा तिसरा महिना संपण्याची ती वाट पाहत होती. घरी गेल्यावर तिला भरपूर काम होतं. पोन्नाची भावजय एकटीने सगळं सांभाळू शकत नव्हती. शिवाय, पोन्नालाही माहेरी घेऊन जायचा तिचा विचार सुरू होता. पुढचे सात महिने पोन्नाला माहेरीच ठेवायचं, असंच तिच्या डोक्यात होतं. मुथूने हा सगळा विचार केला असणार. सीरायी एकटी ढोरं आणि मेंढरं सांभाळू शकणार नाही, असं त्याला वाटलं असणार. आईबरोबर माहेरी जाण्याचा पोन्नाचा मुळीच विचार नव्हता. येणारं बाळ इथेच, या खोपटातच जन्माला घालायचं तिने पक्कं ठरवलं होतं. पारोशा पिंपळावर कालीला बाळाचा आवाज ऐकू जावा, अशी तिची इच्छा होती. शिवाय, ती जर शेतात राहिली तरच ती शेताची काळजी घेऊ शकणार होती. त्यामुळे, मदतीला कुणी असणं केव्हाही चांगलंच होतं.

कारानला उद्देशून ती म्हणाली, ''कोण आहे बरं मदतीला? तुझी बायको की सून?''

त्याने उत्तर दिलं, ''सामी, माझी सून. तिला तीन लेकरं आहेत. काम मिळालं की माझा पोरगा शेतात राबतो. पण त्याला जे काही पैसे मिळतात ते तो ताडीत उडवतो. पोरांना खाऊ कसं घालायचं? मी आणि माझी बायको जमेल तशी काळजी घेतो त्यांची. पण आता, पोरं वाढीला लागली आहेत. फार कठीण जातं आम्हाला. माझी सून कामाला गेल्यावर तिच्या पोरांकडे लक्ष द्यायला माझी बायको तयार आहे. लेकरं लहान आहेत अजून. त्यांना थोडी पेज जरी मिळाली तरी ते सारा वेळ खेळत राहतात. येऊ दे माझ्या सुनेला इथे काम करायला या शेतात. निदान आमच्या पोटात चार घास तरी पडतील.''

सीरायी म्हणाली, ''तू म्हणतोस की तिला लहान लेकरं आहेत. मग ती काम कशी करणार धड? कारान, मला नाही वाटत हे काही जमेल.''

पोन्नाच्या मनात काहीतरी वेगळंच होतं. तिला ही सोय उत्तम वाटली. आदल्या वर्षी नाचणीच्या हंगामातसुद्धा कारानची सून आली होती. मुकाट्याने काम करावं, गप्पाटप्पा करण्यात जराही वेळ घालवू नये, अशी तिची रीत होती.

साडीच्या ओच्यात तिने धान्यसुद्धा पळवून नेलं नव्हतं. इतकंच नाही तर, पिकाच्या पेंढ्या बांधल्यावर त्या उचलून डाल्यांमधून भरायलासुद्धा ती समोर आली होती. मेहनतीला ती वाघ होती, हे अगदी स्पष्ट होतं. ते पुरेसं होतं. समजा, पोरांकडे पाहायला म्हणून एखाददुसरा दिवस ती कामावर आली नाही तरी पोन्नाला चालणार होतं. म्हणूनच, पोन्ना म्हणाली, "हरकत नाही, ती करू शकते. वेंगा, तुला काय वाटतं? तू काम मात्र मन लावून करायला हवं बरं. हे शेत बायकाच कसणार आहेत. तू जर नियमितपणे येऊ शकणार नसशील तर ते काही चालायचं नाही." पटकन उठत वेंगयी म्हणाली, "सामी, मी अगदी नियमितपणे येईन. माझी लेक सात वर्षांची आहे. ती घरातल्या कामांकडे लक्ष देईल. माझं पोरगं लवकरच पाच वर्षांचं होणार आहे. वर्षभरानंतर मी त्याला कोणाची तरी मेंढरं हाकायला धाडणार आहे. माझी सगळ्यांत धाकटी आहे ना ती आता तीनची झाली बघा. उरलासुरला शिळा भात पिता येतो तिचा तिला. तरीसुद्धा, तिला जर माझी गरज असेल तर तिला मी इथे घेऊन येत जाईन. मी शेतात काम करेन तेव्हा ती खेळत राहील."

सीरायीनेसुद्धा बराच विचार केला आणि ही सोय उत्तम राहील, असा निष्कर्ष काढला. तिला असंही लक्षात आलं, की मदत नसेल तर तिला एकटीने सगळं ओढणं कठीण जाणार होतं. हीच बोलायची चांगली वेळ आहे, असा विचार करत वल्लयी म्हणाली, "ही कल्पना मला आवडली, कारण मलाही आज ना उद्या घरी परत जावं लागेल. माझ्यासाठी कामं अगदी आ वासून उभी आहेत घरी. आणि तसंही, पोन्नाला एकटीला आपण कसं काय सगळं करू देणार?" मग, वेंगयीकडे वळत ती म्हणाली, "हे बघ, मजुरीचं काय ते ठरवून घे आणि कामात अगदी चोख राहा हो."

सीरायी म्हणाली, "ठरलं तर. उद्या येऊ शकतेस का कामाला? मुथू इथे असेल तेव्हा आपण पुढचं सगळं ठरवून घेऊ या."

पण पोन्ना म्हणाली, "त्याची काही गरज नाही. आत्ताच ठरवू या आपण. कारान, तुला मजुरीची किती अपेक्षा आहे? गावात जी मजुरी सुरू आहे त्यानुसार सांग बरं. आमचं शेत आपलं छोटंसं आहे. कामही तितकंच असणार. बोलायचं एक आणि करायचं दुसरं, असं आम्ही करणार नाही. हे सगळं लक्षात घेऊन काय मागायचं ते माग." कारानने उत्तर दिलं, "हे पाहा, तुला ठाऊक नाही, असं काहीच नाही. बाईला प्रत्येक पोंगलला आणि रथोत्सवाला वाळलेल्या धान्याची दोन मडकी आणि एक एक साडी मिळते. त्याव्यतिरिक्त, कधी भुईमूग, कधी डाळी असं तू देऊ शकतेस. तू योग्य तेच करशील अशी खात्री आहे मला."

सीरायी म्हणाली, "कारान, धान्याची दोन मडकी म्हणजे फार होतात बरं."

त्यावर कारान म्हणाला, "कृपा करून असं काही बोलू नको. आमची पोटं त्यावरच अवलूंबन असणार आहेत."

पुढे येत पोन्ना पटकन म्हणाली, "ठरलं तर. अत्थई, लहान लेकरांसाठी मागताएत ते. करू या आपण हे. कारान, तू जे काही मागितलं आहेस, ते देऊ आम्ही पण लक्षात ठेव, तुला नातेवाइकांना भेटायचंय, दुसरं काही करायचंय म्हणून ही जर शेतावर खाडा करू लागली तर तसं चालणार नाही. सगळं कसं नीटनेटकं व्हायला पाहिजे. असं म्हणतात, की जी शेतं बाया कसतात ती पिकत नाहीत. ते सगळं खरं ठरायची काही गरज नाही, हो ना?"

अजूनही उभी असलेली वेंगयी म्हणाली, "सामी, माझं काम पाहशील तर खूश होशील तू." चंद्राच्या प्रकाशात पोन्नाला दिसलं, की हे बोलत असताना वेंगयीने आदराने दोन्ही हातांनी नमस्कार केला होता.

कारानची बायको उठून उभं राहात म्हणाली, "सामी, माझ्या भावाची लेक आहे ही. तिची वागणूक अगदी चोख आहे बघा. तू मात्र स्वत:ची काळजी घे. आम्ही तुझ्यावर अवलंबून आहोत."

इतकं सगळं बोलणं झाल्यावर सीरायी वल्लयीला म्हणाली, "अक्का, शेरभर नाचणी आण बरं."

परंतु, पोन्नाला उद्देशून कारानची बायको म्हणाली, "ती पोटुशी आहे. तिला तिच्या हातांनी आम्हाला धान्य देऊ दे." तिचं हे बोलणं ऐकून पोन्नाला फार आनंद झाला. ती तशीच चालत खोपटात गेली.

तिच्या कानांवर सीरायीचं बोलणं पडलं. सीरायी म्हणत होती, "हा आडीचा महिना आहे. चिथीरायीपासून आपण वर्ष मोजू या. म्हणजेच, वर्षात तीन महिने कमी भरतील तुमचे. त्यानुसार आम्ही तुम्हाला मजुरी देऊ." कम्बु धान्य घेऊन पोन्ना बाहेर आली. वेंगयीच्या साडीच्या पदरात ते ओतत तिने विचारलं, "उद्या सुरुवात करशील का?"

कारानने उत्तर दिलं, "उद्याचा दिवस जाऊ द्या. आमच्याकडे कोंबडी आहे. उद्या देवीला चढवावी, असा विचार आहे. परवापासून सुरुवात करू द्या. परवा सोमवारसुद्धा आहे."

पोन्नाने अगदी सहज होकार भरला. जे काही घडलं होतं, त्यात तिला फार समाधान मिळालं.

# २०

पोन्नाला जाग आली तेव्हा वेंगयी कामाला हजर झाली होती. चांगलं उजाडलं होतं.

पोन्नाला गरम भात खायची इच्छा झाली. तिन्ही वेळेस फक्त तिच्यासाठीच आजकाल भात शिजवला जात होता. पण, तिने खूप काळ असा भातावर ताव मारू नये असं तिला वाटू लागलं. तिच्या वडिलांच्या घरून आलेल्या भेटवस्तूंमध्ये तांदूळ होता. परंतु, तो पावसाळ्यासाठी राखून ठेवायला हवा होता हे तिला समजत होतं. शिवाय, महिनाभरात तिची सकाळची मळमळ थांबेल असं प्रत्येक जणच म्हणत होतं. कधीकधी, ओटीपोटाला हात लावून ती चौकसपणे चाचपडत असे. अद्याप तिला काहीच लक्षात येत नव्हतं. तिला इतकंच समजत होतं की तिला पटकन भूक लागत होती आणि तिची सारखी चिडचिड होत होती. कदाचित, तिच्या आत वाढणारा जीव सारखं अन्न मागत असावा. कदाचित, तिच्या माध्यमातून तो आतला जीव त्याचा त्रागा व्यक्त करत असावा. तरीसुद्धा, प्रत्येक पदार्थ खावा असं तिला वाटत नव्हतं. तिला काही विशिष्टच पदार्थ खावेसे वाटत होते.

एखाद्याचं नाक किती तीक्ष्ण असू शकतं, याचं तिला फार नवल वाटत होतं. नाकाला जे नकोसं होतं ते जीभ अगदी नाकारतच होती. उरलेला भात किंचित जरी आंबला तरी नाकाला ते दुरूनच कळत होतं. एखाद्या कुत्र्याचं नाक असल्यागत तिच्या नाकाला दूरचे गंधसुद्धा जाणवत होते. गायीचं शेण आणि मेंढ्यांच्या लेंड्यांचा वास तिला अगदी नकोसा झाला होता. कुत्र्याचा दर्प तर तिला सोसवतच नव्हता. पटकन उत्सुकतेने भाताचं पातेलं उघडून आत डोकावणं तिच्यासाठी अशक्य होऊन बसलं होतं. शिजलेल्या भाताचा दरवळ इतका भपकन जाणवे, की कोणीतरी आपल्या थोबाडीत मारलं आहे की काय असं तिला वाटू लागे. शरीरावर आपलं काही नियंत्रणच राहिलं नाही, अशी तिची भावना झाली होती. शरीर जिथे जाऊ इच्छित होतं तिथे तिला ते न्यावं लागत होतं.

होऊ घातलेल्या गावसभेव्यतिरिक्त सीरायीच्या मनात दुसरा कुठलाच विचार नव्हता. 'अत्थई, ते काय करू शकणार आहेत? काळजी करू नकोस. आपल्यावर कोणी आरोप ठेवणार नाही,' असं सांगून तिला शांत करण्याचा पोन्नाने कितीही प्रयत्न केला तरी सीरायीची चिंता काही कमी होत नव्हती.

काही रात्रींपूर्वीच वेंगयीशी बोलून सगळं निश्चित झाल्यावर, कारान, त्याची बायको आणि वेंगयी शेतातून बाहेर पडल्यावर फाटक बंद करायला सीरायी पुढे झाली होती. तितक्यात, कारान तिला म्हणाला होता, 'वझायूरमध्ये आमचे काही नातेवाईक राहातात. बाजाराच्या दिवशी त्यातलेच काही भेटले मला. आम्ही बोलू लागलो. कैक वर्षांनंतर भेटलो होतो आम्ही. उत्सवाच्या दिवशी मुथूच्या बैलगाडीत त्यांना बसायला मिळालं होतं असं सांगितलं त्यांनी मला. कालीचं काय झालं हे सांगितल्यावर चांगल्या लोकांबाबत अशा दुर्दैवी घटना घडतात याचं त्यांना खूप वाईट वाटलं.'

सीरायीने हे अगदी शांतपणे ऐकून घेतलं. ते सगळे गेल्यावर तिने वल्लयीला विचारलं, "मंदिरोत्सवाच्या दिवशी जाताना तुम्ही तुमच्या गाड्यात कोणाला बसवून घेतलं होतं का?" नवरा-बायको आणि दोन मुलं अशा चारजणांच्या कुटुंबाला आपण गाड्यातून नेलं होतं असं वल्लयीने सांगितलं. त्या माणसाचं नाव मारन किंवा असंच काहीतरी होतं असं ती म्हणाली. त्याला बैल फार उत्तम हाकता येत होते. पोन्नाला तर त्या लेकराचा चेहरा अजूनही स्पष्टपणे आठवत होता.

सीरायी म्हणाली, "तो कारानचा नातेवाईक होता असं दिसतंय. त्याने आपली चौकशीसुद्धा केलेली दिसतेय."

पोन्ना म्हणाली, "आपण जेव्हा कुठे प्रवास करतो तेव्हा हजारो लोक पाहतात आपल्याला. प्रत्येकाचा विचार करत आपण असं घाबरून नाही बसू शकत."

परंतु, सीरायीची चिंता काही केल्या कमी होत नव्हती. एकदा गावसभा झाली की मगच सीरायी जरा शांत होईल असं पोन्नाला वाटत होता. परंतु, अस्वस्थतेपायी सीरायी कोणाशीतरी काहीतरी बोलून बसेल, अशी चिंता पोन्नाला लागून होती. सीरायीने सगळंच फार गांभीर्याने घेतलं होतं.

वेंगयीच्या चेहऱ्याकडे पाहून पोन्नाला फार आनंद वाटत होता. ती खूप उत्साही होती. जेमतेम पंचवीस-सव्वीस वर्षांची असावी ती. डोक्यावर एरंडीचं तेल घालून तिने केस चापूनचोपून विंचरले होते. गळ्यात काळ्या मण्यांची माळ घातली होती. तिच्या नीटनेटकेपणावरून तिला चिडवत पोन्ना म्हणाली, "शेतातच काम करायला आली आहेस याची खात्री आहे ना?" ते ऐकून वेंगयीला फार हसू

आलं होतं.

मागून जोरात पुकारत वल्लयीने दटावलं होतं, "पोन्ना, कृपा करून तू काही काम करू नकोस बरं,"

पोन्नाने उपहासाने उत्तर दिलं, "मी नुसती सावलीत बसते. तुझ्या घरून गाडाभर अन्न येतं ना, त्याच्यावर जगू शकतो आपण." तिथून उठण्यापूर्वी तिने हातात टोपलं उचललं ते वेंगयीने तिच्या हातातून ताबडतोब काढून घेतलं. पोन्नाच्या बोलण्याचं वल्लयीला अजिबात वाईट वाटलं नव्हतं. उलट, पोन्नाच्या बोलण्यात थोडासा उत्साह आल्याचं पाहून तिला आनंदच झाला होता.

म्हटल्याप्रमाणे पोन्ना पलाई वृक्षाच्या सावलीत बसून राहिली. त्या दिवशी, वांग्याच्या तुकड्याच्या बाजूचा रेताड भाग नीटनेटका करून त्यातल्या पाव भागात मिरची आणि अर्ध्या भागात नाचणी पेरायची होती. फावडं घेऊन वेंगयी कामाला लागली. त्या जागेत रोपांचा चर असावा, असं दिसत होतं. तिथेच तिने काम करायला सुरुवात केली. वेंगयी किती सहजपणे रेती खणत होती, हे पाहून पोन्नाला छान वाटलं. वेंगयीचं लक्ष जराही विचलित झालं नाही. ती सातत्याने काम करत राहिली. खणून झाल्यावर तिने सऱ्या ओढल्या. पोन्नाने तिला खोपटात जाऊन थोडं पाणी पिऊन यायला सांगितलं. येताना आपल्यालाही थोडं पाणी आणायला सांगितलं. त्यानुसार वेंगयी थोडं पाणी पिऊन आली. येतायेता तिने तांब्याभर पाणी पोन्नासाठी आणलं. ती पाणी आणायला गेली असताना वल्लयीने तिला चिडवलं होतं, "काय ग बाई, तुझ्या मालकिणीने तुला काही आणायला पाठवलं आहे का?" पण वेंगयीने याबद्दल पोन्नाला काहीच सांगितलं नाही. वेंगयीला परत खोपटातून वाळलेलं शेण आणायला पोन्नाने सांगितलं. या वेळेस वेंगयीला यायला जरा जास्त वेळ लागला. वल्लयी एकटीच खोपटात असल्यामुळे तिला कंटाळा आला होता. तिने वेंगयीला गप्पा मारायला थांबवून घेतलं होतं.

गायीचं वाळलेलं शेण कुस्करून, ते त्या रेताड जमिनीवर एकसारखं पसरवून वेंगयीने ते मातीत नीट कालवलं. मग पोन्नाने तिला मिरचीचं आणि नाचणीचं बी पेरायला सांगितलं. रोपं नीट वाढावीत म्हणून योग्य अंतरही राखायला सांगितलं. वेंगयी म्हणाली, "शुभशकुन म्हणून तूसुद्धा तुझ्या हाताने थोड्या बिया पेर की."

हे ऐकताच पोन्नाचा शोक जागा झाला. ती म्हणाली, "जरा पाहा माझ्याकडे. पांढरं सुताड नेसून बसले आहे मी. इथून पुढे दिवसाच्या सुरुवातीला माझं तोंड दिसलं तरी अपशकुन झाला, असं म्हणतील सगळे. रस्त्यातून मी चालत येताना दिसले, की लोक चेहरा फिरवतील. ते म्हणतील मी कुठल्याही शुभकार्यात भाग घेता कामा नये. तुला असं वाटतं का की इथून पुढे मला कशात सहभागी करून

घेतील? नाही. पूर्वी मूल नव्हतं म्हणून मला दूर ढकलत असत. आता हे मूल जन्माला येणार आहे तरीसुद्धा मी विधवा असल्यामुळे ते सगळे मला ढकलून देतील असं मला वाटतं. वेंगा, जरा पाहा. काय होऊन बसलंय गं माझं आयुष्य. इथून पुढे मी कशातही पुढाकार घेऊ शकत नाही, सहभागी होऊ शकत नाही. अशा अवस्थेत सोडून गेला आहे तो मला.''

वेंगयी म्हणाली, ''सामी, पांढऱ्या वस्त्रातली बाई म्हणजे देवी असते, असं म्हणतात लोक. कृपा करून, जरा असा विचार कर. तू आता पोटुशी आहेस. तू जर या जमिनीत स्वत:च्या हातांनी बी पेरलंस तर त्या बियांना आशीर्वादच मिळेल. छान वाढतील बघ ती.''

पोन्नाने उत्तर दिलं, ''या पांढऱ्या साडीलाच तेवढा काय तो आदर मिळेल. ती देवता कशी मंदिरात अडकून पडते, तसंच मलासुद्धा या शेतातच माझ्या हालचाली मर्यादित ठेवाव्या लागतील. तसंही पाहिलं तर बायकांचं आयुष्य काय गं... घरापुरतं आणि समोरच्या अंगणापुरतं मर्यादित असतं. मला आता तितकंसुद्धा मिळणार नाही. मी फाटकाशीसुद्धा उभी राहू शकणार नाही... वेंगा, तुझी तूच लाव. सगळं नीट वाढेल बघ. तू तीन पोरांना जन्म दिलायस.''

पेरणीला सुरुवात करत वेंगयी थोडी खेदाने म्हणाली, ''साडीचं काय घेऊन बसलीस गं? तू रंगीत साडीसुद्धा नेसू शकतेस. आमच्या समाजात या असल्या गोष्टींवर कोणी जोर देत नाही बरं.''

पोन्नाने उत्तर दिलं, ''अगं, विधवा झाल्यावरसुद्धा तुमच्या जातीत लग्न करतात. तू तर म्हणतेस, की पुरुषांप्रमाणेच बाईसुद्धा तिला हवं तितक्या वेळा लग्न करू शकते. माझं बघ, भलतं सगळं. कित्येक लोकांसमोर जाऊन उभं राहायचंय मला. माझ्या पोटात वाढणारं पोर हे खरोखरच माझ्या नवऱ्याचं आहे हे तोंड वर करून सांगावं लागणार आहे मला. मनाला येईल तसं भटकणाऱ्या पुरुषांपुढे जाऊन बोलणं अपेक्षित आहे मी. कुत्री गं बाई कुत्री. उकिरडा फुंकायलासुद्धा कमी करणार नाहीत अशी ही कुत्री. आणि ही माणसं... ही न्यायनिवाडा करणार म्हणे. हे असलं काही तुमच्या समाजात आहे का? सांग मला!'' अनेक महिन्यांनी पोन्ना असं काही बोलत होती. वेंगयीशी बोलायची तिला आतून ऊर्मी आल्यागत वाटत होतं.

वेंगयी सांगू लागली, ''आमच्या समाजात असं म्हणतात, की बाईने विधवा राहाता कामा नये. माझ्या आईच्या लहान बहिणीच्या मुलाचं मागच्याच महिन्यात लग्न झालं. त्याचा बाप पाच-सहा वर्षांपूर्वी मेला. इतकी वर्षं माझी मावशी विधवाच होती. एकटीच राहत होती. आता या वयात नवऱ्याचं काय करणार होती ती? पण करता काय! तिच्या मुलाच्या लग्नविधीत भाग घेण्यासाठी तिला

नवरा हवाच, असं सगळ्यांचं म्हणणं पडलं. मग माझा बापच पुढे झाला, त्याने तिच्या कपाळावर पोट्टू बांधून तिच्याशी लग्न केलं. मंदिरात अनेक लोकांच्या साक्षीने त्याने तिच्या कपाळावर कुंकू लावलं. झालं लग्न. त्यानंतर तिच्या मुलाच्या लग्नाचे सगळे विधी तिने आणि माझ्या बापाने पार पाडले. आम्हा गरिबांमध्ये हे असं चालतं. तुम्हा लोकांमध्ये या अशा भलत्या गोष्टींचा विचार करत बसतात.''

वेंगयी इतकी गप्पिष्ट आहे, हे पाहून पोन्नाला मोठं छान वाटलं होतं. मागच्या वर्षी, नाचणीच्या हंगामात ती जेव्हा वेंगयीला पहिल्यांदा भेटली होती तेव्हा वेंगयी चूपचाप काम करणारी मजूर आहे, असं तिचं मत झालं होतं. आतासुद्धा, कामात खंड पडू न देता वेंगयीचे हात चटचट चालत होते. सुस्कारा सोडत पोन्ना म्हणाली, ''असं काही नाही की आम्ही श्रीमंत आहोत. ही एवढी जमीनच काय ती आहे आमच्याकडे. बस. या लोकांकडे दुसरं काय आहे? वाचाळ तोंड नुसतं! पण अहंकार मात्र ठासून भरलाय सगळ्यांमध्ये.'' तिचे संतप्त शब्द बाहेर पडत होते. पोन्नाचा रागाचा रोख आपल्यावर आहे की सरसकट आहे याबद्दल वेंगयीला खात्री नव्हती. ती थोडीशी हादरलीच. पोन्नाला दुखावण्यासारखं आपण काही बोलून बसलो की काय असाही विचार तिच्या मनात आला. पण, थोड्या वेळातच पोन्ना नेहमीसारखं बोलू लागली आणि वेंगयीच्या मनातला गोंधळ दूर झाला. वेंगयी कशी पेरणी करते आहे हे पाहायला तिच्या थोडं जवळ जात पोन्ना म्हणाली, ''तू कामाची आहेस हो! खरोखरच नेटकं काम करते आहेस तू. आता, या तुकड्याला पाणी तेवढं द्यायचं राहिलंय. येईलच माझा भाऊ इतक्यात. मी सांगेन त्याला, की पिकोताला बैल जुंप आणि पाणी दे.''

वेंगयी म्हणाली, ''या एवढ्याशा तुकड्यासाठी इतकी यातायात काय करायची? पाच-सहा घागरी ओतल्या की झालं.''

पोन्ना म्हणाली, ''पण कोण करणार हे? मी तर या परिस्थितीत काही करू शकत नाही. तुला मदत करू म्हटलं तर माझी आई आणि सासू नक्की त्यावर हरकत घेतील. नेहमीप्रमाणे करू हे आपण सगळं.''

वांग्यांच्या रोपांना नवीन कोवळी पालवी फुटल्याचं पोन्नाला दिसलं. मिरची आणि नाचणीची रोपं अंकुरून पुरेशी मोठी झाली, की ती ज्या भागात लावायला हवी होती ती जागा नांगरून तयार ठेवायला पोन्नाने मुथूला आधीच सांगितलं होतं. ते काम करायला मुथू आणि सेन्गान आले, की ते विहिरीतून पाणी काढून या तुकड्याला देऊ शकणार होते. जमिनीच्या ज्या चौरसात मका पेरला होता तो भाग जरा धुळकट दिसू लागला होता. त्यापलीकडे एक लांबलचक अरुंद पट्टा

होता. तिथे काहीच पेरू नका, असं पोन्नाने सांगितलं होतं. पलीकडच्या कुंपणालगत होती ती जागा. तिथे दिवसभर गायींना बांधून ठेवता येईल आणि त्यांना चरायलाही बरं पडेल, असं पोन्नाला वाटलं होतं. नारळाच्या झाडाखाली पडलेल्या काही वाळलेल्या झावळ्या वेंगयी घेऊन आली. जिथे तिने नुकतंच बी पेरलं होतं तिथे तिने त्या झावळ्या आच्छादल्या. सूर्याची किरणं त्यावर थेट पडली असती तर ती माती फार पटकन सुकली असती, मग त्या बिया अंकुरल्या नसत्या. वेंगयी अगदी जबाबदारीने आपली कामं पार पाडत होती. तिला न सांगताच कित्येकदा ती जास्तीचं कामसुद्धा करत होती. ते पाहून तिच्या काम करण्याबद्दल पोन्नाची अगदी खात्री पटली. वेंगयीच्या मदतीने आपण हे शेत करू शकू, असा तिचा आत्मविश्वाससुद्धा वाढला.

खोपटाकडे परत येताना पोन्ना म्हणाली, ''वेंगा, कृपा करून आता मला 'सामी' असं म्हणत जाऊ नकोस. मला ''मालकीणबाई'' असंही म्हणू नको. मला फक्त 'पोन्नू' म्हण, तेवढं पुरेसं आहे.''

''पण, लोक त्यावर हरकत घेतील ना पोन्नू,'' असं म्हणून वेंगयी हसू लागली.

पोन्नासुद्धा तिच्या आनंदात सहभागी झाली. ती हसून म्हणाली, ''हे बघ, 'पोन्नू' म्हणण्यातसुद्धा आदर आहे बघ. कोणी काही म्हणणार नाही.''

त्या दिवशी पोन्ना थोडंसं हसली होती.

# २१

गावसभेसाठी किती दिवस राहिले आहेत, हे सगळेजण मोजत होते. एखाद्या गोष्टीपायी आपण चिंताक्रांत झालो, की प्रत्यक्ष त्या दिवसापेक्षा आधीचे दिवस, त्यासाठी तयारी करण्याचे दिवस जास्त महत्त्वाचे ठरतात, त्या प्रत्येक दिवशी चिंता, दुःख, वेदना, अपेक्षा, भीती अशा नाना गोष्टींनी मन भरून जातं, शिवाय माणूस उत्तेजित होतो ते वेगळंच. परंतु, ते दिवस सहजतेने घालवण्यासाठी कशाचीही मदत होत नाही. सरतेशेवटी ते दिवस संपतात, हेच काय ते खरं आहे. तो काळ लोक वेगवेगळ्या पद्धतीने व्यतीत करतात. सीरायीचं म्हणाल तर त्या सभेचा जो काही निकाल लागणार होता, त्यावर तिच्या सगळ्या कुटुंबाला चांगले दिवस पाहायला मिळणार आहेत की नाही, हे अवलंबून होतं. त्या दिवसानंतर आपल्याला शेतीकामाचा ताबा घेता येईल, एवढाच पोन्नाचा साधा विचार होता. वल्लयीचं म्हणाल तर, गावची सभा कधी एकदा होते आणि आपण आपल्या घरी कधी एकदा जातोय, असं तिला झालं होतं. वेंगयी मदतीला आल्यापासून घरी परतण्याबद्दल वल्लयीला थोडा आत्मविश्वास वाटू लागला होता. कदाचित, दोन-तीन दिवसाआड एखादी चक्कर मारणं, रात्रभर मुक्काम करणं वल्लयीला शक्य होणार होतं. घरून येताना ती सगळ्यांचं जेवणसुद्धा आणू शकणार होती, इथे येऊन स्वयंपाक करू शकणार होती.

गावसभा शांतपणे पार पाडायला हवी होती. ते दिवस मोजण्यापलीकडे सीरायी कशावरही लक्ष केंद्रित करू शकत नव्हती. मंगळवारी रात्री ती अचानकच स्वगत बोलल्याप्रमाणे म्हणाली, "बुधवार आणि गुरुवार; दोन दिवस राहिले."

बाहेरून आवाज आला, "त्यानंतर काय होणार आहे? तू जाऊन तुझ्या मुलाला स्वर्गात भेटणारेस का?"

आलेल्या पाहुण्यावर कुत्रं भुंकलं नाही. नल्लाय्यन काका आला होता. "अगं बाई, मी फाटक नीट लावलेलं दिसत नाही. कुत्रंबित्रं आलं वाटतं, अक्का, जा गं, जाऊन जरा फाटक नीट लाव," वल्लयीशी बोलल्यागत सीरायी थट्टेने म्हणाली.

तोडीस तोड उत्तर देत नल्लाय्यन आत येत म्हणाला, ''या कुत्र्याला कोणीही घालवून देऊ शकत नाही. त्याची मर्जी असेल तेव्हाच जाईल हे कुत्रं.''

तिथल्याच एका बाजेवर त्याने अंग टाकलं, पण सीरायी चिडवायची थांबली नाही. ती म्हणाली, ''असं दिसतंय की माझा दीर फार थकला आहे. काय करता, इतक्या पोराबाळांची काळजी घ्यावी लागते त्याला. कितीतरी काम असतं!''

नल्लाय्यनने कधीच लग्न केलं नव्हतं. त्याला धाकटे भाऊ होते. आपल्या वाटेची जमीन घेऊन तो एकटाच राहात होता. त्याच्या मनाला येईल तशी त्याची भटकंती सुरू असे. कधीकधी आठवडाभर तर कधीकधी महिनाभरसुद्धा तो गावात परत येत नसे. कधीकधी तो आपल्याबरोबर एखादी बाई घेऊन येत असे. काही दिवसांनी तो तिला घालवून देत असे. गावातले किंवा घरातले लोक काय म्हणतील, याची त्याला जराही काळजी नव्हती. नल्लाय्यन हा कालीचा काका होता. कालीचं आणि त्याचं गोत्र एक होतं. त्याला कालीचं फार प्रेम होतं. काली हयात होता तेव्हा कित्येकदा नल्लाय्यन येऊन जाऊन राहात असे. मोठा आनंदी स्वभाव होता त्याचा. गप्पागोष्टी करायला त्याला फार आवडे. त्याच्याबरोबर चार गोष्टी बोलल्या, की बोलणारा आपोआपच खुलत असे. त्याच्या गप्पा ऐकायला पोन्नाला फार आवडे. खोपटातून बाहेर येत तिने त्याचं स्वागत केलं.

तिला पाहून तो म्हणाला, ''माझी लाडकी सूनबाई. असं दिसतंय, की काली तुला पोर देऊन गेला पण इथे राहून त्याचा आनंद घेण्याइतका नशीबवान नव्हता म्हणायचा तो.''

ती मुकाट उभी राहिली.

नल्लाय्यन पुढे म्हणाला, ''काही माणसं अशीच असतात. जगावं कधी आणि मरावं कधी हेच त्यांना कळत नाही. जेव्हा त्यांनी जगणं अपेक्षित असतं तेव्हा ते मरतात आणि जेव्हा मरायची वेळ येते तेव्हा ते रडतात, आयुष्याला धरून ठेवू पाहतात. जगणं असो की मरण, आपण कधीही घाबरता कामा नये. प्रत्येकाला त्याची योग्य वेळ दिली गेली पाहिजे. या सगळ्या गोष्टी त्याला सांगायचा मी कित्येकदा प्रयत्न केला आहे. माझे शब्द त्याच्या कानांपर्यंत कधीच पोहोचले नाहीत असं दिसतंय. त्याने ते मनावरही कधीच घेतलेले दिसत नाहीत. असो. माझं ऐकण्याची काही गरज नव्हती त्याला - पण त्याने निदान स्वत:चा तरी विचार करायला हवा होता!''

त्याचं बोलणं ऐकत पोन्ना उभी होती. तिला आता अश्रू अनावर झाले. तिच्या नवऱ्याबाबत हा माणूस सारंकाही जाणून होता. नल्लाय्यन काकाशी गप्पा मारल्या, की बरं वाटतं; असं काली म्हणत असे. तो म्हणत असे, 'मला माझ्या काकासारखं, माझ्या चिथप्पासारखं जगायचं आहे. पण मला तसं नाही करता

येत. त्याच्यासारखं जगायचं असेल तर मनोवृत्ती वेगळी लागते.' साडीचा पदर तोंडात दाबून धरत पोन्नाने हुंदके आवरायचा प्रयत्न केला.

तिचं सांत्वन करत नल्लाय्यन म्हणाला, "पोरी, रडू नकोस. रडून काय मिळणार आहे? रडण्याने तो परत येणारे का, नाही ना? आपल्याला इथे जो काही थोडा वेळ मिळाला आहे त्यात आपल्याला आनंदाने राहाता आलं पाहिजे बघ. हा आनंद म्हणजे काय हेच ज्याला कळत नाही, तो इथून निघून जायची निवड करतो. त्याचं आपण काय करणार? त्याला आपण धरून ठेवू शकत नाही. त्या दिवशी मी होतो ना इथे. अगं, हे जग पाहिलं आहे मी, पण त्याच्या मृत्यूचं दुःख मीसुद्धा सोसू शकलो नाही बरं. त्या वेळेस कुठे माझ्या लक्षात आलं, की मी बहुतेक त्याला माझा मुलगा मानू लागलो होतो. मी माझे आई-बाप मेले तेव्हासुद्धा इतका रडलो नव्हतो. पण या मूर्ख कुत्र्यापायी रडलो बरं. सगळ्यांचाच लाडका होता तो. काली आवडत नसेल, असं कुणीही नाही. गावातल्या प्रत्येकाला माहीत होतं, की तुझं त्याच्यावर किती प्रेम आहे. आणि तुझी सासू! तो म्हणजे तिचं जग होता. तुझ्या भावाचं काय? हुंदके देत, आक्रोश करत, जमिनीवर गडाबडा लोळला बघ तो त्या दिवशी. 'जगातलं सर्वोत्तम ते तुला मिळावं, असं मला वाटत होतं. तू हे का करून बसलास?' असा टाहो फोडला होता त्याने. एखादा पुरुष असा आक्रोश करत असलेला पहिल्यांदा पाहिला बरं मी. मला एक सांग, असा प्रेमळ मेहुणा किती जणांना मिळतो? आणि पोन्ना, तुझ्या आईबापाचं काय? त्यांना तो आवडत नव्हता का? किंवा मला? किंवा गावात कुणाला? अगं, प्रत्येकाला काली आवडत होता. पण सगळ्यांना आपण किती आवडत होतो, हेच त्याला ठाऊक नव्हतं. अगं बाई, आयुष्य म्हणजे आपल्याला जे लोक आवडतात त्यांच्याबरोबर जगणं, आपल्याला जे लोक आवडतात त्यांच्यासाठी जगणं. गाव काय म्हणतंय याच्याशी काय करायचंय - हे जे लोक आहेत ना त्यांचा कशाशी काही संबंध नाही बघ. तसंही, गावाचं तोंड भलतंच सडकं आहे. जांभई द्यायला थोबाड उचकटलं तरी हगल्यासारखी घाण मारते नुसती. बोलायला थोबाड उचकटलं, की मग बघायलाच नको रे बाबा! आपण त्या सगळ्याला बळी का पडायचं? ते जाऊ दे... तुला पोरगं दिलंय ना कालीने? हा आशीर्वादच आहे. हे मूल अगदी आनंदाने वाढव बरं. पोरगाच होऊ दे तुला. माझी सगळी शेतीवाडी तुझ्या पोराच्या, माझ्या नातवाच्या नावाने करेन मी."

पोन्ना अगदी सावकाश बोलली, "काका, मला पोरगी हवीय. पोरगा झाला तर या अशाप्रकारे आपल्या बायकोला सोडून जाताना तो विचारही करणार नाही. तिला एकटीला सोसायला सोडून जाईल."

काकाने उत्तर दिलं, ''हे बघ, पोरगा होवो की पोरगी, त्याने काही फरक नाही पडत. आपल्या समाजात पोरगी असली तर फार सोसावं लागतं. त्या मानाने पोरांचं आयुष्य जरा बरं असतं, इतकाच माझ्या म्हणण्याचा अर्थ होता बरं. पोरगा झाला, की फक्त हे घरच नाही तर हे शेत आणि खरं सांगायचं तर सगळं जगच जणू त्याचं होऊन जातं. त्याच्या मनाला येईल तिथे तो जाऊ शकतो, त्याच्या मनाला येईल तेव्हा जाऊ शकतो. तुझ्या सासूलाच विचार की, कालीच्या येण्या-जाण्यावर ती ताबा ठेवू शकली होती का? इथे, पुरुषांच्या जे मनाला येईल ते ते करू शकतात. बायकांचं तसं नसतं बेटा. एका ठरलेल्या ठिकाणी त्यांना बांधून घ्यावं लागतं. अगं, डोळेसुद्धा वर करून पाहता येत नाही त्यांना. एखाद्या कालवडीच्या गळ्याभोवती आपण दोर बांधतो तेव्हा कालवडीला काही करता येतं का? लोकांचंही अगदी तस्संच असतं बघ. एखाद्या पुरुषाची बायको मेली तर तो सरळ दुसऱ्या बाईशी लग्न करू शकतो. किंवा, एखादी बाई ठेवू शकतो. किंवा, त्याच्या मनाला येईल तेव्हा दुसऱ्या बाईकडे जाऊ शकतो. पण आता तुझीच अवस्था बघ. तुला नेसायला पांढरं धडपं दिलंय. मला तर असं वाटतं, की गोऱ्या माणसांसमोर जाऊन याचना करावी आणि पांढऱ्या साडीची ही पद्धत काढून टाकावी. तुम्हा बायांना ही अशी साडी नेसावी लागते, एका ठिकाणी खिळून राहावं लागतं. दुसऱ्या कोणाशी लग्न करू शकते का तू? असं कधी काही करायचं धाडस येणारे का तुझ्यात? बाईचं आयुष्य म्हटलं ना, की फक्त त्याग आला. शिवाय, आपल्या एवढ्याशा परिघात तिला सगळं सोसावं लागतं. म्हणूनच मी तुला म्हणतो की, पोराला जन्म दे. निदान, त्याच्या आयुष्यात थोडा आनंद तरी येईल. पण हे बघ, तुला पोरगी हवी असेल ना तर पोरगीच होवो बरं.''

त्यावर सीरायी म्हणाली, ''एकच तर पोर होणारे. आमचा वंश पुढे चालवायचा असेल तर पोरगाच व्हायला पाहिजे. पोरगी झाली तर दुसऱ्या कुणाच्या कुटुंबात नाही का जायची ती?''

वल्लयीने होकार भरत म्हटलं, ''नाही तर काय! एकदा का पोरीचं लग्न संपलं, की त्याने चिंता काही संपत नाही. आमचंच पाहा ना. पोरगा झाला तर तो जिथे आहे तिथे राहाता येईल त्याला.'

नल्लाय्यन म्हणाला, ''वहिनी, फक्त पुरुषच वंश चालवतो का? बाई नाही चालवत? आणि मला सांग, हे कुटुंब आणि हा वंश हे सगळं काय आहे? कावळ्यांचा वंशबिंश असतो का? चिमण्यांचा असतो का? मग पुरुषांनाच काय गरज पडलीय वंशाची, वंशजाची आणि त्या सगळ्याची? या जगात जन्मलेला प्रत्येक जीव अगदी सारखा असतो. आपण जन्माला येतो. आपण जगतो. आपण

मरतो. बस! यापलीकडे काहीही होत नाही. हे बघ वहिनी, मी तुला एक प्रश्न विचारतो; वंशावळीच्या महत्त्वाबद्दल बोललीस तू. तुझ्या बापाचं नाव काय गं?''

सीरायीने उत्तर दिलं, ''माझ्या बापाचं नाव सोनान आहे. तुला माहीत आहे की ते!''

''तुझ्या आज्याचं नाव काय?''

''माझ्या आज्याचं. माहीत आहे मला त्याचं नाव. मी चांगली तरुण होईपर्यंत हयात होता तो. त्याचं नाव मरप्पन का असंच काहीतरी होतं बघ.''

''बरं! आता मला सांग, तुझ्या पणज्याचं नाव काय होतं?''

''हे काय बाई विचारणं? हे असं पणज्याचं नाव कुठलं लक्षात राहणारेय? हे सगळं आज कशाला विचारतोएस? काल काय झालं, हे आठवायची मुश्कील इथे.''

नल्लाय्यनने स्पष्टीकरण दिलं, ''पाहिलंस, तुला तुझ्या वडिलांकडच्या पणज्याचं नावसुद्धा आठवत नाही. तुझ्या नावाचंसुद्धा हेच होणारेय. जरा विचार कर. तुला असं वाटतं का तुझ्या पतवंडाला तुझं नाव आठवेल? वंश गं वंश, तू जे काय म्हणत होतीस!''

''असं होय!'' सीरायीने प्रतिक्रिया दिली. ''तुझ्याशी मी कधी वादात जिंकू शकणारे का? आपल्या आधीच्या लोकांनी आपल्या समोर जो मार्ग ठेवला त्यावरून आमची आपली वाटचाल सुरू आहे. पण तू मात्र त्या मार्गावर चालायलाच नकार देतोस. तू तुझा स्वत:चा मार्ग तयार करणारेस असं म्हणतोस.''

नल्लाय्यन आता वल्लयीकडे वळून म्हणाला, ''ती जर मुलगी असेल तर तिला नवीन साडी नेसता येईल. तिला आपल्या माहेरी काही दिवस जाऊन राहाता येईल. तिला कोंबडीची सागुती शिजवता येईल, तुझ्यासाठी कुत्तु शिजवता येईल. आपण जेव्हा मरू तेव्हा हीच मुलगी आपल्या डोक्याशी बसून ढसाढसा रडेल. पोरगा झाला तर काय, बाहेर उभा राहील आणि मुकाट आपल्या पंचाने डोळे पुसेल.''

सीरायीने सुस्कारा सोडत म्हटलं, ''तू अशा पद्धतीने बोलू लागलास ना, की, सारं कसं गोड वाटतं. पण हे पाहा, प्रत्येकजण काही असा विचार करत नसतं. आम्ही आपले सगळ्यांसारखे राहण्याचा प्रयत्न करतोय.''

नल्लाय्यनने विचारलं, ''अस्सं, मला एक सांग, गावातल्या प्रत्येक बाईला तिच्या नवऱ्याकडूनच पोर झालं का? सगळ्या गावासमोर त्या हे सिद्ध करू शकतात का?''

''हे पाहा, हे तुझ्यावर जर सोपवलं तर तू तर सिद्ध करशील, की गावातली प्रत्येक बाई रांड आहे.''

"ठीक आहे. मला एक सांग, या सगळ्या बायका पवित्र आहेत का?"

"मी काहीही बोलत नाही आता. कोण काय करतंय याच्याशी मला काय देणंघेणं?"

"हे पाहा, मी लग्न कसं केलं नाही आणि मला पोरं कशी नाहीत, इतकंच बोलता तुम्ही सगळ्याजणी. पण तू खरोखरच जर मोजलीस तर प्रत्येक गावात माझ्यापासून झालेली पाच-सहा पोरं तरी आहेत, माहीत आहे का तुला?" असं म्हणून नल्लाय्यन हसू लागला.

सीरायी चिडून म्हणाली, "अस्सं का! मग असं कर ना, तुझी सगळी संपत्ती वाट त्यांना."

"अगं मी वाटायला तयार आहे गं, पण त्यांच्या आया; त्यांनी नको का मान्य करायला? मी काय करणार बापडा?"

"ओ भावजी! म्हणायचं काय आहे तुम्हाला? हे पाहा, इथे राहायचं असेल तर गावच्या रीतीरिवाजाविरुद्ध नाही जाऊ शकत आम्ही."

तो म्हणाला, "ठीक आहे. नको करू तकतक. मीसुद्धा येईन सभेला. मला तिथे पाहिलं की, इतर पुरुष बोलायला चाचरतील जरा. त्यातून ते कोणी बोललेच तर मी पाहतो त्यांच्याकडे."

सीरायी म्हणाली, "हो हो, नक्की ये बरं. पण हे पाहा, जरा काळजीपूर्वक बोल, नाहीतर, तुझ्याविरुद्ध उगाच काहीबाही बोलत राहातील. तसंही लोक तुझ्याबद्दल वाट्टेल ते बरळतात. जणूकाही, त्यांनी सगळं स्वत:च्या डोळ्यांनीच पाहिलं आहे. माझी इतकीच इच्छा आहे, की या सभेत लोकांना समजायला हवं की हे कालीचं पोर आहे. एकदाचं ते उरकून टाकलं, की आम्ही आमचं आयुष्य जगायला मोकळ्या होऊ."

नल्लाय्यनने शांतपणे उत्तर दिलं, "या गावातली माणसं मला टरकून राहातात. त्याचाच उपयोग करून घेणारे मी. तू जरा थांब आणि गंमतच पाहा."

सीरायीने उत्तर दिलं, "ठीक आहे. मला एक सांग, इतक्या दिवसांत तू दिसलाच नाहीस. होतास तरी कुठे?"

नल्लाय्यन काकाला भटकंतीची फार आवड होती. त्या कहाण्या सांगायला त्याला मोठी मजा वाटे. आता तो काय काय सांगतो, हे ऐकायला पोन्नासुद्धा पटकन त्या सपाट खडकावर बसली.

पारोशा पिंपळाच्या पानांतून हलकीच झुळूक गेली.

# २२

नल्लाय्यन काका दबक्या स्वरात कुजबुजला, "वहिनी, मला आता माझ्याच जिवाची भीती वाटू लागली आहे. दिवसा जरी मी गावात असलो तरी दिवसभर शेतातच काम करतो. रात्र झाली की, दुसरीकडे कुठेतरी पळून जातो. आज रात्री इथेच मुक्काम ठोकायचा माझा विचार आहे. काली जिवंत असताना जेव्हा कधी मी इथे यायचो तेव्हा मला कधी अशा ठिकाणी राहाता येईल का? असा प्रश्न मला पडायचा. पण नुसती इच्छा करून काय उपयोग? काली जसा राबायचा आणि ही जागा जशी स्वच्छ ठेवायचा तसं कोणाला करता येणारेय? त्याला मोठं आयुष्य मिळालं नाही, जगण्याची मजा घेता आली नाही, हे किती वाईट झालं. परंतु, आतासुद्धा, तो जरी इथे नसला तरी ही जागा माझं रक्षण करते आहे. तीन माणसं माझा शोध घेत आहेत. ते मला ठार करू इच्छितात. मी माझ्या घरी एक रात्र जरी राहिलो ना, तरी ते मला नक्कीच ठार करतील."

नल्लाय्यन काकाचं डोकंबिकं फिरलं होतं की काय, असा विचार पोन्नाच्या मनात आला. काका कोणाच्या तरी बाईच्या नादाला लागला असावा आणि त्यापायी तिच्या कुटुंबाला संताप आला असावा असाही विचार पोन्नाच्या मनात आला. म्हणूनच, ती माणसं काकाच्या मागे लागली असावीत.

सीरायी म्हणाली, "तुला ठार करणारा अजून जन्माला यायचाय. वेड लागल्यासारखं काय बोलतोएस?" काका पुढे सांगू लागला, "माझा सगळ्यात धाकटा भाऊ आणि त्याची दोन पोरं हात धुवून माझ्या मागे लागली आहेत. त्यांचं म्हणणं असं आहे, की त्यांच्यातलं कोणी तुरुंगात गेलं तरी हरकत नाही पण ते मला ठार करणारच. मी काय गप्प बसलो नाही. मी जाऊन स्थानिक अधिकाऱ्यांकडे तक्रार नोंदवली आहे. माझा भाऊ आणि त्याची मुलं मला ठार करायच्या मागे असून मला जर उद्या काही झालं तर त्या सगळ्यांना तुरुंगात टाकण्यात यावं, असं सांगून आलो आहे मी."

सीरायीने विचारलं, "तुझ्या संपत्तीच्या मागे का आहेत सगळे? तू तर

धडधाकट आहेस. चांगला दोन बायकांचा नवरा होऊ शकशील. त्यांना एवढी कसली घाई झालीय?''

त्याने त्रासलेल्या स्वरात उत्तर दिलं, ''ते मला काही ठाऊक नाही. ती दोन्ही पोरं माझ्या जमिनीच्या मागे आहेत. मला अगदी वीट आला आहे त्या सगळ्यांचा. मला तर असं वाटतं, की सारं विकून टाकावं आणि दुसरीकडे कुठे तरी जाऊन राहावं.''

मालमत्तेची वाटणी झाली होती तेव्हा नल्लाय्यन काकाने तिसरा हिस्सा मागितला होता. त्याही वेळेस, त्याच्या वाटेचा हिस्सा जितका म्हणून दाबता येईल, तितका दाबण्याचा त्याच्या भावांचा प्रयत्न होता. सुरुवातीला त्यांनी लाडीगोडी केली, त्याचं कोडकौतुक करायला सुरुवात केली. त्यासाठी दोन भावांमध्ये आणि त्यांच्या कुटुंबांमध्ये स्पर्धा चालायची. काकाला खाऊपिऊ घाल, त्याचे लाड कर, त्याच्याकडे लक्ष दे, अगदी कश्शाला म्हणून कमी नव्हती. आता, एवढे लाड होताएत तर करून घ्यावेत, असा त्याने विचार केला. परंतु, फार काळ काही ते चाललं नाही. लवकरच लक्षात आलं, की त्यांचे हे लाड वगैरे थोतांड होतं. त्यांचा डोळा काकांच्या मालमत्तेवर होता. काका आपल्याला काही देणार नाही, आणि आपला हिस्साही सोडणार नाही, हे लक्षात येताच त्या सगळ्यांचं वागणंच बदललं. मोठ्या भावाला एक मुलगा आणि दोन मुली होत्या. मुलाला तर बापाचा सगळा वाटा हिस्सा मिळणारच होता. पोरींसाठी चांगले नवरे शोधणं गरजेचं होतं. धाकट्या भावाला मात्र दोन मुलगे आणि दोन मुली होत्या. स्वाभाविकत:, त्या दोन मुलांमध्ये मालमत्तेची वाटणी होणार होती. त्यांच्या बापाला जे काही मिळालं होतं, त्यातलं निम्मं निम्मंच प्रत्येकाला मिळणार होतं. त्यामुळेच, या दोन पोरांनी आपल्या बापाबरोबर बसून कट-कारस्थानं केली. ते या निष्कर्षाला पोहोचले, की नल्लाय्यन काकाचा वाटा जर आपल्याला मिळाला तर दोघा पोरांना ते पुरेसं होईल. त्यांना हेही माहीत होतं, की बाई म्हटलं की नल्लाय्यन काका भुलतो. त्यासाठी त्यांनी मिळून एक योजना आखली, आपल्या आईलाच नल्लाय्यन काकाकडे धाडलं.

असंच एका रात्री, त्यांची आई भात आणि कोंबडीचं कुझांबु घेऊन काकाकडे आली. त्याला जेवायला वाढायला थांबली. एरवी, जेवायचं ताट ठेवून ती लगेच जात असे. त्या दिवशी जेव्हा ती वाढू लागली तेव्हा तिच्या प्रत्येक शब्दातून असं जाणवत होतं, की ती त्याला प्रोत्साहन देऊ पाहते आहे. अगदी उघडच ती त्याला उचकवू लागली होती. चार बाळंतपणं झाल्यावर वयाची चाळिशी उलटली होती तरी ती बऱ्यापैकी तरुण दिसत होती. यापूर्वी काकाने तिच्याशी अशी जवळीक कधी अनुभवली नव्हती. मग, जरा नशीब अजमावावं, असं त्याने

ठरवलं. पुढे होत त्याने तिला स्पर्श केला. तिने अनुकूलता दाखवली. त्या दिवसानंतर ती प्रत्येक आठवड्याला येऊ लागली. ती तिथे काकाकडे येते आहे हे तिच्या नवऱ्याला, मुलांना आणि लेकींनासुद्धा ठाऊक होतं. रात्री उशिरा ती त्याच्या झोपडीत येत असे. नल्लाय्यनचं म्हणाल तर बाई शोधायला कुठे जायची गरज नाही, म्हणून मोठा सुखावला होता तो. एक बाईच त्याच्या घरी येत होती आपणहून. हळूहळू, तिला तो आवडू लागला. जे नातं दबकत सुरू झालं होतं, आठवड्यातून एकदा इतकं जे सीमित होतं ते आता वरचेवर घडू लागलं.

नल्लाय्यन म्हणाला, "माझा भाऊ दिवसभर शेतात राबतो. रात्री ताडी ढोसतो. घरी काही येत नाही. शेतातल्या खोपटात राहातो तो. पोरीचं लग्न लावून दिलं आहे त्याने. दुसरी पोरगी अजून लहान आहे. पोरं आता लग्नाच्या वयाला आली आहेत. तसंही माझा भाऊ रात्री घरी आलाच तर त्याचा तसा काही उपयोग नसतो. शुष्क भूमीवर पाऊस पडला तरी उपयोग काय? सगळं काही शोषूनच घेते ते, नाही का? हिच्याबाबत नेमकं हेच झालंय. फार अनुभवी आहे मी. भरपूर बाया भोगल्या. तिला नक्की कशाची आस आहे, हे ओळखायला मला फार वेळ लागला नाही. मी तर म्हणेन की, चांगली आहे ती. मी म्हटलं की उभी राहाते, म्हटलं की बसते, वाकायला सांगितलं की वाकते. माझी जशी इच्छा असेल तसं करते. अशा बाईशी लग्न करूनसुद्धा माझा भाऊ तिच्याबरोबर सुखाने राहू शकला नाही. याला पुरुष तरी कसं म्हणायचं?"

हे सगळं ऐकून सीरायी, वल्लयी आणि पोन्ना या तिघींनाही हसू आवरलं नाही. पोन्नाला तर आश्चर्य लपवणं कठीण गेलं. सीरायी नल्लाय्यनला म्हणाली, "तुला ना काही लाजशरम नाही बघ. काय वाटेल ते बोलतोस!"

त्यावर तो म्हणाला, "सीरायी, या गोष्टी मोकळेपणानं बोलल्या पाहिजेत. बाईला काय आवडतं हे पुरुषाने विचारायला पाहिजे. जरा जाऊन करत्तूरच्या वेश्यावस्तीत काय होतं ते पाहा एकदा. एखादा पुरुष जर आवडला नाही ना तर चपलेने झोडतात त्याला आणि हाकलून देतात."

त्यानंतर त्याने त्याची मघाची कहाणी पुढे सांगायला सुरुवात केली. त्याच्या भावाच्या बायकोने त्याच्याबरोबर जास्तीत जास्त वेळ घालवायला सुरुवात केली. तिचा नवरा किंवा तिची मुलं तिला शोधायला घरात आली, की "आले आले. तू जा!" असं म्हणून ती त्यांना घालवून देत असे. ती कोणी वेगळीच व्यक्ती झाली होती. काकासाठी स्वैपाकपाणी करायचं, त्याच्याबरोबर शेतात राबायचं, त्याच्याशी गप्पागोष्टी करायच्या, हास्यविनोद करायचा, असं सगळं ती करू लागली होती. त्याने तिला 'जा' असं सांगितल्यावरसुद्धा तिची जायची तयारी नव्हती.

त्याच्या पैशासाठीच ती त्याच्याशी लगट करते आहे, असं वाटून तो तिला म्हणाला होता, 'तुला किंवा तुझ्या पोरांना माझी शेतीवाडी लिहून देईन, असं वाटतं का तुला? हे बघ, काही झालं तरी माझ्या माघारी त्यांचीच होणारे ती.' त्यावर तिने उत्तर दिलं होतं, 'हो, तुझा वाटा बळकावण्याच्या हेतूने मला तुझ्याकडे पाठवलं होतं, हे अगदी खरं आहे. सुरुवातीला माझीसुद्धा तीच कल्पना होती. पण आता म्हणशील तर मला तुझा पैसा नको आणि या हलकट लोकांकडून तर मला काहीसुद्धा नको. मी फक्त तुझ्याबरोबर राहीन इथे. इतकंच हवंय मला. तुझ्यासारखा चांगला पुरुष मला कधी मिळालाच नाही. तुझ्याबद्दल जे वाईटसाईट बोलतात त्यावर माझा विश्वासच बसत नाही.'

परंतु, तिच्या नवऱ्याला म्हणजेच नल्लाय्यनच्या भावाला आपली बायको उघडपणे नल्लाय्यनशी लाडीगोडी लावते आहे, हे पाहणं अशक्य झालं. एक दिवस, तिला परत घेऊन जायला तो आला. ती म्हणाली, 'येईन मी. तू नीघ.' पण तो संतापलेला होता. त्याने विचारलं, 'याच्यात असं काय ठेवलंय गं खास? काय दूध गाळतो का तो? म्हणून त्याला घ्यायला इतकी आतुर झालीस का तू?' हे ऐकताच ती भडकली. तिने तावातावाने उत्तर दिलं, 'हो. त्याच्या लिंगातून दूध गळतं. तुझ्यासारखं नाही. आधी उठवून तर दाखव!' हे ऐकल्यावर भावाला कळलं, की गोष्टी किती पुढे गेल्या आहेत. तिचे केस धरून त्याने तिच्या पाठीत चांगले गुद्दे घातले आणि तिला फरफटत घरी आणलं.

त्या प्रसंगानंतर नल्लाय्यन जरा हादरलाच होता, तरीसुद्धा, त्याने त्याला फारसं महत्त्व दिलं नाही. त्याला असं वाटलं, की जे झालं त्याच्यात त्याचा काय दोष होता? परंतु, त्याच रात्री ती पुन्हा त्याच्याकडे परत आली. तिच्यामागून तिचा धाकटा पोरगा आला आणि तिला खेचत घरी घेऊन गेला. एकीकडे त्याची पुटपुट सुरूच होती, 'काय बाई आहे! एक दिवस दूर राहू शकत नाही.'

ती ओरडून म्हणाली, 'सोड मला! अरे मेल्या, तुला जन्म दिलाय मी. तुला काय वाटतं, माझ्याशी असं बोलू शकतोस तू? त्याच्या जमीनजुमल्याचा हिस्सा मिळेल, असं जेव्हा तुला वाटलं होतं, तेव्हा काय वाटेल ते करायला तयार झाला होता तू. ज्या दिवशी तुझा बाप या कामासाठी मला इथे पाठवायला तयार झाला होता त्या दिवशी तू तुझ्या बापाला काही प्रश्न कसा नाही विचारलास? तुझा काका म्हणाला होता की, तो त्याचा जमीनजुमला तुला देईल. हेच हवं होतं ना तुला? आता सोड मला. मी त्याच्याबरोबर राहीन आणि माझं सगळं आयुष्य तिथेच घालवेन. तुम्हाला कोणाला माझा काही त्रास होणार नाही. माझी काळजी घेण्याची गरज नाही. ज्या दिवशी मला स्वत:ची काळजी घेता येणार नाही त्या दिवशी मी स्वत:ला लटकवून घेईन आणि मरण पत्करेन.'

रात्रीची वेळ असल्यामुळे ती जे काही बोलली ते दुसऱ्या भावाच्या कुटुंबालासुद्धा ऐकू आलं. नेमकं काय होतंय हे पाहायला ते सगळे आले. तोवर, या पोराने आपल्या आईला जबरदस्तीने ओढत घरी आणलं होतं. ती किंचाळली, 'माझ्या नवऱ्याला विचारू दे काय विचारायचं ते. त्यालाच देईन मी उत्तर. मला प्रश्न विचारणारा तू रे कोण? तू आपल्या आईवर जोरजबरदस्ती करतोस? माणूस आहेस की कोण?' संतापलेल्या तिच्या मुलाने तिच्या थोबाडावरच ठोसे लगावले. तिचे दात तुटले, तोंडातून रक्त वाहू लागलं. तशाच अवस्थेत ती घरी गेली.

काय घडलं आहे हे पाहायला आलेल्या दुसऱ्या भावाला समजावत नल्लाय्यन म्हणाला, 'तसं काही फारसं गंभीर नाही. ही नवराबायकोची भांडणं. ती इथे येऊन मला मध्यस्थी कर म्हणाली. मग तिचा मुलगा आला आणि तिला परत घेऊन गेला.' पण त्या दुसऱ्या भावाचा त्याच्या बोलण्यावर काही विश्वास बसला नाही. तो म्हणाला, 'हे पाहा, काय चाललं आहे हे पाहतो ना मीसुद्धा. त्याला काय वाटलं, तो त्याची बायको तुझ्याकडे पाठवेल आणि तू तुझा जमीनजुमला त्याला देशील? मी इतका हलकटपणा करू शकत नाही. पण हे बघ, तिने जर तुला तिचं हे अन् ते दाखवलं असेल आणि तेवढ्यापायी तू जर तिला पैसे देणार असशील तर मी तर तुझा गळा चिरेन आणि तुरुंगात जाईन.'

हे ऐकताच नल्लाय्यन जरा हादरला. तो म्हणाला, 'हे माझे पैसे आहेत. माझी इच्छा असेल त्याला देईन मी. त्यासाठी माझ्याशी का झगडा करताय तुम्ही सगळे?' हे ऐकल्यावर तर भावाने पुन्हा धमकी दिली. 'लक्षात ठेव, त्यातले अर्धे माझे आहेत. तू जर दुसरं तिसरं काही केलंस तर तुझा गळा चिरेन आणि तुझा मुडदा शेतात फेकून देईन. तू कुठे गेलास, तुझं काय झालं हे मला काही माहीत नाही, असं सांगेन सगळ्यांना.'

हे सगळं ऐकल्यावर सीरायीने नल्लाय्यनला विचारलं, "त्या बाईला ओढून घरी नेल्यावर त्यांनी तिचं केलं तरी काय?"

बाजेवरून उठत नल्लाय्यन विचित्र तोंड करत म्हणाला, "अरे बापरे! तेवढं काही विचारू नकोस."

अस्वस्थ होत वाऱ्याने विचित्र आवाज काढला.

# २३

नल्लाय्यन काकामध्ये त्याच्या भावाच्या बायकोला असं इतकं मोहात पाडण्याइतकं काय होतं, हे कोणालाच सांगता येत नव्हतं. पण ती त्याच्या अगदी पूर्ण नादी लागली होती. तिचा नवरा आणि मुलं तिला वाटेल तशी मारझोड करत होते. तिचा पदोपदी अपमान करत होती. परंतु, ती अगदी नेटाने सगळ्यांना पुरून उरत होती. अशातच एके दिवशी सगळ्यांना जेव्हा जाग आली तेव्हा ती कुठेच नव्हती. नंतर त्यांना कळलं, की ती नल्लाय्यनच्या घरामध्ये तिथल्या गोठ्यांतल्या गाईंचं शेण साफ करत होती. ती घरी येईपर्यंत थांबावं, असं त्यांनी ठरवलं परंतु तसं काही घडण्याची चिन्हं दिसेना.

आपण भलत्याच अडचणीत आलो तर काय अशी भीती वाटून नल्लाय्यनने तिची समजूत घालायचा प्रयत्न करत म्हटलं, 'माझं ऐक जरा, तुला मी आवडू लागलो आहे, हे आलंय माझ्या लक्षात. परंतु, दुसरीकडून कुठून आणलेली बाई नाहीयेस तू. माझ्या भावाची बायको आहेस. तुझ्या एका मुलीचं लग्न झालंय. तुझी दुसरी तीन मुलं लग्नाला आली आहेत. तू घरदार असलेली बाई आहेस. तुला काय वाटतं, त्या सगळ्यांना सोडून इथे येऊन असं राहणं योग्य आहे का? हे बघ, आठवड्यातून एक-दोनदा येत जा. आपण एकत्र वेळ घालवू. कदाचित, त्यावर कोणी हरकत नाही घेणार. पण तू जर म्हणशील, की सगळं सोडून कायमची इथे राहायला येते, तर त्यांना कसं मान्य होईल? सांग बरं मला? तुझ्या घराशी नातं जोडायला जी माणसं येतील त्यांना जर इथे काय घडतंय हे समजलं तर तुझ्या कुटुंबाकडे मुलगी सांगून येईल का कुणी? आपण जर सगळं गुपचूप सुरू ठेवलं तरच जमू शकतं. तेव्हा, आता जा बरं.'

तिने जायला ठाम नकार देत म्हटलं, 'त्यांची थोबाडं पाहायचीसुद्धा इच्छा नाही आता माझी,' तिचा स्वर चांगलाच निर्णायक होता. 'जे होईल ते भोगू दे त्यांना. मला आता रांड म्हणतायेत हे सगळे, पण इथे रांडपणा करायला मला पाठवलं कुणी आधी? त्यांनीच पाठवलं, नाही का? तुझा जमीनजुमला मिळणार

असेल तर त्याची बायको रांड झाली तरी त्याला त्याची काही पर्वा नाही. तुझ्या भावाच्या अभिमानाला चांगलीच ठेच लागली आहे. तो तर म्हणतो, 'माझा भाऊ ते कसं करतो ते तरी सांग. तसंच करतो तुझ्याबरोबर.' हे त्याच्या टाळक्यात आधी का नाही आलं? तिथे जायच्या ऐवजी मरण पत्करेन मी. तुझ्यापासून पोर झालं तरी माझी तयारी आहे. इथेच राहून पोर वाढवू आपण.'

तिच्या या हट्टीपणापायी संतापून नल्लाय्यनने तिच्या फाड फाड थोबाडीत लगावल्या. तिला घराबाहेर ढकलत तो म्हणाला, 'तुम्ही सगळे - तुझं सगळं कुटुंब, नवरा, बायको, पोरं - तुम्ही सगळ्यांनी माझा छळ मांडायचं ठरवलं आहे. मी माझ्याबरोबर कुठलीही बाई ठेवणार नाही. चल नीघ इथून. पळ! मला जेव्हा गरज असेल तेव्हा बोलवेन मी तुला. तेव्हाच यायचं इथे. आता नीघ!' त्या स्त्रीवर त्या कशाचाही परिणाम झाला नाही. नल्लाय्यनच्या घराबाहेरच्या अंगणात ती तशीच त्याच्याकडे टक लावून पाहत उभी राहिली. हे पाहून नल्लाय्यनला तिची दया आली. नवरा, मुली, कुटुंब सगळं होतं तिच्याकडे. संपत्ती होती. तरीसुद्धा, एखाद्या भिकाऱ्यासारखी ती त्याच्यासमोर उभी होती. तिला घरात बोलावून त्याने तिला थोडं खायला देत म्हटलं, 'तू जर अधूनमधून तिथे येत-जात राहिलीस तरीसुद्धा मी चालवून घेईन. नाहीतर, मला तू नकोस. इथे मला बांधून ठेवणारं काही नाही. सगळं सोडून देईन आणि इथून निघून जाईन कुठेतरी.'

त्याच्या इच्छेप्रमाणेच आपण करू, असं त्याला सांगून ती घरी गेली. त्या रात्री तिने त्याच्याकडे येण्याचा प्रयत्न केला तेव्हा तिच्या कुटुंबाने तिला अडवलं आणि वाटेल तसं मारलं. तिने तिथून पळून जायचा प्रयत्न केला तेव्हा त्यांनी तिला घरात बांधून टाकलं. दुसऱ्या दिवशी, तिच्या मुलीवरच घरातलं सगळं काम करायची वेळ येऊन पडली. मुलगी काम करत असताना हिने आपल्या मुलीला विनवणी केली, गयावया केली. दया येऊन मुलीने तिला सोडत म्हटलं, 'अम्मा, आता या वयात अशी का वागते आहेस? किती लाज आणते आहेस तू. गावातल्या लोकांना जर हे कळलं तर आम्हाला तोंड वर करता येणार नाही बघ.' थोडा वेळ त्या बाईने आपल्या लेकीला घरकामात मदत केली. मात्र अचानक ती नाहीशी झाली. त्या सगळ्यांनी तिचा शोध घेतला तेव्हा नल्लाय्यनच्या घराकडे जाणाऱ्या बाजूच्या शेतातून ती चालताना दिसली. हे आता कधीच थांबणार नाही, असं लक्षात घेऊन त्या सगळ्यांनी तिला ओढत बैलगाडीत टाकलं आणि सीरूर या तिच्या माहेरी तिला नेऊन सोडलं.

सगळं जरा शांत होईपर्यंत तिने तिथेच राहावं, असा निर्णय त्यांनी घेतला. तिच्या माहेरी आई, बाप, मोठा भाऊ, धाकटा भाऊ असे सगळे होते. त्यांचं

शेतही मोठं होतं. तिच्यावर ते सगळे आळीपाळीने लक्ष ठेवू लागले. तीन दिवस ती तिथे राहिली. गुंगीत असल्यासारखी बसून होती ती. तिसऱ्या रात्री, तिने स्वत:ची सुटका करून घेतली आणि थेट नल्लाय्यनचं घर गाठलं. मध्यरात्री ती येऊन पोहोचल्यावर नल्लाय्यन तिला हाकलूनसुद्धा देऊ शकला नाही.

नल्लाय्यन निराश होऊन म्हणाला, 'मी काय करणार होतो? तिला आत घेऊन मी थोडं जेवायला दिलं. कित्येक दिवसात काही न खाल्ल्यासारखं संपवलं तिने सगळं. तिच्या आई-बापाच्या घरी त्यांनी तिला खायला नक्कीच दिलं असणार. हिनेच 'नाही' म्हटलं असेल. नेमकं काय झालं होतं हे तर मला माहीत नाही पण माझ्यापायी कुणी असं वेडं होतं आहे, हे समजल्यावर मला थोडा आनंद झाला होता हे मला मान्य करायला हवं. माझ्या मनात आलं, की आता मी हिचं काय करणार आहे? तिला घेऊन कुठेतरी निघून जावं आणि नव्याने आयुष्य जगावं, असा विचार माझ्या मनात आला, पण स्वत:चंच पोट भरणं माझ्यासाठी कठीण होतं. दुसऱ्या कोणाची जबाबदारी कशी घेणार होतो मी? मला बाई लागते ती फक्त उबेसाठी. माझं हे असंच चालतं. ती रात्री आली होती त्यामुळे मी तिला आत घेतलं आणि निजलो तिच्याबरोबर. पण दुसऱ्या दिवशी पहाट होताच मी तिला तिच्या घरी नेऊन सोडलं. मग मी गावातूनच बाहेर पडलो. पुढचे सहा महिने तरी परत येऊ नये, असं मी ठरवलं. परंतु, पूर्वीसारखं आता मी काम करू शकत नाही. आताशा, माझी तब्येत फारशी बरी नसते. जेमतेम महिन्याभराने मी परत आलो. मी परत आलो तर शेतातला मजूर म्हणाला, "दिवसातून एकदा तरी ती बाई येते आणि तू परत कधी येणार, हे विचारते." लपून बसायचा आणि तिच्यापासून दूर राहायचा आटोकाट प्रयत्न केला मी. पण करता काय, एकच तर शेत आहे ते. लपायला जागासुद्धा नाही. ती परत आली की.'

तिच्या नवऱ्याने आणि मुलांनी तिला पुन्हा खेचडत तिच्या माहेरी नेऊन टाकलं. तिच्या माहेरच्यांनी गावातल्या सगळ्यांना सांगितलं की, ती वेडी झाली होती. शेतातच त्यांची नारळाची वाडी होती. त्यातल्या एका नारळाला त्यांनी तिला बांधून टाकलं. असा कच्चा दोर नव्हता. जुन्या काळी करायचे ना, तसंच त्यांनी केलं. तिला हालचालच करता येणार नाही याची खात्री करून घेतली. तिचे दोन्ही पाय साखळबंद केले. त्या साखळीला लोखंडाचा एक मोठ्ठा गोळा बांधला. भलताच जड होता तो. चार पावलं टाकायची म्हटली तरी तो गोळा हातात घेऊन तिला चालावं लागे. एखाद्या कुत्र्याला खाऊ घालावं, तसं तिला तशाच अवस्थेत खाऊ घातलं जात होतं. काही दिवसांतच तिच्या पायाला फोड आले. सतत ओल राहिल्याने त्याच्यात पू झाला. हे इतकं झाल्यावर त्यांना तिची दया आली आणि

त्यांनी तिला सोडवलं. काही दिवसांनी तिच्या जखमा थोड्या भरल्यावर ती पुन्हा पळून गेली. नल्लाय्यनने तिच्यावर काळा जादूटोणा केला असून ती त्याला वश झाली आहे, असं लोक म्हणू लागले. सगळ्यांनी तिला शोधून काढलं आणि वेप्पूर इथल्या सेल्लीमलई इथे नेलं. नल्लाय्यनने तिच्यावर केलेला जादूटोणा उतरवण्यासाठी दुसरी जादू करणं भाग होतं. परंतु, तिच्यात काडीचाही बदल झाला नाही. आता त्यांनी नल्लाय्यनला धमकवायला सुरुवात केली, 'तू तिच्यावर जो काही जादूटोणा केला आहेस तो ताबडतोब संपव. नाहीतर ठार करू आम्ही तुला.'

त्यांची समजूत घालायचा प्रयत्न करत नल्लाय्यन म्हणाला, 'हे असं मी काहीही केलं नाही. मी असं का करेन? मी म्हणेन ती बाई हजर होते माझ्यासमोर. तुझ्या बायकोला नादी कशाला लावेन मी?'

परंतु, त्याच्या बोलण्यावर विश्वास ठेवायला कोणीही तयार नव्हतं. आता, शेतावरचा मजूर जे काही शिजवेल ते नल्लाय्यन खाऊन घेत होता. मग दिवसभर तो कुठेतरी भटकंती करायचा आणि रात्री कोणाला काही थांगपत्ता लागू न देता मुकाट्याने परत यायचा. त्याच्या भावाची मुलं ज्या पद्धतीने त्याच्याकडे पाहत होती त्यात गर्भित धमकी होती. ते आपल्याला खरोखरच ठार करतील अशी भीती त्याला वाटू लागली होती. कदाचित, तो झोपल्यावर त्यांनी त्याच्या डोक्यात दगड घातला असता. एकदा, तो जवळपास आहे असं पाहून त्याचा एक पुतण्या दुसऱ्याला म्हणाला होता, 'तो विळा आण बरं जरा इकडे!'

हे सगळं ऐकल्यावर सीरायी म्हणाली, "एखादी बाई अशी कशी काय वागू शकते हे समजतच नाही मला. गावात सगळे म्हणतात की, ती अगदी वेडी झाली आहे. या गावसभेबद्दल सांगायला मी तिथे गेले होते परवा. तेव्हाच पाहिलं मी तिला. भिंतीला पाठ टेकवून बसली होती ती. झपाटलेल्या बाईसारखी पाहत होती माझ्याकडे. तिला वेड लागलंय असंच वाटलं मला. आता जेव्हा तुझं हे सगळं ऐकलं तेव्हा तुझ्याबद्दलसुद्धा मला शंका येऊ लागलीये. मला एक सांग, तिला जे खायला घातलंस त्याच्यात काही कालवलं होतंस का? नाहीतर तिची अशी अवस्था कशी काय झाली?"

त्याला अजून घाबरवत सीरायी पुढे म्हणाली, "हे बघ, एक चांगलं नांदतं घर मोडलं आहेस तू काहीतरी करून. अशी किती घरं मोडली असशील तू कोण जाणे. तुझी सगळी पापकर्मं आता तुझ्या भोवती फिरत आहेत. तुला शांती नाही मिळणार. जरा थांब आणि पाहाच काय होतंय ते."

त्यावर तो पटकन म्हणाला, "तुझा हात माझ्या छातीवर ठेवून खरं बोल. मी काय वाईट केलं? त्यानेच त्याची बायको माझ्याकडे पाठवली. माझ्या मालमत्तेतला

वाटा हवा होता त्याला. त्याचं ते करणं चूक आहे असं नाही वाटत तुला? सगळा दोष माझ्यावर टाकते आहेस. दुर्दैवाने, हे जग असंच चालतं... माझं काय, फुकून टाकेन सगळं आणि जे पैसे मिळतील ते घेऊन निघून जाईन दुसरीकडे. नाहीतर, ती जमीन लावून काढेन आणि पैसे मिळवेन. त्यानंतर, जो कोणी ते पैसे भरू शकेल तो घेईल ती जमीन. काहीही होवो, इथून पुढे मी त्या गावात राहू शकत नाही. मला तिथून दूर जायलाच हवं. जरा विचार करतो. करत्तूरमध्ये एक वकील आहे. त्याचाच सल्ला घ्यायचा विचार करतो आहे मी. माझी जमीन जर मंदिराला दिली तर मला तिथे जेवू-खाऊ घालतील का हे पण शोधून काढतो. असं दिसतंय की, गोरी माणसं आता इथून निघून जाणार आहेत. आपली जमीन आपल्याला परत देणारेत. त्यानंतर, सगळे कायदे बदलणारेत असं म्हणतात खरं. जरा थांबून पाहू, काय होतंय ते. याच्यावर काहीतरी तोडगा असणारच.''

''अरे, पण असं का सोसतोस? जर चार-चौघांसारखं लग्न केलं असतंस तर अशी परिस्थिती झाली असती का? हे असं प्रत्येकापासून पळून जाणं, लपून राहणं करावं लागलं असतं का?'' असं म्हणत सीरायीने उसासा सोडला.

त्यावर नल्लाय्यन म्हणाला, ''काली असता ना इथे तर त्याने केलं असतं माझं रक्षण. पण करता काय, तो तर आता नाही. माझ्यासाठी गावात जर फार धोका निर्माण झाला तर इथेच आश्रयाला येईन मी. कृपा कर आणि मला इथे येण्यापासून थोपवू नकोस. तसं जर करणार असशील तर माझ्यासाठी या पारोशा पिंपळाची आणखी एक फांदी तोडावी लागेल. जशी कालीसाठी तोडावी लागली होती ना तशीच,'' इतकं बोलून तो मोठ्यांदा हसला.

बराच वेळेपासून गप्प असलेल्या वल्लयीने तोंड उघडून म्हटलं, ''कालीच्या त्या निर्णयाबद्दल आधी तर तू निंदा करत होतास त्याची. आणि तूही तसंच करणार असं म्हणतो आहेस!''

''अक्का, मी स्वत:ला का ठार करेन? ते जर मला मारायला आले ना तर मरण्यापूर्वी त्यांच्यातल्या एकाला तरी नक्कीच संपवेन बघ मी. हे बघ, माझ्या कमरेला सतत खंजीर लटकवलेला असतो. मी असा सहजासहजी घाबरणाऱ्यातला नाही. माझा जीव का घेईन मी? माझ्याही डोक्यात काही कल्पना आहेत म्हटलं. त्यातली कोणती कल्पना उपयोगी पडते आहे तेच पाहायचं आहे मला. अडचणीतून मार्ग न काढता येणारा मूर्ख नाही मी. कालीसारखाच मी पण मरेन, असं मी जरी म्हटलं तरी माझ्या बोलण्याचा अर्थ तो नाही.'' बराच वेळ नल्लाय्यनची अशीच बडबड सुरू होती.

दरम्यान, झोपडीत जाऊन पोन्ना आपल्या बाजेवर पडली. तिच्या मनात विचारांचं काहूर माजलं होतं.

# २४

सुंठेपासून तयार केलेलं पनगम (पन्हं) मुथूने सगळ्यांना दिलं. गोडी येण्यासाठी त्यात करूपत्ती घातली होती. काहीजण छोट्या कपात ते प्यायले तर काहींनी आपल्या डब्यात ते ओतून घेतलं. कदाचित, सभेला येऊ न शकलेल्या घरच्या म्हाताऱ्या-कोताऱ्या आणि मुलांसाठी घेतलं असावं ते. मुथूला याचा अंदाज होताच त्यामुळे त्याने मोठ्ठं पातेलं भरून पनगम केलं होतं. त्याने डाल्यात थोडी करूपत्ती वगळून ठेवली होती. पाण्याची दोन पातेलीसुद्धा भरून ठेवली होती. समजा, वेळेवर अजून पनगम करावं लागलं तरी त्याची तयारी होती. पहाटेच तो आपल्या बायकोला गावातून घेऊन आला होता. सगळी तयारी त्यांनी करून ठेवली होती. गावातल्या मंदिरासमोरच्या मोकळ्या अंगणात गावसभा भरणार होती. कडुलिंबाच्या झाडाखाली खडक ठेवण्यात आले होते. त्या खडकावर बसून, शिळोप्याच्या गप्पा करत, सगळे पनगम पीत होते.

परिटाने दोन पांढरी धोतरं बाजूबाजूला पसरली होती. न्हाव्याने त्यावर नारळ आणि फळं ठेवली होती. इतर बायकांबरोबर पोन्ना एका कोपऱ्यात बसली होती. वल्लयी आणि मुथूची बायको पूवयी तिच्या बाजूला बसल्या होत्या. या सभेसाठी बऱ्याच प्रमाणात बायका जमा झाल्या होत्या. सीरायीच्या आमंत्रणावरून अनेक लोक आले होतेच, पण न बोलावताही कित्येक जण आले होते. असा कार्यक्रम कैक वर्षांत झाला नव्हता. तो नेमका कसा असतो याची सगळ्यांनाच उत्सुकता होती. थोरात्तु पात्ती आली होती. पाय पसरून बसली होती ती. दोन पिढ्यांपूर्वी असा विधी झाल्याचं ती म्हणाली. ती कोण होती, काय घडलं होतं असं जमलेल्या बायांनी विचारायला सुरुवात केली. पेटत्या मशाली घेऊन परीट मंडळी इथे-तिथे उभी होती. बसायची जागा स्वच्छ आहे की नाही हे पाहायला थोडा उजेड दाखववा असं लोक त्यांना सांगत होते.

आपले कोण कोण नातेवाईक सभेला आले आहेत, याचा अंदाज घेण्यासाठी सीरायीने सगळीकडे पाहिलं. तिने आमंत्रण दिलेल्या प्रत्येक घरातून किमान एक-

दोघं जण तरी आले होते हे पाहून तिला मोठं समाधान वाटलं. तिचे दोन्ही धाकटे भाऊ हजर होते. दूरवरून अनेक लोक आले होते. त्यामुळे, नमस्कार-चमत्कारांची देवाणघेवाण आणि गप्पा सुरू होत्या. नल्लाय्यन त्यात नव्हता हे सीरायीच्या लक्षात आलं. तो आधीच निघून गेला होता की काय, असं तिला वाटलं. तिला अशीही काळजी वाटली की त्याच्या भावांनी आणि पुतण्यांनी दिलेल्या धमक्यांनुसार त्याला मारहाण तर केली नसावी ना? तरीसुद्धा, तसं काही झालं नसेल, अशी आशा बाळगत तिने स्वत:ला शांत केलं.

गावप्रमुख बऱ्याच लोकांशी बोलत पनगम पीत उभा होता. गर्दीसमोर येत त्याने विचारलं, "सगळ्यांचं पनगम पिऊन झालं का?"

उत्तरादाखल थेक्कानकाडू इथून आलेला कन्नान उत्साहाने म्हणाला, "प्रत्येकजण अगदी पोट फुटेपर्यंत पनगम प्यायलाय. आता सगळे मुतायला जागा शोधतायेत. अगदी थोड्याच वेळात गावातल्या चौकात वास मारणार आहे." कन्नान तरुण होता पण उपहासाने बोलण्यासाठी तो मोठा प्रसिद्ध होता. गावप्रमुखाने विचारलं, "कोण रे तू? आपल्यात आणखी एक नल्लाय्यन आल्यासारखं दिसतंय!"

त्यावर कन्नानने उत्तर दिलं, "हो! त्याच्याबरोबर बाजारात, जत्रेत जावं, वासरू न झालेली कालवड शोधावी, अशी फार इच्छा आहे माझी. पण तो कुठला येतोय ताब्यात."

यावर सगळे हसले.

कुणीतरी विचारलं, "इथे नाही सापडत का तुला अशी कालवड?"

त्यावर कन्नानने उत्तर दिलं, "कसलं काय, इथे सगळ्या म्हाताऱ्या आणि वाळक्या-चिळक्या आहेत."

गावप्रमुख म्हणाला, "प्रत्येक पिढीत त्याच्यासारखा एक असतोच. पण हा नल्लाय्यन कसा आला नाही अजून? सीरायी, आजच्या सभेबद्दल त्याला सांगितलं होतंस ना?"

तिच्याऐवजी दुसऱ्याच कोणीतरी उत्तर दिलं, "हो नाहीतर काय. त्याला सांगितलं होतं. गावाबाहेर गेला असावा."

आता सगळ्यांच्याच मनात नल्लाय्यनचा विचार आला. सगळे आपापसात बोलू लागले, "तो इथे असला तरच अशा सभांना मजा येते."

सगळ्यांच्या त्या सहज चालणाऱ्या गप्पागोष्टी ऐकून सीरायीला थोडं शांत वाटलं. कदाचित, नंतरचं सगळं काही नीट पार पडणार होतं.

गावप्रमुख म्हणाला, "ठीक आहे. करू या सुरुवात. ही सभा का बोलावली आहे हे सगळ्यांनाच माहीत असेल, अशी मला आशा आहे. मुख्य म्हणजे, हे सगळं बायकांच्या संदर्भात आहे. म्हणूनच, इथे आपल्यात बऱ्याच बायकासुद्धा

जमा झाल्या आहेत. सहसा, गावसभांना बायकांना बोलवायची आपली रीत नाही परंतु, या सभेत एक रिवाज पूर्ण करायचा आहे. म्हणूनच या सगळ्या इथे आल्या आहेत. चांगली गर्दी जमली आहे. मला अशी आशा आहे, की जे लोक यात गुंतले आहेत, त्यांच्या दृष्टीने समाधानकारकरीत्या सगळं पार पडेल.'' मग न्हाव्याकडे पाहून तो म्हणाला, ''तू सुरुवात करू शकतोस आता.''

गर्दीतल्या कोणीतरी म्हटलं, ''आपण जर बायांना गावसभेला येऊ देऊ लागलो तर इथल्या पुरुषांची घाणेरडी गुपितं उघडी करतील त्या.''

गावप्रमुख टेचात म्हणाला, ''मी आपल्या परंपरांबद्दल बोलतो आहे. बाकीच्या गोष्टींमध्ये आता पडता कामा नये. चला तर, सुरुवात करा.''

जिथे जमिनीवर धोतरं अंथरली होती तिथे कोणीतरी मशाल घेऊन आलं. न्हाव्याने गाईच्या शेणाला देवाचा आकार दिला. एक नारळ फोडून त्याने ते भरलेल्या तांब्यात बुडवलं. मग, त्याने तांदळाचा गोल लाडू देवतेसमोर एका वाडग्यात ठेवला. पोन्नाला तिथे घेऊन यायला त्याने सांगितले. तिथे येऊन ती देवतेसमोर येऊन उभी राहिल्यावर त्याने तिला तिचे हात तांब्यातल्या पाण्यात बुडवून ते पाणी त्या जागेभोवती शिंपडायला सांगितलं. तिच्या हातावर लाल तांदळाचे तीन छोटे लाडू देत देवतेभोवती प्रदक्षिणा घालून मग तीन वेगळ्या दिशांना ते लाडू फेकायला सांगितले. त्यानंतर, त्याने तिला गर्दीकडे तोंड करून सगळ्यांना नमस्कार करायला सांगितला. तिने किंचित मान उचलून दोन्ही हात जोडून सगळ्यांना नमस्कार केला. त्याने तिला एका बाजूला बसायला सांगितलं. आता तो खणखणीत आवाजात बोलू लागला-

''सामी,'' सगळ्यांना ऐकू येईल इतक्या मोठ्या स्वरात तो बोलू लागला, ''इथे जमलेले ज्येष्ठ, धाकटे तसंच मोठ्या आणि लहान स्त्रिया या सगळ्यांना मी नमस्कार करतो. आजच्या या सभेचं कारण म्हणजे, तीन महिने आठ दिवसांपूर्वी, मासी महिन्याच्या बाविसाव्या दिवशी, गुरुवारी, भल्या पहाटे, पेरियाक्काडूच्या थंगसामी आणि सीरायी यांचा मुलगा तसंच पोन्नायीच्या नवऱ्याने स्वत:चं जीवन संपवलं. त्यानंतर तीन महिन्यांनी पोन्नायीला अतोनात कोरड्या उलट्या होऊ लागल्या. तिला गुंगी येऊ लागली. गावातल्या दायीने तिची नाडीपरीक्षा केली आणि पोन्नायी पोटुशी आहे, असं घोषित केलं. आता आपण चौथ्या महिन्यात आहोत. सामी, दिवसांचा हिशेब आठ-दहा दिवसांनी इकडेतिकडे होऊ शकतो. ही पोन्ना आता इथे सगळ्या गावासमोर उभी राहून घोषित करणार आहे, की तिच्या पोटात वाढणारं पोर हे तिच्या नवऱ्याचंच असून ते आता चार महिन्यांचं आहे. तिने देवाभोवती तांदळाचे तीन गोळे फेकले आहेत. तिच्या पोटात वाढणारा गर्भ कालीचं नाव घेईल. या सगळ्याला सूर्य आणि चंद्र साक्षी आहेत. सामी,

जवळच्या आणि दूरच्या गावातून नातेवाईक इथे आले आहेत. काका, मामा आहेत, दीर आणि मेहुणे आहेत, दुसरेही नातेवाईक आहेत. पोन्नायीच्या पोटात वाढणारा गर्भ कालीचाच आहे, याचा स्वीकार सगळ्यांनी केला आहे. जे कोणी नातेवाईक आजच्या सभेला उपस्थित राहू शकले नाहीत, जे कोणी या गावातले आहेत किंवा दुसऱ्या गावातले आहेत, पण जे आज उपस्थित राहू शकले नाहीत त्यांनीसुद्धा या गोष्टीचा स्वीकार केला आहे. तेव्हा सामी, या गावानेसुद्धा या गोष्टीचा स्वीकार करावा.''

इतकं बोलून तो दोन पावलं मागे झाला.

अचानक गर्दीतून कोणीतरी पटकन म्हटलं, ''बायका जर पुढे आल्या आणि त्यांनी जर असं जाहीर केलं तर फार बरं होईल.''

त्यावर वयाने मोठी असलेली थोरतु पाती कडाडली, ''का? तुम्हा पुरुषांपैकी कोणी गावासमोर येऊन शपथ का घेत नाही, की तुम्ही फक्त तुमच्या स्वत:च्या बायकोबरोबर निजला आहात?'' हे ऐकताच बायांमध्ये कुजबुज सुरू झाली.

पटकन पुढे होत गावप्रमुख म्हणाला, ''न्हाव्याचा विधी अजून पूर्ण झालेला नाही. तेव्हा, साऱ्यांनी मुकाट बसा. सभा संपली, की तुम्ही एकमेकांशी वाटेल तेवढ्या गप्पा मारू शकता. ही पोरगी इथे उभी आहे, तिने तिचा नवरा गमावला आहे. त्यातून ती अजून पुरेशी बाहेर आलेली नाही. कोणत्याही प्रकारे आपण तिचा जीव दुखवता कामा नये. तेव्हा कृपा करून गप्प बसा सगळ्यांनी.'' मग, न्हाव्याकडे पाहत त्याने विचारलं, ''तू का थांबलास रे? हो पुढे, सुरू ठेव.''

न्हाव्याने पुन्हा बोलायला सुरुवात केली, ''सामी, पोन्नाला कोणी दोष देता कामा नये, तिच्याविरुद्ध संशय घेणं, तिला अपमानास्पद बोलणं किंवा तिला आडून दोष देणं हे कुणीही करता कामा नये.''

गर्दीतनंच कोणीतरी टोचून बोललं, ''ते पोर दहा महिन्यांत जन्माला येणार का?''

नेमकं कोण बोललं हे काही कोणाला सांगता येईना, पण गावप्रमुखाने त्यावर विचारलं, ''साधारणत:, पोर जन्मायला एवढेच दिवस लागतात ना? कोणी विचारलं रे? आपल्यातल्या कोणावर जेव्हा अडचण येते तेव्हा ती आपल्या सर्वांवर आलेली अडचण असते, नाही का? लग्न होऊन बारा वर्षं झाले आणि त्यांना पोर झाले नाही आणि कालीने स्वत:ला संपवलं. इथून पुढे, कोणीही पोन्नाची नालस्ती करणार नाही, याची खातरजमा आपण करायला हवी. तिच्याविरुद्ध कोणी चकार शब्द जरी उच्चारलेला आम्हाला समजला, तर त्याला शिक्षा होईल. अशी परिस्थिती एखाद्या बाईवर क्वचितच येऊन कोसळते. कसं कोण जाणे पण आपल्या काळात हे सगळं घडलं आहे. या गावाला आता त्याचा स्वीकार

करायला हवा. आता आपण सगळे जाऊ शकतो. ज्या कोणाला आधी पनगम प्यायला मिळालं नसेल त्याने जाण्यापूर्वी पिऊन घ्यावं.'' इतकं बोलून त्याने ती सभा संपवली.

न्हाव्याने त्या मोठ्या ताटातली फळं आणि नारळ काढून घेत ती ताटली पोन्नाच्या ताब्यात घेत म्हटलं, ''कृपा करून मला माझे पैसे द्या.'' ताबडतोब, मुथू गावप्रमुखाकडे गेला आणि त्याने त्याच्या हातात आवश्यक रक्कम ठेवली. ती रक्कम गावप्रमुखाने न्हाव्याला आणि परिटाला वाटून दिली. गर्दीतले काही लोक पनगम ठेवलेल्या पातेल्याच्या दिशेने गेले. काहीजण एकमेकांशी बोलत तिथून दूर झाले. सीरायीने आपल्या नातेवाइकांना घरी आमंत्रण दिलं. रात्री राहण्याची विनंती केली. नातेवाइकांसाठी स्वैपाक तयार होता. त्या रात्री राहायचं ज्या नातेवाइकांनी ठरवलं होतं त्यांच्याबरोबर सीरायी घराकडे चालत आली.

सारा वेळ पोन्नाने एकदाही मान वर केली नाही.

# २५

शरीरात होणाऱ्या बदलांच्या नैसर्गिक तालाशी पोन्ना हळूहळू जुळवून घेऊ लागली. तिला रोज काहीतरी नवीन भावना जाणवत होती, पण त्या सगळ्या भावना पेलणं तिला आता जमू लागलं होतं. सकाळी उठताना होणारा त्रास, उठल्यानंतरसुद्धा दाटून येणारी गुंगी किंवा सुस्तपणा, शरीर स्थिर करण्याची वाटणारी गरज, पायाखाली काहीच नाही, अशी भावना; अशा कितीतरी गोष्टींशी ती आता जुळवून घेऊ लागली होती. प्रत्येक लक्षणाचा सामना ती चिंतित न होता त्या त्या पद्धतीने करत होती. वेंगयी रोजच मजुरीला येऊ लागल्यामुळे पोन्नाने तिच्या आईला घरी जायला 'हो' म्हटलं. तरीसुद्धा, सुतकाचा कालावधी संपेपर्यंत तिथेच थांबायचा वल्लयीचा विचार होता.

चारही स्त्रियांची रोजची कामं ठरली होती. स्वैपाक, भांडी घासणं, विहिरीतून पाणी शेंदणं आणि घरातली इतर कामं ही वल्लयीची जबाबदारी होती. ती शांतपणे आपली कामं उरकत असे. ढोरांना चरायला घेऊन जाणं, बाहेरच्या कुरणात बांधणं, त्यांच्यासाठी रोज एक भारा कापून आणणं, ही कामं सीरायी न चुकता करत असे. कधीकधी तिला खाण्याजोग्या भाज्या किंवा गवताचे प्रकार मिळत. मग, त्याचाही ती गठ्ठा बांधून आणत असे. उर्वरित वेळात तिला मेंढ्यांच्या चरण्याकडे लक्ष द्यावे लागे.

वेंगयी शेतात काम करायला लागली की, पोन्ना तिच्याकडे जातीने लक्ष देई. इतक्या वर्षांनंतर पहिल्यांदा पोन्नाला शेतातलं काम म्हणजे नेमकं काय असतं, हे खऱ्या अर्थाने समजू लागलं होतं. लग्नानंतरची बारा वर्षं ती इथे राहात असताना त्या जागेवर कालीचं नियंत्रण होतं. ती जरी कधी शेतात गेली तरी तिच्या मनाला आवडतील, अशीच कामं ती करत असे. नाहीतर, कालीने सोपवलेलं काम ती पार पाडत असे. आता मात्र, प्रत्येक गोष्टीची आपल्याला नव्याने सवय होऊ लागली आहे, असं तिला वाटू लागलं. तिचं एखादं काम छान झालं, की तिला वाटायचं काली तिच्या आधी उठला आहे, त्या पानेई वृक्षासारखा ताठ उभा राहून

तिच्याकडे पाहून हसतो आहे. तिच्या गतीशी जुळवून घेत तिने काही कामांमध्ये बदल केला. विहिरीजवळ दोन मोठ्या तोंडाचे रांजण ठेवायला तिने वेंगयीला सांगितलं. प्रत्येक रांजणात साधारण दोन घागरी पाणी मावत होतं. विहिरीतून पाणी काढून हे रांजण भरून ठेवले की बैलांना तिथेच पाणी पिणं सोयीचं होई. नांगरटी न झालेल्या शेतात आणि बाजूच्या मोकळ्या तुकड्यांमध्ये त्यांना चरायला नेल्यानंतर, पाणी पाजण्यासाठी विहिरीजवळची ही जागा अगदी उत्तम होती. त्यांना गोठ्यात बांधलं असतं तर पाणी ओढून तिथवर त्यांच्यासाठी प्यायला नेणं मोठं जिकिरीचं काम ठरलं असतं. कदाचित, दोन-तीन घागरी पाणी नेऊ शकल्या असत्या त्या बाया. त्यानंतर, त्यांची चांगलीच दमणूक झाली असती. काली रोज सकाळी गुरांसमोरचा चारा-वैरण आवरून विहिरीतून पाणी काढून आणत असे. त्याच्या कामाचा झपाटा आणि क्षमता दोन्ही विलक्षण होतं. शेतात पाणी द्यायला ज्या सऱ्या ओढल्या होत्या त्याच्या पहिल्या तोंडाशी पोन्नाने पाण्याचा एक मोठा पिपच आणून ठेवला होता. विहिरीतून पाणी उपसलं की थेट त्यात ओतता येत असे. तिथेच हात पाय तोंड धुता यावेत, म्हणून तिने एक लोटासुद्धा ठेवला होता. सहसा, संध्याकाळच्या सुमारास तिघीजणी शेतातच अंघोळ उरकत. दिवसा जर त्यांना अंग धुवावंसं वाटलंच तर आजूबाजूला कुणी पुरुष माणूस नसल्याने तीही अडचण नव्हती.

वेंगयीला पाणी उचलून नेता यावं, म्हणून पोन्नाने आणखी एक घागर ठेवली होती. वेंगयीला विहिरीतून पाणी काढायला मनाई होती, पण दुसऱ्या कोणी पाणी काढलं तर ते घागरीत घेऊन त्या पाण्याने ती गोठ्यातली गाडगी-मडकी भरून ठेवत असे. शेताला पाणी देण्यासाठी जेव्हा पिकोता वापरला जाई तेव्हा सगळी गाडगी-मडकी भरून ठेवली जात. अशाप्रकारे, कामं सोपी करण्याची पद्धत पोन्ना शोधू लागली. रोजच्या रोज काली किती पाणी ओढत असेल या कल्पनेनेच ती अचंबित झाली. त्याने कधी त्याबद्दल चुकूनही तक्रार केली नव्हती. कदाचित, त्याच्या दृष्टीने ते फारसं मोठं कामही नसावं. पोन्नाने, मेंढ्यांची जागा बदलून अशी ठेवली, की तिला गोठ्यातून त्यांच्यावर नजर ठेवता येईल. कुत्र्याला तिने मेंढ्यांच्या कोंडवाड्याच्या बाहेर साखळीने बांधून टाकायला सुरुवात केली. कुत्र्याचं आणखी एखादं पिल्लू आणलं तर शेतात वाढवता येईल, असं तिने सेन्गानला सांगून ठेवलं होतं पण साधारणतः पूरात्तासीच्या महिन्यात कुत्री गाभण राहात असल्यामुळे तेव्हाच पिल्लं मिळण्याची शक्यता होती. तोवर थांबणं भाग होतं.

शेतात सगळीकडे त्यांनी काही ना काही पेरणी केलेली असल्यामुळे गुरा-ढोरांची जागा हलवणं तिला शक्य नव्हतं. त्यामुळेच, वेंगयीला गोठा साफ

करावा लागे. पाहता पाहता मका हिरवागार झाला होता. तीन महिन्यांत मका कापणीला आला असता मग ढोरांना त्या जागेत बांधता आलं असतं. काही काळ त्या तिथे शेतातच मुक्काम ठोकणार होत्या असं दिसत होतं. गावातल्या घरात मुक्काम हलवला तर गुराढोरांकडे आणि मेंढरांकडे कोणी लक्ष द्यायचं? शिवाय, शेतात असं राहणं, म्हणजे कालीच्या मिठीत राहिल्यासारखं आहे, असंही पोन्नाला वाटत होतं. त्या जागेपासून आपण दूर जाऊ शकणार नाही, असं तिला वाटू लागलं होतं. गावातल्या घरी जास्तीची भांडीकुंडी, वाळलेल्या डाळी, मोठी गाडगी-मडकी, मोठे रांजण अशा गोष्टी सहज ठेवता आल्या असत्या. महिन्यातून एकदा चक्कर मारत झाडलोटसुद्धा करता आली असती. शेतातल्या या खोपटाला भिंती मात्र नव्हत्या. या जागेचा वापर काली साठवणुकीची जागा म्हणून करत होता. आता जर या बायका तिथे राहणार असतील तर तिथे एक भिंत घालणं गरजेचं होतं.

जास्तीच्या वस्तू साठवण्यासाठी बाजूला दुसरा आडोसा बांधला तर बरं होईल असं पोन्नाच्या मनात आलं. पुढच्या वेळेस मुथू आल्यानंतर पोन्ना त्या संदर्भात मुथूशी बोलली. कालीच्या मृत्यूनंतर ती मुथूशी पहिल्यांदाच बोलत होती. वांग्याच्या तुकड्याला पाणी द्यायला आणि नाचणीची पेरणी कधी करायची याचा अंदाज घ्यायला तो आला होता. त्याचं काम उरकलं तोवर अंधार पडत आला होता. पोन्ना आपल्या आईला म्हणाली, "माझ्या भावाला आजची रात्र इथेच थांबायला सांग. काही काम करणं गरजेचं आहे. सकाळी जाऊ शकतो तो." तिचं हे बोलणं ऐकून तिच्या आईला आनंद झाला. मुथूचीही गत काही वेगळी नव्हती.

मुथूने शेतातून बैल आणून रात्रीसाठी त्यांना गोठ्यात बांधून टाकलं. चाऱ्याची पेंढी सोडून त्याने त्यातून कडबा मोकळा करून त्यांच्यासमोर सारला. ढोरांचं खाऊन झाल्यावर उरलासुरला चारा त्याने एका बाजूला रचून दिला. ढोरांच्या खाण्यातला चाऱ्याचा तुकडासुद्धा काली वाया जाऊ देत नसे. उरलेला चारा तो उन्हात वाळवून पुन्हा रचून ठेवत असे. उन्हाळ्यात गाईंना चघळायला बरा पडे तो. कालीच्या शेतात काम करत असताना प्रत्येक लहानसहान गोष्टीत कालीची आठवण येणं अटळ होतं. पोन्ना कसं काय सगळं सहन करत असेल असा प्रश्न मुथूला पडला. ती नवरा-बायको त्यांच्या प्रेमाच्या घरट्यात एकमेकांत रमली असताना आपणच त्याचा सत्यानाश केला या विचारापायी मुथूने पुन्हा स्वतःला शिव्यांची लाखोली वाहिली. त्या दिवशीचं काम संपल्यावर बाजेवर बसून त्याने मुकाट जेवण संपवलं. साधारणतः, पोन्नासाठी वल्लयी भात शिजवत असे. तिने थोडा जास्त भात शिजवला होता. थोडी हरभऱ्याची डाळही शिजवली होती. मुथूला मसालेदार आवडतं, हे माहीत असल्यामुळे तिने त्यात थोडं मिरची आणि

मिरं जास्तच घातलं होतं. सहसा, खाताना मुथू कधी गप्प बसत नसे. प्रत्येक गोष्टीवर त्याचं काहीतरी मत असे. कोणाची तक्रार असे तर कोणाचं कौतुक असे. त्या दिवशी मात्र चकार शब्दही न उच्चारता त्याने जेवण संपवलं. जणूकाही, तो शेवटचा घास कधी घेतो याची वाट पाहत थांबल्यागत पोन्ना त्याचं जेवण होताच झोपडीतून बाहेर आली. अंधार पडला होता. एकमेकांच्या हालचाली दिसत असल्या तरी चेहरे मात्र नीट दिसत नव्हते.

त्याचं नाव न घेताच तिने बोलायला सुरुवात केली. "या झोपडीसाठी भिंत बांधायची गरज आहे," जणूकाही, ती शेरा देत असावी, "तरच आम्हाला इथे राहाता येईल. शिवाय, इथेच गोठ्याच्या कोपऱ्यात आणखी एक आडोसा बांधावा लागेल. कुदळ, फावडी, पहार वगैरे शेतीची अवजारं तिथे ठेवता येतील. हे सगळं करायला कुणी शोधून आणलं तर फार बरं होईल."

"करून घेता येईल ते सगळं," त्याने उत्तर दिलं. "पण ही सगळी यातायात कशासाठी? बाळाचा जन्म व्हायला अजून सहा-सात महिने आहेत. इथून पुढचे सात-आठ महिने गावातल्या घरात राहू शकतेस तू. मी नियमित येऊन शेताकडे लक्ष देईन, गुराढोरांची काळजी घेईन."

"मी इथून कुठेही जाणार नाही. इतर लोकांसाठी तो मेला असला तरी माझ्यासाठी मेलेला नाही. तो इथेच या गोठ्यात आहे, या शेतात आहे. मी जे काही करते त्या प्रत्येक गोष्टीवर त्याचं लक्ष आहे. तो इथे अगदी माझ्या बाजूलाच आहे. आतासुद्धा, त्या पारोशा पिंपळावर बसून तो माझ्याकडे टक लावून पाहतो आहे. आकाशातल्या ताऱ्यांसारखे त्याचे चकाकणारे दोन डोळे मला दिसताहेत. मला जे जे काम करता येईल ते ते मी करेनच. एखादी गोष्ट मला करता आली नाही तर कुठल्या तरी रूपात तो माझी मदत करायला येईल याची मला खात्री आहे. त्यानेच वेंगयीला माझ्या मदतीसाठी पाठवलं. मी जेव्हा त्याच्याबरोबर असते तेव्हाच आनंदात असते. मी जर दुसरीकडे कुठे गेले तर मला अतोनात त्रास होईल, हे मला ठाऊक आहे."

यावर मुथूने काही उत्तर दिलं नाही. खाली बघत तो मुकाट बसून राहिला. थोड्या वेळाने तो म्हणाला, "मी असं करतो, चौकटी आणि लागणारं सामान घेऊन येतो. भिंत बांधायची असेल तर विटा हव्यात, नदीकाठची वाळू हवी. बैलगाड्याच्या खेपा करून आणून टाकतो वाळू."

पोन्नाने काही उत्तर दिलं नाही. खोपटात जाऊन ती बाजेवर आडवी झाली. मुथूला काही झोप येत नव्हती. तो कधी निघून गेला, हे कोणालाच कळलं नाही. दुसऱ्या दिवशी पोन्नाने आजूबाजूला पाहिलं. चाऱ्यावर वजन म्हणून ठेवायला काही मोठे खडक तिथे होते. त्याव्यतिरिक्त, शेतात इथे तिथे दहा-वीस दगड

पडलेले दिसत होते. कुंपणाशीसुद्धा काही दगड दिसत होते. ते सगळे दगड उचलून त्याचा खोपटाच्या बाजूला असलेल्या रिकाम्या जागेत ढीग लावायचं काम तिने वेंगयीला दिलं. छोटासा ढीग तयार झाला. असे तीन-चार ढीग जर तयार झाले तर भिंतीचा पाया घालण्यासाठी पुरेसे दगड जमा झाले असते.

विहिरीच्या आजूबाजूला थोडं कातळ होतं. विहिरीतून ते कैक काळापूर्वीच खणून बाहेर काढलं होतं. त्याचाच उपयोग करून काली पाण्याच्या सऱ्या ओढत असे. त्या सऱ्यातले जे दगड उचलता येतील ते सगळे पोन्नाने वेंगयीच्या मार्फत झोपडीच्या मागे आणून टाकले. आता ती शेतात चालू लागली. कोणते दगड कामाला येतील, याचा वेध तिची नजर घेत होती. शेतातल्या विहिरीवर, कुंपणाच्या बाजूने, पाण्याच्या सऱ्यांच्या बाजूने, तिला सगळीकडे दगड दिसत होते. इतके दिवस ते सगळे तिथेच पडले होते, पण तिचंच त्यांच्याकडे लक्ष गेलं नव्हतं. एखाद्या गोष्टीची जाणीव झाली, की मगच ती गोष्ट आपल्या नजरेला दिसू लागते. तोवर, ती आपल्या नजरेसमोर असली तरी तिच्या अस्तित्वाची जाणीवच आपल्याला होत नसते. सापडलेल्या त्या दगडांच्या वेगवेगळ्या आकारांचं पोन्नाला फारच नवल वाटलं. मुख्यत: तिला काळा कातळ आणि स्फटिकासारखा दगड सापडला होता. त्याव्यतिरिक्त, नदीकाठचे काही ठिसूळ दगडसुद्धा तिला सापडले होते.

शेताच्या बाजूने जाणारी पायवाट बरीच लांबवर गेली होती. गावात सुरू होत ती अनेक लोकांची शेतं ओलांडत न जाणे कुठे जात होती. कदाचित, ती तशीच पुढे दुसऱ्या गावांतून जात असावी. कदाचित, मावूरच्या टेकड्यांमध्येच संपत असावी. अचानक पोन्नाला वाटलं, की या वाटेवरून एक दिवस चालत गेलं पाहिजे. तिने वेंगयीला विचारलं, ''वेंगा, ही वाट कुठे जाते गं?''

वेंगयी म्हणाली, ''पोन्नू, एखाद्या कोब्रासारखी सरपटत जाते बघ ती. मी फार दूरवर गेले नाही, पण कुठेतरी ती संपलेली असणारच, नाही का?''

लहान मुलाच्या उत्सुकतेने पोन्नाने विचारलं, ''एक दिवस आपण चालायचं का गं त्या वाटेवर?''

''काय हरकत आहे?'' वेंगयी म्हणाली. ''एखाद दिवस थोडा भाकर-तुकडा बांधून घेऊ आणि पहाटेशीच निघू या. चांगलं संध्याकाळ होईपर्यंत चालत राहू या. मला नाही वाटत, की ती वाट त्याच्याहून जास्त लांब असेल. समजा त्या वाटेच्या शेवटी एखादं गाव सापडलं तर रात्री तिथं मुक्काम करून पुन्हा सकाळी परत येऊ.''

ही योजना पोन्नाला फार आवडली. ती वाट कुठे जाते, हे पाहायची तिला खरोखरच इच्छा होती. बैलगाड्या जाण्याइतकी ती रुंद होती. पेरणीच्या दिवसांत

त्या वाटेवर बैलगाड्यांची ये-जा सतत सुरू असे. त्यानंतर, हंगामात पुन्हा बैलगाड्यांची लगबग सुरू होई. वाटेच्या दोन्ही बाजूंना झाडंझुडपं होती. वाटेवर जरा शोध घेतला तर तिला अगणित दगड सापडले असते. तिने वेंगयीला दगडांचा शोध घ्यायला सांगितला. वेंगयीने वाट सोडून झाडीत जाऊ नये म्हणून काळजीपोटी जतावलं. तसंच, उचलता येतील ते सगळे दगड उचलून आण, असंही बजावलं.

शेतातलं काम झाल्यावर त्या दोघी आणखी दगड उचलायला त्या वाटेवर गेल्या. त्या दगडांच्या खाली विंचू किंवा गोम निघू शकली असती म्हणूनच काळजी घ्यावी लागत होती. सावकाश एखादा दगड उचलून बाजूला करायचा, त्याच्याखाली जर काही सापडलं नाही तरच तो उचलून आणायचा असं त्यांनी सुरू केलं. दगडांच्या खाली एखादा जीवजंतू जर असला तर तो जीव तिथून पळून जाईपर्यंत त्या दोघी तिथेच थांबत होत्या. मगच तो दगड उचलून आणत होत्या. असाच एक दगड बाजूला सरकवल्यावर त्याखाली असलेली एक मोठी लालचुटुक इंगळी दबून मेली. तिच्या पोटातली पिल्लं भसाभसा बाहेर येऊन इकडेतिकडे पळू लागली. साधारण, वीस-बावीस पिल्लं होती ती.

वेंगयी हळहळली, "अरे बापरे! इंगळी मेली की."

त्यावर पोन्नाने उत्तर दिलं, "अगं, आईचं पोट फाडूनच तिची ही पिल्लं बाहेर येतात नेहमी. काही जातींचं असंच असतं बघ, पिल्लांना जन्म घातला, की, ती मरून जातात. ही इंगळी त्यातलीच. तू नको काळजी करूस. आता बघ, ही वीस-बावीस पिल्लं आहेत की नाही, त्यातली निदान पाच-सहा तरी जगतील."

कितीतरी वेळ त्या दोघी त्या वाटेवर फिरत दगड गोळा करत होत्या. बऱ्याच वेळाने त्यांना वाटलं की नव्याने आडोसा बांधायची जी योजना त्यांनी आखली होती त्यासाठी पुरेसे दगड गोळा झाले होते. त्याही आडोशाभोवती भिंत बांधावी, असंही पोन्नाच्या मनात आलं.

अचानक तिला वाटलं, की काली त्या इंगळीसारखाच होता - आपल्या पोराला जन्माला घालताना स्वत: मात्र मरून गेला होता.

# २६

सुतकाचा कालावधी संपल्यावर पोन्ना जरा जास्त हिंडती-फिरती झाली. तिच्या शरीरात होणाऱ्या प्रत्येक बदलाकडे ती लक्ष देऊ लागली. लवकरच, आपल्याला त्यावर नियंत्रण मिळवता येईल अशी तिची कल्पना होती. अधून मधून ती आपल्या ओटीपोटाला हात लावून स्पर्श अनुभवत होती. ओटीपोटावर ती हात किंचितसा दाबत असे, पण गर्भाला धक्का लागला तर काय या भीतीने ती हात पटकन बाजूला घेत असे. साधारणतः, पाचव्या महिन्यापासून बाळाची हालचाल जाणवू लागेल, असं तिला सांगण्यात आलं होतं. तो क्षण जाणून घेण्यासाठी, त्या वेळेस नेमकं कसं वाटतं, हे अनुभवण्यासाठी ती अगदी आतुर झाली होती. अलीकडे तर तिला प्रत्येक गोष्ट नवी आणि उत्साहजनक वाटत होती. पोन्नामधला हा नवा उत्साह वेंगयीच्यासुद्धा लक्षात आला होता. ज्या दिवशी सुतक संपलं त्या दिवशी पोन्नाच्या आईने आणि सासूने घर अगदी झाडूनपुसून लख्ख केलं. पोन्नाचा भाऊ मुथू आणि तिचे वडील टेकडीवरच्या देवळात गेले. नातेवाइकांना बरोबर बोलवावं का, असा प्रश्न त्यांना पडला होता, पण जर बोलवायचं ठरलं असतं तर त्यांना प्रत्येकाच्या घरी जावं लागलं असतं. एकूण सतरा कुटुंबं होती तिथे. पोन्नाने त्या गोष्टीला सरळ नकार दिला त्यामुळे मुथू आणि तिचे वडील दोघंच मंदिरात गेले.

मात्र मंदिरात दोघांनीच जायचं नसल्यामुळे त्यांनी मुथूच्या पोराला बरोबर घेतलं. सगळ्यात आधी टेकडीच्या पायथ्याशी प्रार्थना करून मग ते वरती देवळात गेले आणि तिथे नैवेद्य दाखवला. उतरून खाली आल्यावर पायथ्याशी थांबून पुन्हा एकदा त्यांनी नैवेद्य दाखवला. घरातल्या बाया गावातल्या मंदिरात गेल्या. तिथल्या पुजाऱ्याला अभिषेकासाठी दक्षिणा दिली. देवीसाठी गोड पोंगल आणि फळा-नारळाचा नैवेद्य दाखवला. देवता प्रसन्न व्हावी इतकं भरपूर त्यांनी नेलं होतं. पोन्नाने मनापासून प्रार्थना केली, "मला माझा नवरा नेहमी जवळ हवा आहे. कृपा कर आणि त्याला दूर पाठवू नकोस. तो आनंदी असावा, असं मला

वाटतं. मी जे काही लहान-मोठं करते त्यातून त्याला आनंद व्हावा, एवढीच माझी इच्छा आहे. त्याला यातना होणार नाहीत याची काळजी घे.''

दुसऱ्या दिवशी मुथू एका माणसाला घेऊन आला. गोठ्याच्या बाजूला असलेल्या झोपडीच्या भिंती बांधण्याचं काम आता सुरू होणार होतं. तिथे जमवलेले दगड पाहून तो माणूस म्हणाला, ''एवढ्या दगडातून तर सगळं घर बांधता येईल असं दिसतंय!'' दगड आणि रेती असं दोन्ही वापरून व्यवस्थित भिंत बांधायची असं त्यांनी ठरवलं. आधी नवा आडोसा बांधावा आणि मग तिथे राहायला सुरुवात करावी, असं मुथूने सुचवलं, पण पोन्ना त्याला तयार झाली नाही. गोठ्याच्या बाजूला असलेल्या खोपटात काली राहात असे. म्हणूनच, तीसुद्धा तिथेच राहणार आहे, असं तिने सांगितलं. काली तर सगळ्या गोठ्यात हिंडत असे तेव्हा वेगळी झोपडी बांधून तिथे राहिलं तर काय हरकत आहे असं प्रत्येकाने तिला सांगून पाहिलं पण तिने सगळ्यांना ठाम नकार दिला. तिच्यावर कुठलाही दबाव आणायची मुथूची इच्छा नव्हती तरीसुद्धा त्याने ठरवलं की, दुसरा नवा आडोसासुद्धा अगदी पक्का बांधायचा. त्याच्या भिंती मजबूत करायच्या, त्याचं छप्पर अगदी नीट शाकारायचं. उद्या गरज पडली तर तिथेसुद्धा राहाता आलं पाहिजे, असं त्याच्या मनात होतं. त्याने त्या गवंड्याला असंही सांगितलं की, आतमध्ये एक भिंत घालून दोन वेगळ्या खोल्या करून दे. आधी नवं बांधकाम केलं तर पाऊसपाण्यात सगळ्या वस्तू इथे सुरक्षित ठेवता येतील, असं त्याचं म्हणणं होतं. लवकरच पाऊस सुरू झाला असता. काहीही असलं तरी शेवटचा शब्द पोन्नाचा होता.

सहसा, सीरायीचं काहीतरी सांगणं असायचं. पण एकूणच पोन्नाचा ठाम निर्णय पाहून सीरायी म्हणाली, ''इथून पुढे हे सगळं तुझं आहे. तुझं काम, तुझी जबाबदारी, तुझी शेतं आणि तुझं घर. तुला जे मनाला येईल ते कर. माझी उरलीसुरली वर्षं अंग टाकण्यापुरती जागा असली की झालं.'' त्यानंतर, तिने कुठल्याच गोष्टीत ढवळाढवळ केली नाही.

भिंतींचं बांधकाम सुरू झालं तरी वेंगयीच्या सोबतीने पोन्नाने दगड गोळा करायची मोहीम सुरू ठेवली होती. बाहेर पडून, त्या पायवाटेवर चालण्यात तिला मोठी मजा वाटत असे. शेताच्या डाव्या कोपऱ्यातसुद्धा ती जात असे. तिथेच कालीची राख पुरली होती. त्या जागेवर तिने विधीपूर्वक एक दगड बसवला होता. तिथे ती नुसती जाऊन उभी राहात असे. असंच एक दिवस तिने त्या जागेशी काही दगड मागवून घेतले. काही दिवसांपूर्वी तिने जे पलाईचं रोप लावलं होतं ते आता थोडंसं वाढलं होतं. त्या रोपट्याच्या आजूबाजूची जागा स्वच्छ करून तिने गोलाकारात काही दगड रचले. आता त्या झाडाला छान गोल असं

आळं तयार झालं. त्यानंतर, त्या दगडांसमोर तिने एक चपटा दगड बसवला. तिच्यासाठी तो पवित्र दगड झाला.

पोन्ना इतका वेळ शेतात काय करते आहे, असा सीरायीला मोठा प्रश्न पडला. दोन दिवस तिची तशीच घालमेल झाली. मग ती स्वत:च त्या जागी येऊन पोहोचली. पोन्नाने तिथे काय करून ठेवलं आहे, हे पाहताच फतकल मारत तिने रडायला सुरुवात केली. ती कळवळून म्हणाली, "अगं बाई, असं कुणाच्या आठवणीत दगड रोवायची पद्धत नाही आपल्यात. कृपा करून काहीतरी नवनवीन रीती सुरू करू नकोस, या कुटुंबाचा सत्यानाश करू नकोस!"

पोन्ना म्हणाली, "अत्थई, कूलिचं मंदिर आहे हे."

त्यावर सीरायीने उत्तर दिलं, "अगं पोरी, शेतामध्ये कूलि देवीचं मंदिर बांधायची पद्धत नाही. ती रागीट देवता आहे. सगळ्याचा नाश करेल ती."

पोन्नाने स्पष्टीकरण दिलं, "अत्थई, कूलियप्पनसाठी आहे हे."

"कूलिअम्मा असो किंवा कूलियप्पन असो त्याने काही फरक पडत नसतो. दोघंही एकाच देवीची रूपं. कृपा कर आणि माझं ऐक पोरी. हे असं काहीतरी करू नकोस. लोक त्यांच्या शेतात फक्त करुणचामीला ठेवतात. आपल्या शेतात तेही नाही. कोणे एके काळी आपल्याकडे असायची ती देवता पण जमिनीची वाटणी झाली तेव्हा दुसऱ्यांच्या हिश्श्यात आलं ते. त्यानंतर तर माझ्या माहितीनुसार आपल्या घरातले लोक त्या दुसऱ्या शेतात जाऊन तिथेच पोंगलचा नैवेद्य वगैरे दाखवत. पुढे, लहानमोठी भांडणं झाली आणि तेही सगळं थांबलं. त्या दिवसानंतर आजतागायत आपल्या इथे काही देवबीव नाही बघ. तू कशाला आता हे नवीन काहीतरी सुरू करते आहेस?"

"अत्थई, हे बघ हा कात्तू करुणचामी आहे," पोन्नाने पटकन उत्तर दिलं. "असं बघ, प्रत्येक शेतात एक आहेच. काली तर नेहमी म्हणायचा की, आपल्याही शेतात हवा एक. तो जिवंत असताना जमलं नाही, म्हणून आत्ता करते मी हे सगळं."

वेंगयी पुढे येऊन म्हणाली, "आमच्या समाजात गेलेल्या व्यक्तीच्या आठवणीत दगड खोचायची पद्धत आहे. प्रत्येक वर्षी, पोंगलच्या वेळेस या मंदिरामध्येसुद्धा आम्ही नैवेद्य दाखवतो. जे कोणी मरतं ते देवासमानच असतं, नाही का?"

झालं! तो विषय तिथेच थांबला. त्या दिवसानंतर, पोन्नाने सगळ्यांना सांगायला सुरुवात केली, की ते कात्तू करुणचामीचं मंदिर होतं. शेतांचं रक्षण करणारी ती देवता होती. तिच्यामुळेच पीक उत्तम येणार होतं. रोज तिथे दिवा लावायला हवा होता. थाईच्या महिन्यात, पोंगलच्या महिन्यात नैवेद्य दाखवायला हवा होता. तिच्यासमोर कोंबड्याचा बळी द्यायला हवा होता. काही जणांना तर तिने असंही

सांगितलं, की देवता तिच्या स्वप्नात येऊन म्हणाली होती, "माझ्यासाठी जर मंदिरच नसेल तर मी पिकाकडे लक्ष कसं देणार? माझ्यासाठी एक मंदिर बांध, तिथे दिवा लाव." कधीकधी देवी असंही म्हणायची की, जमिनीची वाटणी झाल्याबरोबर करुणचामीचं देऊळ न बांधलं गेल्यामुळे त्यांच्यावर असा दुर्दैवी प्रसंग ओढावला होता. ज्या लोकांच्या वाटणीला आलेल्या शेतात करुणचामीचं मंदिर नव्हतं, पण ज्यांनी तिथे ते बांधलं होतं, त्यांचं तिच्याशी लगेचच एकमत झालं.

सुतकाचा काळ संपल्यावर वल्लयी तिच्या गावी गेली. आता पोन्नाच स्वैपाक करत असे. एक दिवस, सीरायीने मेंढ्या चारून आणल्यानंतर कोंडवाड्यात कोंडल्या. ती वल्लयीशी बोलायला तिच्या गावी जाऊन पोहोचली. ती म्हणाली, "हे खरं आहे की, माझ्या सुनेला सगळं कळतं, पण जरा अतिच चाललं आहे. कधीकधी असं वाटतं की, तिचं सगळं काही ठीक आहे, पण कधीकधी तिला कोणीतरी झपाटल्यागत वागते गं ती. तिच्याशी कसं वागावं, हेच मला समजत नाही बघ."

दुसऱ्या दिवशी, सहज आल्यासारखं दाखवत वल्लयी येऊन पोहोचली. नव्या देवळाकडे पाहून तिने पोन्नाला त्याबद्दल विचारलं. पोन्ना त्याबद्दल जसं सगळ्यांना सांगत होती तसंच तिने तिलाही सांगितलं. जेमतेम दहा दिवसांपूर्वीच त्यांनी नाचणी पेरली होती, मिरची लावली होती. पाहता पाहता, नाचणी अगदी वाळू लागली होती. मग पोन्नाने करुणचामीची प्रार्थना भाकली होती. तिच्या स्वप्नात येऊन देवता म्हणाली होती, 'तुझ्या शेतात मला एवढीशीसुद्धा जागा दिलेली नाहीस, दिली आहेस का? तुझा नवरा जेव्हा जिवंत होता तेव्हासुद्धा वाऱ्यासारखी इकडून तिकडे भटकायची मी. स्वत:साठी एवढीशी जागा करण्याकरता माझा आटापिटा व्हायचा. हे पाहा, मला थोडी विश्रांतीसाठी जागा शोध बरं. त्यानंतर, तुझी नाचणी अगदी हिरवीगार, लुसलुशीत दिसेल ही माझी जबाबदारी.'

हे सगळं ऐकल्यावर वल्लयी काहीच बोलली नाही. उलट, तिने ते मंदिर पाहिलं तेव्हा तिला जरा बरं वाटलं. तसंही, करुणचामीचं मंदिर प्रत्येकच शेतात होतं. मग, या शेतात त्या मंदिरासाठी एवढासा कोपरा दिला तर बिघडलं कुठे. शिवाय, पोन्नाच्या दृष्टीने ते जर कालीचं स्मृतिस्थल होतं तर तेही योग्यच होतं. माघारी येत वल्लयी सीरायीला म्हणाली, "सीरायी, नको काळजी करूस. आहे ते राहू दे. तिचा नवरा देव आहे, असं तिला वाटतं. अशी बाई आजकालच्या दिवसांत सापडणं किती दुर्मिळ आहे, नाही का? तुला-मला दोघींनाही माहीत आहे, नवरा मेल्यावर त्याची चिता विझायच्या आधीच बायका दुसऱ्या पुरुषांच्या शोधात जातात. आणि इथे... ही बाई तर तिच्या नवऱ्याची पूजा करते आहे.

चांगलंच आहे गं. करू दे तिला हवं ते. तिची आधीची अवस्था जरा आठवून बघ. आपल्या दोघींना वाटलं होतं ना, की या पारोशा पिंपळाला तीही स्वत:ला टांगून घेईल की काय? खूप भोगलंय तिने. आता तूच बघ, शेताचं काम किती जबाबदारीने करते ती. तू किनई, कशाचीही काळजी करू नकोस. आपलं काम कर आणि समाधानात राहण्याचा प्रयत्न कर.''

आपल्या आईमार्फत पोन्नाने भावाला निरोप देत दिवा आणायला सांगितला. पुढच्या वेळेस, नाचणी आणि मिरचीला पाणी द्यायला येताना तो आठवणीने दिवा घेऊन आला. कन्नूरच्या कुंभारांनी त्या वर्षी वेगवेगळ्या पद्धतीचे दिवे तयार केले होते. ऐपासीच्या महिन्यात करुणचामीला पोंगलचा नैवेद्य दाखवायची अनेक लोकांची पद्धत होती. त्या वेळेस, जुन्या दिव्याच्या जागी ते नवीन दिवा लावत. दोन ओंजळी कम्बुच्या धान्याच्या बदल्यात नवा दिवा मिळत असे. मुथूने आणलेल्या दिव्यावर पिवळे-पांढरे पट्टे ओढलेले होते. दिव्याची वरची बाजू टोकदार होती. मोठा सुंदर दिवा होता तो. पोन्नाने तो करुणचामीच्या बाजूला ठेवला. त्या मंदिराकडे पाहून मुथू अवाक् झाला. तिने तिथे चपटे दगड अंथरून छानशी जमीन तयार केली होती. आतमधलं पलाईचं झाड चांगलं वाढलं की मस्त सावली पडेल असा विचार त्याच्या मनात आला. ही जागा मोठी शोभून दिसली असती त्यानंतर. देवासमोर उभा राहात त्याने प्रार्थना केली, 'अय्या, सामी, माझ्या हातून जर काही चुकलंमाकलं असेल तर मला क्षमा कर. माझ्या हातून नकळत काही घडून गेलं असेल तर त्याची शिक्षा मला देऊ नकोस. तू येऊन या जागेवर वस्ती कर. पोन्नाला पोराला सुखरूप जन्म देऊ दे. धड जगू दे. पुढच्या वर्षी, मी तुझ्यासमोर मेंढराचा बळी देईन बरं.' आपण देवाला काय नवस केला, हे त्याने पोन्नालाही सांगितलं.

अजूनही, थेट पोन्नाकडे पाहून बोलायची मुथूची हिंमत नव्हती. सीरायीशी बोलत असल्यासारखं तो पोन्नाशी बोलत असे. परंतु, त्याने करुणचामीसमोर जे काही कबुल केलं होतं त्याने पोन्नाला फार आनंद झाला. त्याच दिवशी तिने सीरायी, मुथू आणि वेंगयीला एका खास पूजेसाठी त्या देवळात बोलावलं. एरंडेलाचं तेल घालत तिने ती नवीन पणती पेटवली. करुणचामीची प्रार्थना केली. बाकीच्यांनाही तिने प्रार्थना करायला सांगितलं. त्यानंतर, देवीसमोर ठेवलेल्या चपट्या दगडावर तिने कापूर जाळला. त्या रात्री प्रार्थना झाल्यावर ते सगळे जेव्हा गोठ्यातल्या खोपटाजवळ आले तेव्हा त्या साऱ्यांना समाधानाची भावना जाणवत होती.

सरतेशेवटी, सगळा आनंद पुन्हा परत मिळाल्यागत पोन्नाचा उत्साह नव्याने दुणावला होता.

# २७

वांग्याची झाडं चांगलीच मोठी झाली होती. वांगी लावलेली जागा पूर्ण भरली होती. मोठाली वांगी झाडांना लटकत होती. मांजरीच्या डोक्याच्या आकाराचं एक-एक वांगं होतं. पोन्ना वांग्याचे वेगवेगळे प्रकार रांधत असे. एक दिवस तिने नारळ घालून वांगी शिजवली. वरून पाण्याचा किंचित शिपका तेवढा दिला. त्यासाठी तिने चार वांगी वापरली होती. छान, तुकतुकीत हिरवी वांगी, शिजल्यावरही त्यांचा रंग बदलला नव्हता. दिवसभरातल्या तिन्ही जेवणांना पोन्ना आणि सीरायीला ती भाजी पुरली. दुसऱ्या दिवशी, पोन्नाने टमाट्याबरोबर वांगी रगडून त्यात तूप घातलं. अहाहा! त्या दिवशीच्या भाजीचा घमघमाट काही वेगळाच होता. नंतर एक दिवस तिने वांगी रगडून त्यात चिंचेचा कोळ घालून शिजवली. एक दिवस वांग्यात तुरीची डाळ घालून तिने शिजवली. एक दिवस वांगी आणि चवळी एकत्र केली. दररोज वांगी असली तरी पोन्ना नित्य नव्या प्रकारे भाजी करत असे. त्यामुळे, त्यांना वांग्याचा कंटाळा येत नसे. आत्ता कुठे सीरायीला पोन्नाचं पाककौशल्य लक्षात येऊ लागलं होतं. काली पोन्नापायी इतका का नादावला होता, याचं तिला आश्चर्य वाटेनासं झालं.

वांगी इतकी भरपूर लगडली होती, की वेंगयी रोज दोन वांगी घरी नेत असे. पोन्ना आपल्या माहेरीसुद्धा वांगी धाडे. उरलेली वांगी तोडून सीरायी ती मंगळवारच्या बाजारात विकून त्या पैशाने घरात लागणाऱ्या गोष्टी विकत आणे. पोन्ना अगदी रोजच वांग्याच्या प्रत्येक झाडाशी संवाद साधे. वांग्याच्या एखाद्या झाडाचं एखादं पान जरी शुष्क झाल्याचं तिला दिसलं तरी ती ताबडतोब ते खुडून रेतीत गाडे. वांग्यावर कीड किंवा कीटक दिसला तर ती त्यांना चिरडून टाके. पानांच्या खालच्या बाजूने कीड लागली नाही ना याकडे पोन्नाचं आवर्जून लक्ष असे. चुलीतली राख कपड्यात बांधून ती पानांवर शिंपडत असे, पानांची खालची बाजूसुद्धा राखेने माखत असे. वांग्याच्या त्या तुकड्याला योग्यप्रकारे पाणी मिळत होतं. नुकत्याच होऊन गेलेल्या पावसाचं पाणी सऱ्यांमध्ये साठलं होतं.

मिरचीची झाडंसुद्धा चांगलीच तरारली होती. त्यांना फुलं आणि मिरच्या धरल्या होत्या. काही मिरच्या जरा लालसर झाल्या होत्या. अशा पिकलेल्या मिरच्या तोडून शेतातल्या छोट्या दगडावर त्या वाळायला पसरवल्या होत्या. सीरायीचा अंदाज होता, की त्या हंगामात त्यांना वीस मापं मिरच्यांचं पीक होईल. मिरच्या जर उन्हात नीट वाळवल्या आणि घट्ट झाकणाच्या डब्यात साठवून ठेवल्या तर चिथीरायी आणि वैगसीच्या महिन्यात बाजारात त्यांना चांगलाच भाव येईल, हे तिला ठाऊक होतं. पोन्नाच्याही मनात तेच होतं. लाल झालेली मिरची तिच्या नजरेला लगेच दिसे. एव्हाना, नाचणीची वाढ उत्तम झाली होती. शेतभर नाचणी पसरली होती. काही दिवसांतच नाचणीसुद्धा कापणीवर आली असती. एकाच बंदिस्त शेतात नाचणी पेरल्यामुळे कापणीसाठी त्यांना जास्तीची मदत घ्यायची गरज नव्हती. सीरायी आणि वेंगयीच्या मदतीने पोन्नाला सगळी कामं निपटवता येणार होती. तरीसुद्धा, कार्थिकायी महिन्यात अवकाळी पाऊस पडून पिकांचं नुकसान होणार नाही, याकडे लक्ष द्यावं लागणार होतं.

एव्हाना, दोन्ही खोपटं बांधून पूर्ण झाली होती. गरज पडली तर तिथेसुद्धा धान्य साठवता येणार होतं. नाचणीचा कडबा तोडता येणार होता. परंतु, त्याच्या पेंढ्या वळण्यापूर्वी तो वाळणं गरजेचं होतं. म्हणूनच, कापणीनंतर नाचणीची धांडं उपटून काढण्यापूर्वी दहा-पंधरा दिवस शेतात वाळू दिली तरी चालणार होतं. मार्गझीच्या महिन्यात ती उपटली तरी चालणार होतं. महिन्याच्या सुरुवातीला हे काम केलं तर कांद्यासाठी जमीन वापरता येणार होती. तिथेच भोपळा आणि काकडीसुद्धा पेरता येणार होती. कारण त्या दोन्हीला पाणी फार कमी लागत होतं. मातीतल्या ओलाव्यावरच त्यांची छान वाढ होऊ शकली असती. मार्गझीनंतर मका कापता येणार होता. हे सगळं करताना कुठलीही जास्तीची मदत न घेण्याचं पोन्नाच्या डोक्यात होतं. हे सगळं जर त्या नीट आटोपू शकल्या तर थायीच्या महिन्यानंतर त्यांना फारसं काम उरणार नव्हतं. गुराढोरांकडे आणि मेंढरांकडे तेवढं लक्ष द्यावं लागणार होतं.

पोन्नाच्या हिशेबाप्रमाणे बाळ मार्गझीच्या शेवटी किंवा थायीच्या सुरुवातीला जन्माला येणार होतं. आताशा, तिला बाळाच्या लाथा जाणवू लागल्या होत्या. अशा क्षणी, ती जर वाकून उभी राहिली तर तिला बाळाच्या हालचाली सुखद वाटत. त्या लाथा झाडण्याच्या आवेशावरूनच आपल्या पोटात मुलगा आहे की काय, असा विचार तिच्या मनात येई. मुलगा म्हणूनच जन्माला यायला कालीला आवडलं असतं. पण का? मुलगी म्हणून का नाही? खरोखरच पोन्नाला मुलगीच हवी होती. सीरायीने म्हटलं होतं की, त्यांच्या कुटुंबाला कसलासा शाप असल्यामुळे मुलगी जन्माला येतच नाही. त्यामुळे, पोन्नाच्या पोटी मुलगाच येणार अशी तिची

खात्रीच होती. तरीसुद्धा, निदान तो शाप संपवण्यासाठी तरी का होईना, पण आपल्याला मुलगीच व्हावी, अशी प्रार्थना पोन्ना करत होती. अल्पायुषी मुलगाच लाभावा असं या कुटुंबाचं का नशीब असावं? तिची मनोमन इच्छा होती, 'मुलगी जन्माला येऊ दे, या शेतात नवा वंश फुलू दे.'

कार्थिकायीच्या महिन्यात, एके दिवशी सकाळीच पोन्नाच्या माहेरची मंडळी बैलगाडीतून आली. पोन्नाला मोठं आश्चर्य वाटलं. काही दिवसांपूर्वीच मुथू येऊन विहिरीतून पाणी शेंदून शेतं ओली करून गेला होता. सहसा, या कामासाठी तो सेन्गानला मुळीच पाठवत नसे. उलट, आवश्यक ती कामं उरकायला तो स्वतःच येई. तसं केलं, की पोन्नाला नियमितपणे पाहणं त्याला शक्य होई. पोन्नाच्या प्रकृतीची चौकशी करताना त्याची नजर पारोशा पिंपळावर किंवा सीरायीवर खिळलेली असे. पोन्नाला फार नवल वाटे, पण ती स्वतः त्या प्रश्नांची उत्तरं कधीच देत नसे. फक्त सीरायीच काय ती बोले. मुथू खूप प्रेमळ भाऊ होता आणि म्हणूनच त्याला इतका त्रास होत होता. करुणचामीच्या मंदिरात तो थोडा वेळ आवर्जून बसत असे. तिथे थोडा वेळ प्रार्थना म्हणून तो कालीशी संवादही साधे.

दोन्ही खोपटांच्या भिंती तोवर बांधून झाल्या होत्या. मुथूने त्यांची छतं उत्तमप्रकारे शाकारली होती. या छतांवर त्याने नाचणीचा वाळलेला कडबा दाटीवाटीने पसरून घट्ट बांधून टाकला होता. आता त्या छताकडे पुढची दहा वर्षं पाहायची गरज नव्हती. कालीने वाळलेल्या नाचणीच्या चाऱ्याचा एक गठ्ठा बाजूला ठेवला होता. गुरांना तो काही आवडत नसे. मुथूच्या घरीसुद्धा असाच एक गठ्ठा होता. या दोन्ही गठ्ठ्यांचा वापर त्याने छत शाकारायला केला होता. आता हा नव्याने बांधलेला भाग चांगला ऐसपैस होता. सीरायी त्याचा भरपूर वापर करू लागली होती. दोन्ही खोपटांना मजबूत दारं बांधली गेली होती. रात्री मात्र, पोन्ना खोपटात तर सीरायी खोपटाबाहेरच निजत असे.

त्या दिवशी पोन्नाच्या माहेरची माणसं येणार आहेत, हे सीरायीनेसुद्धा तिला सांगितलं नव्हतं. आलेल्या मंडळींनी गाड्यातून भरपूर भेटवस्तू बाहेर काढायला सुरुवात केली. पोन्नाला नववा महिना लागला होता. काली जर हयात असता तर तिच्या माहेरच्यांनी सगळ्या गावाला जेवण घातलं असतं, पोन्नाला वाजतगाजत माहेरी नेलं असतं. परंतु, सद्य परिस्थितीत ते शक्य नव्हतं. शिवाय, पोन्नाचं कोडकौतुक करण्याची इच्छा त्यांनी प्रकट केली असती, तर तिने हरकत घेतली असती हेही त्यांना ठाऊक होतं. म्हणूनच, तिला कुठलीही कल्पना न देता ते सगळे अचानक आले होते. सीरायीला या सगळ्याचा खूप आनंद झाला होता. पोन्नाला हे सगळं अनुभवता यावं, अशी तिची इच्छा होती पण पोन्नासमोर हा विषय कसा काढावा, हेच तिला कळत नव्हतं. गोठ्याच्या आणि शेताच्या

पलीकडे पोन्ना पाऊलही टाकत नव्हती. बाहेरच्या जगाची बातमी तिला केवळ वेंगयी आणि सीरायीकडूनच समजत होती. गावातलं कुणी आलंच तर पोन्ना त्यांच्याशी जे काही बोलत असे तेवढंच. थोरातु पात्ती आणि नोनी किझावी या गावातल्या दोन म्हाताऱ्या आठवड्यातून एकदा तरी येऊन जात. त्यांच्या गप्पा पोन्ना उत्सुकतेने ऐकत असली, तरी ती स्वत: फारसं काही बोलत नसे.

तिने काय खावं आणि काय नाही, याबद्दल त्याच दोघींनी तिला सल्ला दिला होता. तिला कुठलीही शंका असली तरी ती त्या दोघींना विचारत असे. पोन्ना आसपास नसली, की त्या सीरायीला म्हणत, 'तुझा मुलगा जिवंत असता तर त्याच्या सासू-सासऱ्याने चांगलं गावजेवण घातलं असतं. पोन्नाला कोडकौतुक करत माहेरी नेलं असतं. दुर्दैवाने, या अशा परिस्थितीत तसं काही करता येणार नाही.' सीरायी त्यांना काय उत्तर देणार होती? पोन्नाच्याही मनात हा विचार येत असेल, पण एकंदरीत परिस्थिती पाहता तिला अशी जेवणं वगैरे नकोशी होती. तिच्या माहेरची माणसं वरचेवर येऊन भेटत होती, हेच तिला खूप होतं. तिने मुथूला सगळ्यांना सांगताना ऐकलं होतं, 'पोन्ना शेतातली कामं कशी आवरते ते पाहायला हवं तुम्ही. एखादा पुरुषसुद्धा इतक्या झपाट्याने काम निपटू शकणार नाही.' मुथूच्या तोंडचे ते शब्द ऐकून तिला समाधान वाटत असे. परंतु, त्या दिवशी सकाळी, बैलगाड्यात बसून तिचं सगळं कुटुंब जेव्हा येऊन उभं राहिलं तेव्हा नेमकं काय बोलावं हे तिला समजेना. आपल्या भावजयीला - पूवयीला ती सौम्यपणे म्हणाली, "या सगळ्याची काय गरज होती? सारंकाही धड असतं, आनंदात मी या बाळाला जन्म देणार असते, तर तुम्ही भेटवस्तू आणल्या असत्या तरी चाललं असतं."

त्यावर पूवयी म्हणाली, "पोन्ना, त्याने काही फरक पडत नाही. तुला बाळ होणार आहे, हीच मोठी आनंदाची गोष्ट आहे." त्यानंतर ती आपल्या कामाला लागली.

मुथू आणि पोन्नाचे वडील शेतात फिरू लागले. पाण्याच्या सऱ्यांच्या बाजूचं गवत वेंगयी निंदत होती. मुथू तिला हसून म्हणाला, "दगड उचलण्याचं तुझं आणि तुझ्या मालकिणीचं काम संपलं की नाही?"

वेंगयीने हसून उत्तर दिलं, "नाही, सामी. अजूनही आम्ही दगड गोळा करून त्याचे ढीग रचतो आहोत. ती म्हणते, की सगळ्या शेताभोवती तिला दगडाचं कुंपण घालायचंय, जशी काही ही एखादी गढीच आहे."

त्यावर पोन्नाचे वडील म्हणाले, "तुम्ही दोघींनी मिळून ते केलंत तरी मला आश्चर्य नाही वाटणार."

शेतात फिरताना त्या दोघांना अतोनात समाधान वाटलं. ते जेव्हा खोपटाकडे परत आले तेव्हा चमचमीत वडे त्यांची वाट पाहत होते. इतकंच नाही तर भाताचे

तीन-चार प्रकारसुद्धा होते. चिंचेचा भात, टमाट्याचा भात, दहीभात. पोन्नाने बाजूलाच केळाचा कंद लावला होता. तिथे त्यांनी हात धुतले आणि केळाची पानं कापून घेत त्याचाच वापर ताट म्हणून केला.

पोन्नाचा चेहरा फिकुटला होता. तिची पावलं सुजली होती. तिची आई तिला म्हणाली, ''पोन्ना, तुला आता जरा स्वत:च्या तब्येतीची काळजी घ्यायला हवी. तू असंच करत राहिलीस तर बाळाला जन्म द्यायला तुला ताकद पुरणार नाही. आमच्याबरोबर घरी चल बरं. तुला काय हवं ते खाऊ-पिऊ घालेन मी. तुझं बाळंतपण तिथे सुरक्षित पार पडेल. मग ये तू परत घरी.'' पूवयीच्या मनातसुद्धा अगदी हेच होतं. पोन्नाने तिला काही उत्तर दिलं नाही पण तिथून जाणार नाही, हे सांगण्याकरता ती केवळ हसली. तिची नजर पारोशा पिंपळावर खिळली होती. झाडाची फांदी जिथे तोडली होती तो भाग गडद झाला होता. तिथे बुरशी वाढली होती. या मेजवानीचा आनंद घ्यायला काली हयात नाही, या विचाराने पोन्नाला फार वाईट वाटलं, पण सगळ्या स्वैपाकातला एकेक घास घेऊन तिने झोपडीमागच्या किझुवायी झाडासमोर मांडलेल्या फरशीवर ठेवला. रोजच ती जे काही रांधत असे त्यातला घास काढून आवर्जून तिथे ठेवत असे. काही कावळे ते खायला नेहमी येत. त्याही दिवशी कावळे आले. कावळ्यांचा आवाज ऐकल्यावर मगच तिने जेवायला सुरुवात केली.

वल्लयीने तिला विचारलं, ''ठीक आहे, मग मी इथे येऊन कधी राहू तुझ्याजवळ? तुला जर रात्री कशाची गरज पडली तर तुझी एकटी सासू काय काय करेल?''

पोन्ना तिला म्हणाली, ''हे बघ, मार्गझीच्या महिन्यात आलीस तरी पुरे आहे. दुपारची वेंगयी असतेच इथे. रात्रीच्या वेळेस गावातल्या म्हाताऱ्या-कोताऱ्या येऊन पहाटेपर्यंत गप्पा मारत राहातात. काळजी करण्यासारखं काहीही नाही. दायीच्यासुद्धा चकरा सुरूच असतात. आता तिने दूरच्या कुठल्याही गावात जाऊ नये, असं आम्ही तिला बजावलं आहेच. ज्या क्षणी माझं ओटीपोट खाली उतरायला लागेल त्या क्षणी बाळाचा जन्म कधी होईल हे ती सांगू शकेल, असं तिचं म्हणणं आहे.''

त्या दिवशी संध्याकाळनंतरच पोन्नाच्या माहेरची मंडळी घरी परतली. त्या दिवशी रांधलेला प्रत्येक पदार्थ पोन्नाने वेंगयीसाठी बांधून दिला. ती म्हणाली, ''घेऊन जा तुझ्या मुलांसाठी. मला एक सांग, तू तीन मुलांना जन्म दिला आहेस. अगदी प्रामाणिकपणे सांग, मुलांच्या जन्माच्या वेळेस फार दुखतं का?''

वेंगयी हसून म्हणाली, ''दुखतं खरं, पण फार काही दुखत नाही.''

दुखणं आणि फार दुखणं यातला फरक नेमका किती होता?

# २८

मार्गझी महिना सुरू झाल्यावर पोन्नाने शेतात जाणं थांबवलं. तिने स्वतःला खोपटाभोवतालच्या कुंपणात बंदिस्त करून घेतलं. तिथून तिला शेतं दिसत असली तरी पण पाहण्यासारखं फार काही नव्हतं. सगळं काही नुसतं पसरलं होतं. वांग्याच्या झाडाची पानं चांगलीच पिवळी पडली होती. मिरचीचं म्हणाल तर निव्वळ फांद्या तेवढ्या उरल्या होत्या. सगळी पिकं काढून झाली होती. सारंकाही घरात सुरक्षित ठेवलं गेलं होतं. ओटीपोटावर हात ठेवून पोन्ना अनेकदा म्हणे, 'आता तुझी पाळी आहे.' आताशा, थोडंसं चाललं तरी तिला धाप लागत असे. पण, फार वेळ ती एका जागी काही न करता बसू शकत नसे. सतत, कुठल्या ना कुठल्या कामात गुंतायची तिला गरज वाटे. म्हणूनच, तिने स्वैपाक रांधण्याचं काम थांबवलं नव्हतं.

सीरायीसुद्धा चांगलीच व्यग्र होती. गोठा स्वच्छ करून झाला, की ती गुरा-ढोरांना गोठ्यातून बाहेर काढत चरण्यासाठी बाजूच्या कुरणात बांधून टाके. एकदा ती तिथून बाहेर पडली की बाकीची अनेक कामं उरकत असे. येताना एरंडीच्या झाडांची वाळलेली पानं गोळा करून, ती नीट एकावर एक रचून आणत असे. त्या झाडांची पिकलेली आणि गळलेली पानं खायला मेंढरांना फार आवडत असे. त्या पानांचे छोटे गठ्ठे करून सीरायी एकमेकांवर रचून ठेवे. पंगुनी आणि चिथिरायीच्या महिन्यात उन्हाचा तडाखा वाढला, की कुरणं वाळली की, हीच पानं मेंढरांना खायच्या कामाला येत. अशाप्रकारे, झाडाचं एकही पान वाया जात नसे.

खोपटाबाहेर बसल्या ठिकाणाहूनच पोन्नाला मंदिर अगदी स्पष्ट दिसे. तिच्या सूचनेप्रमाणे वेंगयीने आणखी थोडे दगड आणून त्या मंदिराभोवती रचले होते. मंदिराच्या पूर्वेला आता दगडांची कमरेच्या उंचीची भिंत तयार झाली. तिन्ही बाजूंची भिंत पूर्ण झाली की समोरच्या बाजूने कमान करायची असं पोन्नाने वेंगयीला सांगून ठेवलं होतं.

पलाईचं झाड एव्हाना चांगलंच उंच झालं होतं. त्याच्या बाजूला आपोआप एक कडुलिंबाचं झाड उगवलं होतं. ही झाडं तोडू नयेत, ती वाढू द्यावीत, असं पोन्नाने सांगून ठेवलं होतं. त्या दोन्हीचे वृक्ष झाले की, मंदिरावर छान सावली पडली असती. त्या दिवशी तिने मंदिरात पोंगलचा नैवेद्य दाखवला नाही. पुढच्या वर्षी, बाळाच्या जन्मानंतर तिने नैवेद्य दाखवावा, असं सगळ्यांनी सांगितलं होतं आणि तिने ते मान्य केलं होतं. परंतु, रोज संध्याकाळी दिवा लावण्यासाठी ती तिथे आवर्जून जाई. एका पेल्यात तेल घालून संध्याकाळच्या वेळेस ती मंदिरात जाई. सूर्य अस्ताला गेला असला तरी मावळतीचा प्रकाश अद्यापि रेंगाळत असे. तिचं ते तेल घालणं पाहून सीरायी वेंगयीला वैतागून म्हणे, 'रोजच्या रोज दिवा लावायचा म्हणजे किती तेल जाळावं लागतं. घागरभर तेलसुद्धा पुरणार नाही. आम्हाला हे सगळं परवडतं असं वाटतं का तुला? फक्त शुक्रवारी आणि सणासुदीच्या दिवशी दिवा लावला तर हिचं काय बिघडतं? मला सांग, करुणचामीच्या देवळात कुणी रोज दिवा लावलाय का आजपर्यंत? हे बघ, केवळ पोंगलच्या दिवशीच लोकांच्या मनात देवाचा विचार येतो. अशा वेळेस, वाढलेल्या गवतांमागे, दगडांमागे ते देवाचा शोध घ्यायला जातात. हिचं सगळं वेगळंच, हिने त्याच्यासाठी नीटनेटकं मंदिरच बांधून काढलं.' मात्र, ती पोन्नाला थेटपणे काहीही बोलत नसे.

पोन्नाचं पोट मोठं दिसत होतं आणि तिला धापही लागत होती यावरून तिला मुलगाच होणार, असं दायीचं म्हणणं होतं. मात्र ती पुढे म्हणाली, "असं म्हणतात, पाऊस आणि मूल यांचा अंदाज प्रत्यक्ष देवालासुद्धा देत येत नाही हो." करूपत्ती घातलेल्या नाचणीच्या पिठाचे डोसे करत असताना पोन्नाच्या मनात दायीचे शब्द रेंगाळत होते. सीरायीसाठी आणि स्वत:साठी तिने दोन-दोन डोसे घातले. खोपटाबाहेरच्या सपाट खडकावर बसून ती डोसे खात असताना नल्लाय्यनचा आवाज तिला आला. त्या जोडीने तिला एका बाईचासुद्धा आवाज आला. सीरायी धास्तावली. नल्लाय्यन त्याच्या एखाद्या बाईला तर घेऊन आला नाही ना, असा प्रश्न तिला पडला. नल्लाय्यनबरोबर खरोखर एक स्त्री होती, पण ती गावची थोरात्तू पात्तीच होती.

सीरायी त्या म्हातारीला म्हणाली, "का गं, जरा दिवसाउजेडी यायचं ना! अंधारात कशाला येतेस? कुठे अडखळून पडली-बिडलीस तर तुझ्या नातवांना कोण उत्तर देणार बाई?"

थोडं पुढे येत थोरात्तू पात्ती बाजेवर बसत म्हणाली, "अगं बाई, पडले तर निदान मरेन तरी अशी आशा आहे. माझ्यासारखीला मृत्यू तरी कुठला यायचा इतक्या लवकर?"

त्यावर सीरायी म्हणाली, "हे बघ, पडल्याबरोबर मेलीस ना, तरी काही

हरकत नाही, पण एखादं तंगडं किंवा हात मोडला तर कोण बघणार बाई तुझ्याकडे? तुझं हागणं-मुतणं कोण स्वच्छ करणार?''

''अगदी खरंय गं तुझं म्हणणं,'' थोरात्तू पात्तीने तिच्या 'हो'ला हो मिळवला.

सगळ्यांचं लक्ष नल्लाय्यनकडे वेधत पोन्ना पटकन म्हणाली, ''पात्ती, काका कुठे सापडले तुला? मला तर वाटलं, की देश सोडून कुठेतरी निघून गेले आहेत.''

सीरायीनेसुद्धा नल्लाय्यनची दखल घेत म्हटलं, ''भावजी, अगदी बरोबर आहे. सहा महिन्यांत तोंडही दिसलं नाही तुमचं. तुमच्या भावाने त्याची धमकी प्रत्यक्षात आणून तुम्हाला ठार करून नाचणीच्या शेतात गाडून टाकलं की काय असा प्रश्नच पडला होता मला. दोन-चारदा तो भेटला तेव्हा तुमची चौकशी केली होती मी. पण तो म्हणाला, 'रांडेचा! भटकत असेल इकडेतिकडे! कुत्तरडा! काही कामाचा नाही!' आता तुम्हीच सांगा, या बोलण्यावर मी तरी काय उत्तर देणार?''

मनातली शंका व्यक्त करत थोरातु पात्ती म्हणाली, ''तुझ्या भावाच्या बायकोबद्दल मी त्यांना जेव्हा विचारते तेव्हा ते म्हणतात, की ती अद्यापि माहेरीच आहे. मला तर वाटतं की, तू इथून पळून गेलास तेव्हा तिलाही बरोबर नेलं असावंस. आताशा, लोक अगदी जातीबाहेर पण लग्नं करू लागली आहेत. त्यानंतर, मोठ्या शहरात जाऊन तिथे राहू लागतात ते.''

नल्लाय्यन हसून म्हणाला, ''म्हाताऱ्यांनो! तुम्ही इकडे गावाकडे गुरंढोरं चारता, पण बाहेरच्या जगात काय चाललं आहे, याची चांगलीच बित्तंबातमी आहे की तुम्हाला! एखाद्याची बायको आणि दुसरीचा नवरा एकत्र आले तर गावकरी त्यांना तसं राहू देतील, असं वाटतं का तुम्हाला? त्यापायी, त्यांना गाव सोडून जावंच लागतं. भले त्यांना समुद्रापार जावं लागेना! मला तर असं वाटतं, की जेव्हा दोन व्यक्ती एकमेकांबरोबर खलबत्त्याप्रमाणे छान बसत असतील तर लोकांनी राहू द्यावं की त्यांना तसं. पण हे पाहा, एखाद्या बाईबरोबर पळून जायला आणि दुसरीकडे कुठेतरी नवीन आयुष्य सुरू करायला मी काही आता तरुण राहिलो नाही - हो की नाही? जेव्हा मी तरुण होतो तेव्हा कुठलंही कष्टाचं काम मला नको वाटे. आळशी होतो मी. आता या वयात कुणा बाईला खाऊ-पिऊ घालण्याची आणि काळजी घेण्याची जबाबदारी काय घेणार मी?''

नेमकं काय झालं हे त्याने त्यांना मग सांगितलं. स्वत:च्या घरी राहायची त्याला भीती वाटू लागली होती. एखादी पाल जरी चुकचुकली तरी आपला भाऊ आणि पुतणे आपल्यावर हल्ला करायला आले आहेत की काय या विचाराने त्याचा जीव धास्तावे. दारातल्या फटीतून बाहेर पाहून तो खात्री करून घेई.

चिक्कार प्रवास केला होता त्याने, वेगवेगळ्या जागी सगळ्या प्रकारच्या लोकांबरोबर राहिला होता तो, पण अशी भीती त्याला कधीच वाटली नव्हती. असं भीतीपोटी कसं काय जगू शकणार होता तो? त्यामुळे, दुसऱ्याच दिवशी त्याने आपली गुरंढोरं आणि मेंढरं विकून टाकली. ते पैसे त्याने शेतमजुराला दिले आणि त्याला घालवून दिलं. मग तोही तिथून निघून गेला. तब्बल सहा महिन्यांनी तो परतला होता.

तो पुढे म्हणाला, 'मी जाण्यापूर्वी माझ्या शेतात मका पेरला होता. त्यांनी सगळ्यांनी त्याचं काय केलं देव जाणे! तो तसाच वाळू दिला, की कापला आणि स्वतःच्या घरात दाबून ठेवला कोण जाणे. आता म्हणाल तर शेतात मक्याचं एक धांडसुद्धा नाही. सगळ्या मोरी खणल्या आहेत, शेतं उजाड पडली आहेत. असं वाटतंय की स्मशान आहे की काय. त्यांची जमीन नसेल ती, पण ते शेतकरी आहेत, हो की नाही? शेत कोणाचंही का असेना, शेताशी असं वागायचं नसतं एवढंही समजत नाही का त्यांना? हे पाहा, तुम्हाला एखादी व्यक्ती आवडत नसेलही, पण तो राग त्याच्या जमिनीवर नाही काढता येत असा.''

पात्तीने उत्तर दिलं, ''अरे बाबा, स्वतःच्या शेताची काळजी घेणंच कठीण असतं. तुझी काय अपेक्षा आहे रे? सगळं काही तसंच टाकून पळून गेलास तू. आणि तुला वाटतं की इतरांनी तुझ्या शेताची चांगली काळजी घ्यावी, तुझी शेतं राखावीत, हो की नाही? तू असं कोणालाही दोष नाही देऊ शकत. मुख्य म्हणजे, स्वतःच्या शेतात कष्ट घ्यायची, राबायची तुझी स्वतःचीच तयारी नसताना तर तू इतरांना काही बोलू नयेस. ते जाऊ दे, गेले सहा महिने होतास कुठे?''

यापूर्वी नल्लाय्यनला नाहीसं व्हायला जागेची कुठलीही कमतरता नव्हती. परंतु, या वेळेस मात्र कुठे जावं हेच त्याला समजत नव्हतं. एक रात्र त्याने मन्गूरच्या विश्रामगृहात काढली. तिथे भिकाऱ्यांचा एक जथा मुक्कामाला होता. दुसऱ्या दिवशीपासून ती मंडळी १०८ मंदिरांच्या दर्शनाला निघणार होती, हे त्याला समजलं. तो त्यांच्यात सामील झाला. रोजच ते कैक कोस अंतर पायी चालत होते. चालून थकले, की एखाद्या सार्वजनिक विश्रामगृहात किंवा अशाच कुठल्या जागी ते विश्रांती घेत. भिकेच्या कटोऱ्यात जे काही अन्न मिळेल ते एकमेकांबरोबर वाटून खात. समजा, भीक म्हणून कोणी कम्बु किंवा नाचणीचं धान्य घातलं तर ते बाजारपेठेत विकत. एखाद्या मंदिरात गेले, की तिथे त्यांना जेवण तरी फुकट मिळे. त्यांना कटोऱ्यात जो तांदूळ मिळे तो मात्र ते विकत नसत. उलट, तो तांदूळ सगळे जपून ठेवत. ज्या दिवशी त्यांना नेहमीप्रमाणे भीक मिळत नसे त्या दिवशी ते भात शिजवून खात.

नल्लाय्यन म्हणाला, ''आमच्या गरजा फार थोड्या होत्या. भगव्या रंगाचं

धोतर आणि एक पंचा. हातात भिकेचा कटोरा, बस! लोकांसमोर कटोरा केला की त्यात काही ना काही टाकल्याशिवाय कोणीही पुढे जात नसे. काही लोक तर चक्क आमच्या पाया पडत होते, आमचे आशीर्वाद घेत होते, माहीत आहे का तुम्हाला? अशाप्रकारे मी सहा महिने काढले. या काळात किती मंदिरांना भेटी दिल्या याची काही मोजदादच नाही. तोवर आम्ही सगळेच फक्त करत्तूरच्या मंदिरात गेलो होतो. ते मंदिर फार भव्य आहे असंच आम्हाला वाटत होतं. मी सांगतो, चोला देशातल्या मंदिरात जायला हवं. तिथल्या राजांनी इतकी भव्य मंदिरं बांधली आहेत, की काय सांगू. कित्येक एकर पसरलेली आहेत ही मंदिरं. हे मंदिर फलाण्या राजाने बांधलं ते मंदिर त्या राजाने बांधलं असं तिथले लोक सांगतात. त्या भागामध्ये लोक आपल्याप्रमाणे कट्टबथु, नाचणी किंवा सामाई असलं काही खात नाहीत. तिथे केवळ चकाकणाऱ्या पांढऱ्या तांदळाचा भात खाल्ला जातो. तिथला मजूरसुद्धा भात खातो रोज. त्या सहा महिन्यांत मी जगण्याचा नवा मार्ग शोधला. भिकेचा कटोरा लोकांच्या समोर केला की झालं, माझं पोट भरलंच समजा.''

हे सगळं ऐकून थोरातु पात्तीला अतिशय संताप आला. ती खडसावत म्हणाली, ''अरे, शेतकरी म्हणून जन्माला आलास ना? स्वत:च्या अन्नासाठी भीक कशी काय मागू शकतोस? याला जगणं म्हणतोस तू? नल्लाय्यन, आपल्या समाजात आपण भुकेने उपाशी राहू, भूक दाबायला पोटाभोवती ओलं फडकं बांधू पण ज्यासाठी आपण कष्ट केले नाहीत, असं अन्न आपण कदापि स्वीकारणार नाही. तुझ्या आईने तुला खरोखरच शेतकरी म्हणून जन्माला तरी घातलं का रे?'' एकंदरीतच बोलणं ज्या दिशेने चाललं होतं त्यापायी पोन्ना अस्वस्थ झाली. चुपचाप तिथून बाजूला होत ती खोपटात जाऊन आडवी झाली. तिथेही तिला सगळ्यांचे आवाज येतच होते.

तक्रारीच्या स्वरात नल्लाय्यन म्हणाला, ''मला जन्माला घालायला माझी माय कोणाबरोबर निजली होती हे मला कुठे ठाऊक? कदाचित, तिला माहीतसुद्धा नसेल. असं म्हणू या, की एक बाई दहा पुरुषांबरोबर निजते. ती ज्या पोराला जन्म देते त्या पोराचा बाप नेमका कोण हे तिला तरी ठाऊक असतं का? तू आत्ता म्हणालीस त्या पद्धतीने सगळे शेतकरी वागतात का? मी तुला सांगतो, या जातीतलेच काही पुरुष आपल्या स्वत:च्या बायकोला दुसऱ्या पुरुषाकडे पाठवतात.'' बोलता बोलता त्याचा संताप विकोपाला गेला. ''भिकेचा कटोरा हातात घेणं हे सोपं काम नाही. भीक मागण्याची क्षमता अंगात यायला तुम्हाला हात पुढे करून मागावं लागतं. याची सवय होणं सोपं वाटतं का तुला? आपण शेतकरी आहोत, आपली जमीन आहे, शेत आहे, आपण चांगल्या घरातून आलो आहोत, बाकीचे

लोक आपल्यापेक्षा हीन दर्जाचे आहेत, असल्या विचारात राहिलो ना तर भीक मागताच येणार नाही. हे सारं मनातून दूर करावं लागतं. आपण म्हणजे काही नाही, केसांइतकंसुद्धा महत्त्व आपल्याला नाही, हे समजून घ्यावं लागतं. अभिमान, सन्मान, शरम, आदर, प्रतिष्ठा, नातेवाईक, संपत्ती, सुख - सारंकाही सोडून द्यावं लागतं. हे एकमेव वास्तव आहे. सगळे लोक सारखेच असतात. कोणाही समोर भिकेसाठी हात पसरता येतो. कोणाकडूनही अन्न स्वीकारता येतं. कोण आहात तुम्ही? या पृथ्वीवर तुम्ही काय प्राप्त केलं आहे? आयुष्यभर शेतात कष्ट केले आहेत तुम्ही, पण दाखवण्यासाठी तुमच्याकडे काय आहे? सहज सरलं तुमचं सगळं आयुष्य. ही जमीन आहे ना, ही तुम्हाला गिळंकृत करणार आहे. कालीला मरून दहा महिने झाले. त्याची हाडंसुद्धा उरली नाहीत आता. असं असताना हा वृथा अभिमान कशासाठी? सारंकाही सोडून देऊ शकाल का? फार मोठी गोष्ट आहे ती. जो खरोखरच पोहोचला आहे त्यालाच ते शक्य होतं. सारं सोडून देण्याचा प्रयत्न मी केला आहे, पण मला ते जमलेलं नाही. माझ्या मनात अद्यापि नकोशा फालतू गोष्टींचा कचरा भरलेला आहे. माझ्या भल्यासाठीच ते सगळं मी कधी दूर करणार आहे हे मलाही ठाऊक नाही.''

सीरायी पुटपुटली, ''याला काय झालं आहे? हा असा मूर्खासारखा का बोलतो आहे?''

# २१

नल्लाय्यनने आपली कहाणी पुढे सांगायला सुरुवात केली. असं दिसत होतं की, त्याच्या धाकट्या भावाची बायको तिच्या मोठ्या मुलीकडे ऊक्कुर या आत्तूरपासून दहा मैलावर असलेल्या गावी राहायला गेली होती. त्या भागात कालव्यांनी शेतीला पाणी दिलं जात असल्यामुळे शेतात भरपूर काम होतं. नल्लाय्यनला शोधायला ती तिथून दोन-तीनदा पळून गेली होती. त्याचं भकास घर आणि धुळकटलेला, पडझड झालेला गोठा पाहून तिला रडू आलं होतं. शेतमजूरही तिथे नसल्यामुळे नेमकं काय झालं आहे, हे समजून घेण्याचा कुठलाही मार्ग तिच्यासमोर नव्हता. तिच्या नवऱ्याने आणि मुलांनी तिचा पाठलाग करत तिला पुन्हा तिच्या लेकीच्या घरी ऊक्कुरला जायला भाग पाडलं होतं. नल्लाय्यन जर स्वत:च्या घरात गेला तर तिला त्याचा सुगावा लागून त्याच्या शोधात ती परत धावत येऊ शकली असती. परंतु, नल्लाय्यनच्या मनात तिचा काही विचार नसावा, असं दिसत होतं.

तो म्हणाला, "माझ्या हिश्श्याचा वाटा घेतल्याचा पश्चात्ताप होतो आहे मला. या एकाच गोष्टीपायी मी असा बांधून पडलो आहे. सगळं सोडून देणं मला शक्य होत नाही. शिवाय, त्यातून उपजीविका चालवणंही मला जमत नाही. फार गोंधळलो आहे मी. हे सगळं विकून टाकणं हा काही व्यवहार्य मार्ग नाही. माझ्याकडे पावणेचार एकर जमीन आहे. त्याचे मला सातशे रूपये मिळतील. ठेवणार कुठे मी ते पैसे? मी तर हा असा भटका, जवळ बाळगू शकणार आहे का हे पैसे? कधी रस्त्याच्या कडेला, कधी विश्रामगृहात तर कधी एखाद्या चिंचेच्या वृक्षाखाली निजतो मी. इतके पैसे कनवटीला बांधून मी शांतपणे निजू शकेन का? एवढंच नाही, तर मी जर थोडे थोडे करत पैसे खर्च करू लागलो तर असे कितीसे पुरणार आहेत ते मला? शिवाय, हातात नगद बाळगायची आणि खर्च करायची सवय लागली, की मी बिघडलोच समजा. दुसरा उपाय म्हणजे, हे पैसे उधारीने द्यायचे आणि त्यावर मिळणाऱ्या व्याजावर जगायचं. पण

यासाठी मला कोण मदत करणार? पैसे प्रत्येकाला हवे रे बाबांनो, पण, माझ्याकडून पैसे घेतले हेच नंतर ते पूर्णपणे नाकारू शकतात. अशा वेळेस मी काय करणार आहे? वहिनी, जरा सांग मला. कधीकधी मला वाटतं त्या कुत्तरड्यांवर उधळून द्यावं सगळं. मी जर मेलो, माझ्या अंगावरून एखादं वाहन गेलं तर मला अनाथ समजून माझ्या प्रेताला बेवारशी समजतील लोक. पण मी जगलो, मरण्यापूर्वी अनेक रोगांनी मला पछाडलं तर माझ्या हातात जर थोडे पैसे असतील तर निदान माझी कोणी काळजी तरी घेईल. काय करावं हे तर मला समजेनासं झालं आहे.''

त्यावर थोरात्तु पात्ती म्हणाली, ''अरे बाबा, म्हणूनच तर कुटुंब हवं माणसाला. कुटुंबात राहणाऱ्याला या अशा चिंता असतात का, सांग मला? मला मूलबाळ नाही. माझ्या नावावर कुठलीही संपत्ती नाही. माझा नवरा मेल्यावर मी माझ्या भावाच्या आश्रयाला येऊन राहिले. त्या वेळेस माझ्या सासरच्यांनी माझ्या हातावर पन्नास रुपये टेकवले होते. ते मी माझ्यासाठी राखून ठेवले. आजपर्यंत, मला शक्य झालं तेवढं काम करत आले आहे मी. माझ्या भावाला आता मुलगा आहे, नातू आहे, त्याचा हा नातूच मला आताशा खाऊ-पिऊ घालतो. तरीसुद्धा, मला जी शक्य असतील ती सगळी कामं करते मी. मला जर कुटुंब नसतं तर इतकं जगणं कसं शक्य झालं असतं मला, नल्लाय्यन, तूच सांग आता मला.''

सीरायी म्हणाली, ''पात्तीसारखी म्हातारी बाई तिच्या कमरेच्या चंचीत हजार रुपये घेऊन फिरते. तू तर पुरुष आहेस. सातशे रुपये कनवटीला लावून रडतोस कशाला?''

थोरात्तु पात्ती पुढे म्हणाली, ''ए बाई, माझ्याकडे काही नाहीत पैसेबिसे. जे काही पन्नास रुपये होते गेल्या कित्येक वर्षांत ज्याला त्याला उधार देत आले आहे मी. त्याच्यातच काय ती पाच-दहा रुपयांची भर पडली असेल ती असेल. असंच एखाददिवशी मला जेव्हा गाडून टाकतील तेव्हा 'या म्हातारीकडे तर अगदी काहीही नव्हतं' असं लोकांनी माझ्याबद्दल म्हटलेलं मला आवडणार नाही.''

नल्लाय्यन म्हणाला, ''हे बघ आया, कुटुंब, अशी माणसं हे असलं काही मला झेपणार नाही. मी मुक्त पक्षी आहे. जिथे जातो तिथे अन्नपाणी शोधतो, दिवसागणीक जगतो मी. काहीच जमलं नाही तर कालीसारखं मीही हे जग सोडून जाईन बरं. माझ्या भावांना काल मी अगदी स्पष्टच सांगितलं तसं. मी म्हटलं, 'आता भिकेचा कटोरा वागवायचीसुद्धा सवय झाली आहे मला. आपल्याच गावात भीक मागेन मी. काही लाजलज्जा नाही वाटणार मला त्याची. तुमच्या दोघांचं काय होईल, असा विचार मात्र माझ्या मनात येतो. शिवाय, माझं शेत भाड्याने घ्यायला लोक तयार आहेत. दर तीन दिवसांनी एकदा पाणी दिलं की

झालं. प्रत्येक वेळेस, जमिनीचे चार भाग ओले होऊ शकतात. लाल माती आहे ती सगळी. तुम्ही जे पेराल ते उगवेल. शिवाय घर आहे, गोठा आहे, सगळं कुटुंब जाऊन राहू शकतं तिथे. काय म्हणता? त्यापेक्षा दोन हिस्से करा आणि पीक वाटून घ्या. मला शेतातलं पीक नको. मला नगद द्या. हे शेत परक्यांना भाड्याने द्यायची माझी इच्छा नाही. पण, वर्षाच्या सुरुवातीलाच मला पैसे द्यावे लागतील. हे एवढं केलंत ना तर माझ्या मृत्युपत्रात तुमच्या नावावर लिहीन ही सगळी जमीन.' विचार करतो म्हणाले माझे भाऊ. धाकट्याचं म्हणणं आहे की, सगळं शेत मी त्याला लावून काढावं. त्यानेच तर त्याची बायको माझ्याकडे पाठवली होती. पण खरं सांगू का, त्याच्याशी कुठलाही व्यवहार करायची फार भीती वाटते मला. समजा, त्यातूनही मी जर तसा व्यवहार करणार असेन तर गावातले साक्षीदार हवेत माझ्या बाजूने. पण असं आहे, गावातल्यांना जर साक्षीदार म्हणून बोलावलं तर ते आम्हाला विचारतील की, आधी तर आम्ही त्यांचा सल्ला घेतला नाही, मग आता काय पडली आहे?''

हे सगळं ऐकून पोन्नाला फार वाईट वाटत होतं. यापूर्वी नल्लाय्यन या पद्धतीने कधीच बोलला नव्हता. तो अतिशय आनंदी जीव होता. परंतु, कुणाचंच आयुष्य नेहमीकरता तसंच राहात नसतं. आयुष्यात, वेगवेगळ्या दिशेने काही ना काही येऊन आपल्यावर आदळतं. मार्ग कोणता निवडायचा, हे आपल्या हातात कुठे असतं? नल्लाय्यनने अन्नाचा विषय काढला होता हे पोन्नाला अचानक लक्षात आलं. म्हणून तिने विचारलं, ''माऽमा, काही खाल्लंय का?'' तो म्हणाला, ''नाही गं पोन्ना, काही खाल्लेलं नाही. इथे काही खायला मिळेल, असं वाटलं होतं पण मी जेव्हा आलो तेव्हा तू आणि तुझी सासू जेवून हात धुताना पाहिलं मी. दिवस गेलेल्या बाईची कामं कुठे वाढवायची, असा विचार करत गप्प बसलो मी. पण काय सांगू तुला, हे पोट मोठं वाईट बघ. त्याला भूक लागतेच. तुझ्या बरं लक्षात आलं. तुझ्याकडे जर लाह्या असतील तर दे थोड्या भिजवून. तेवढ्यानेच पोट भरायचा प्रयत्न करतो.''

सीरायी म्हणाली, ''मोठा विचित्र माणूस आहेस रे तू! भुकेला आहेस, असं सांगितलं असतंस तर तुला काही खायला दिलं नसतं का मी?''

हसतच खोपटाच्या बाहेर येत पोन्ना म्हणाली, ''आमच्याकडे तू खायला मागू शकत नाहीस, मग तिऱ्हाइतांसमोर भीक कशी मागणार आहेस?''

नल्लाय्यन हसून म्हणाला, ''अगं, परक्यांसमोर भीक मागणं सोपं असतं.''

भिजलेल्या शिळ्या लाह्या त्याला खायला देण्याऐवजी पोन्नाने चटकन नाचणीचं पीठ पाण्यात कालवलं, त्यात कांदा आणि मिरच्या घालून त्याच्यासाठी चटपटीत डोसे घातले. तिच्यासाठी ते सोपं होतं. थोरात्तु पात्तीसाठीसुद्धा तिने

डोसा घातला. थोरात्तु तिचं कौतुक करत म्हणाली, "स्वैपाक इतका उत्तम रांधायला तू कशी शिकलीस कोण जाणे? त्या दिवशी वांग्याची भाजी केली होतीस, काय चविष्ट झाली होती ती! आणि आता हा डोसा. तुझ्या अमूल्य हातांसाठी कोणीतरी बांगड्या करायला पाहिजेत."

हे वाक्य बोलून होताच पोन्नाने दिलेलं उत्तर ऐकून पात्तीला तिची चूक समजली. पोन्ना म्हणाली, "या हातांना बांगड्या, गळ्यात साखळी, कानात डूल... हे काही नाही आता. आया, तरीसुद्धा, तुझ्या भावना आल्या माझ्या लक्षात."

प्रसंगाचं गांभीर्य कमी करत थोरात्तू पात्ती पटकन म्हणाली, "हे बघ, हे तुला सगळं नाही घालता आलं तरी काही बिघडत नाही, काळजी करू नकोस. अगं, ज्या बायांना हे सगळं घालायला मिळतं त्या या जगातून जातात तेव्हा नागड्याच असतात."

तोवर नल्लाय्यनचं पोट अगदी गच्च भरलं होतं. तो म्हणाला, "नाचणीच्या पिठाचे डोसे फार छान होतात. त्याची लापशी करण्यापेक्षा हे बरं." पोन्नाने त्याच्यासाठी अजून एक डोसा घातला. या वेळेस, मघाची उरलेली करूपत्तीसुद्धा त्यात घालून थोडी गोडी आणली. नल्लाय्यनला खाऊ घालण्यात तिला फार समाधान मिळत होतं. पोट भरल्यामुळे तोही जरा आनंदला होता. त्याच्यात नेहमीचा उत्साह डोकावला. तो म्हणाला, "बाई, मला इथे येऊन राहू दे, तुझ्या हातचं खाऊ दे, सगळी मालमत्ता पोन्नाच्या नावे करतो बघ. वहिनी काय म्हणतेस?"

त्याला प्रोत्साहन देत थोरात्तु पात्ती म्हणाली, "अगदी कर तसं. असं केलंस तर तुला राहायला खात्रीने जागा मिळेल."

सीरायी मात्र म्हणाली, "नल्लाय्यन, हे असलं काही जमणार नाही, असं मला वाटतं."

सीरायीच्या स्वरात थोडीशी आस असल्याचं पोन्नाला जाणवलं. खडकावर बसत ती म्हणाली, "मामा, आम्हाला वारशात काहीही नको. या शेतात आम्ही राबतो. दोन कुटुंबाला पुरेल इतकं कमावतो आम्ही. असंच तर या गावातले लोक आमच्याबद्दल काय वाटेल ते बोलत आहेत. आम्ही जर तुझे पैसे घेतले तर त्यांना बोलायला चार तोंडं मिळतील. मी तुझी ठेवलेली बाई असून त्यापायीच माझ्या नवऱ्याने स्वतःला संपवलं असं म्हणायला ते कमी करणार नाहीत. तुला माझ्या नवऱ्याचा फार लळा होता, हे मला ठाऊक आहे, पण इतरांचं काय? गावाच्या ज्या चालीरीती असतील त्यानुसार जुळवून घेणं भाग आहे आम्हाला. या गावाच्या चालीरीतींपायीच सगळ्यांसमोर उभं राहून माझ्या पोटातलं पोर

खरोखरच माझ्या नवऱ्याचं आहे, हे मला जाहीर करावं लागणार असेल तर मला तेही करणं भाग आहे. आम्ही करणार तरी काय? दुसरीकडे कुठे जायला जागाही नाही आम्हाला. शिवाय, आम्ही पडलो बायका. तुझ्या भावांबरोबर आम्ही नाही भांडू शकणार. जिथे तुला त्यांची भीती वाटून तू इथेतिथे दडून राहातोस तिथे आमचं काय? ते जर आमच्यावर धावून आले तर त्यांचा सामना करण्याइतका तगड्या आहोत का आम्ही दोघी? तुझे पैसे जर आम्ही स्वीकारले तर आमची मन:शांती गमावून बसू आम्ही. मला सांग, शांती नसेल तर किती जगणार आम्ही? अधूनमधून भेटत जा आम्हाला. आम्हाला शक्य होईल तेव्हा खाऊ-पिऊ घालत जाऊ. हवं असेल तर राहात जा एखाद-दोन दिवस आमच्याबरोबर. पण हे बघ, पैसा आणि जमीन याबद्दल काही बोलू नकोस. नवरा गमावल्याचं दु:ख सोसतेच आहे मी. त्या सगळ्यात भर घालायची इच्छा नाही माझी, हो ना माऽमा?''

पारोशा पिंपळाच्या झाडाला ढकलणारा घोंघावणारा वारा क्षणभर थबकला.

# ३०

थाईच्या महिन्यात सकाळी अगदी लवकरच पोन्नाने मुलाला जन्म दिला. तिच्या पोटी कालीच जन्माला आल्याबद्दल कोणाला शंकाच उरली नाही. प्रत्येक नातेवाईक बाळाला पाहायला आला. ते बाळ अगदी कालीसारखं दिसत होतं असंच प्रत्येकाचं म्हणणं होतं. बाळाच्या जन्मानंतर महिना झाला तरी पोन्नाचं रडू काही थांबत नव्हतं. आपल्याला नेमकं कशाने रडू येतंय, हेच तिला समजत नव्हतं. तिला मुलगी हवी असताना मुलगा झाल्याचं रडू होतं का? पोटी आलेला मुलगा कालीसारखंच आपलं आयुष्य लवकर संपवेल का? बाळाच्या जन्मानंतर पोन्ना अद्यापि अशक्त होती. तिने रात्री लवकर झोपावं, असं सीरायी सांगत असे. सीरायी आणि वल्लयी सगळी कामं आटोपत होत्या. बाळाकडे लक्ष देणं, बाळाला तेलपाणी करणं, न्हाऊमाखू घालणं, हे त्यांचंच काम होतं. पोन्नाची ताकद परत यावी, म्हणून त्या दोघी तिच्या खाण्या-पिण्याकडे आवर्जून लक्ष देत होत्या, तिला सगळं पौष्टिक खाऊ घालत होत्या.

बाळंतपणाच्या कळा सोसताना आणि प्रत्यक्ष बाळंतपणातसुद्धा पोन्नाला फार त्रास झाला होता. ते थोडं कठीण असतं, असं वेंगयीने तिला आधी सांगितलं होतं, पण त्यामध्ये 'थोडं कठीण' असं काहीही नव्हतं. आदल्या दिवशी थोडंसं दुखायला सुरुवात झाली होती. त्या बाळंतवेणा आहेत हे पोन्नाच्या लक्षात आलं नव्हतं. त्याआधीसुद्धा तिच्या ओटीपोटात आणि कमरेत कधीतरी सकाळी अशा कळा आल्या होत्या आणि थोड्या वेळाने गेल्या होत्या. असंच काहीतरी आपल्याला होतंय, असा विचार तिने केला. परंतु, कळांची तीव्रता वाढत राहिली. दुपार झाल्यावर तर तिला त्या कळा सोसवेनात. तिने वल्लयीला त्याबद्दल सांगितलं. तिने पोन्नाला कळांचं वर्णन करायला सांगितलं. वल्लयीची खात्री पटली, की या बाळंतवेणा सुरू झाल्या होत्या. कळा वाढू लागल्या. पोन्ना जरा घाबरली. तिने दायीला बोलवून आणण्यासाठी वेंगयीला रवाना केलं. जवळच्या शेतातल्या मजुराला सीरायीने अड्डैयूरला पाठवलं. जामानिमा करून दायी आली होती तोवर

संध्याकाळ उलटून गेली होती. दायी कधी येणार, असा पोन्नाने एकच घोशा लावला होता. दायी आली, की ती आपल्या सगळ्या वेदना संपवेल, असं पोन्नाला वाटत होतं. दायी थंगयी आल्यावरही तिला घाई दिसत नव्हती. पोन्नाचं पोट चाचपडून ती म्हणाली, की सकाळपर्यंत बाळ जन्माला येईल. हे ऐकून पोन्नाला धक्काच बसला होता. तिला वाटलं होतं, की थंगयी येताच बाळ ताबडतोब जन्माला येईल. आता या जीवघेण्या कळा रात्रभर आपण कशा सोसणार, या विचाराने ती चांगलीच हादरली. घरी जाऊन येतेच, असं सांगून वेंगयीसुद्धा निघून गेली. गुरंढोरं गोठ्यात बांधण्यासाठी सीरायी तिथून गेली. थंगयी म्हणाली, "पोन्ना, काळजी नको करूस. तू पहिलटकरीण आहेस. थोडा त्रास होईल पण तुला जितकी भीती वाटते तितक्या या कळा सोसणं कठीण नाही. सगळ्या प्रकारच्या संघर्षातून आणि जीवघेण्या प्रसंगातून तू तग धरून राहिली आहेस. या वेदना काहीच नाही तुझ्यासाठी. आणि लक्षात ठेव, या वेदना चांगल्या वेदना आहेत. त्यातून सगळं भलं हाती येणार आहे." बाळंत होईपर्यंत काही खाऊ नकोस, असं तिने पोन्नाला बजावलं. शिवाय, एकदा परसाकडं जाऊन यायलाही सांगितलं.

तिने पोन्नाला करूपत्तीचा काढा प्यायला लावला. तिच्या पेटीत बऱ्याच गोष्टी होत्या, पण त्यातलं तिने काहीही बाहेर काढलं नाही. त्या रात्री तीही घरी गेली. तिथे आता फक्त पोन्ना आणि वल्लयीच काय त्या होत्या. पोन्नाला वाटलं की प्रत्येकाने तिला एकटं पाडलं आहे. परसाकडे जाण्यापूर्वी ती करुणचामीच्या देवळात गेली. पण तिथे शांतपणे प्रार्थना करणंसुद्धा तिला जमेना. तिच्या कमरेत अतोनात कळा येत होत्या. त्यावर हात दाबतच तिने कशीबशी प्रार्थना केली, 'सारंकाही सुखरूप पार पडू दे!' अजून काय मागावं, हे तिलाच उमजेना.

खोपटात आल्यावर तिने थोडा काढा घेतला आणि ती बाजेवर आडवी झाली. त्या स्थितीत ती क्षण दोन क्षणसुद्धा विसावू शकली नाही. ती उठून उभी राहिली, पुन्हा आडवी झाली. तिने कूस बदलली, ती पुन्हा दुसऱ्या कुशीला वळली, कशाचाही उपयोग होत नव्हता. तिने उठून खोपटाबाहेर फेऱ्या मारायला सुरुवात केली. तिथल्या खडकावर ती बसली आणि तिला रडू आलं. तिला पाहून वल्लयी हसून म्हणाली, "तुला हवं तेवढं रड, पण तुलाच पोराला जन्माला घालायचं आहे."

पोन्नाने संतापून उत्तर दिलं, "मी रडत असताना तू कशी काय हसू शकतेस?"

त्यावर तिची आई म्हणाली, "अगं, इतक्याही वेदना तुला सोसणार नसतील, तर कसं निभावणार तू? अजून तर खऱ्या कळा यायच्या आहेत तुला. त्या सुरू झाल्या, की पाहता पाहता पोर जन्माला येईल. त्या वेळेस तर तुला वाटेल, की

तुझ्या कमरेचे दोन भाग होतात की काय. सगळं सहन करावं लागणार आहे तुला.''

हळूहळू, एकेक करत अनेक लोक जमा झाले. पाहता पाहता खोपटाभोवती बरीच गर्दी झाली. दायीसुद्धा परत आली. तिने पोन्नाला औषधांचा काढा दिला आणि सगळा संपवायला सांगितला. फार कडू आणि तुरट होता तो पण तो प्यायला तर आपला त्रास कमी होईल किंवा कळा वाढून लवकर सुटका होईल, या विचाराने पोन्नाने तो एका घोटातच रिचवला. पण त्यानंतर काहीच झालं नाही. आलेल्या मंडळींमध्ये चर्चा सुरू झाली, 'सकाळशीच पोर जन्माला येईल असं दिसतंय!' त्यानंतर बरीच मंडळी परत गेली. जे थांबले ते गप्पागोष्टींत रमले. काही जमेल तिथे आडवे झाले. या सगळ्यापायी पोन्नाचा जीव चांगलाच कातावला होता. तिला नेमक्या किती कळा येत आहेत, याबद्दल दायी सारखं विचारत होती, पण थोड्याच वेळात तीही झोपी गेली.

नेमका कधी पोन्नाचा डोळा लागला कोण जाणे. ती किती वेळ निजली होती, याचंही तिला भान नव्हतं. तिला विश्रांती झाल्यासारखंही वाटत होतं आणि वाटत नव्हतंही. पहाटेशी थंगयीने तिला औषधाचा आणखी एक काढा पाजला. पानेईच्या वृक्षावर काळ्या कोतवाल पक्ष्यांचा कलरव सुरू झाला तेव्हा पोन्नाच्या कळा चांगल्याच तीव्र झाल्या होत्या. त्या असह्य होऊन ती किंचाळू लागली, ''अय्यो! अय्यो!'' दायीने तिला समजावलं, ''हे बघ, 'अय्यो!' असं नको म्हणूस. 'सामी!' म्हण. देवाचं नाव घे.'' बाळंतवेणा सुरू होऊन पाण्याची पिशवी फुटताच दायीने तिला आडवं होऊन बाळ ढकलायला तयार व्हायला सांगितलं. श्वास रोखून घेत पोन्नाने जोरात रेटा दिला. थंगयीने तिचं पोट घट्ट दाबून धरलं होतं. परंतु, एवढे प्रयत्न पुरे पडत नव्हते. दायीने पटकन जाडसर दोरखंड आणून छताच्या मधल्या वाशाला टांगायला सांगितला. मुथूने हे काम पार पाडलं. पोन्नाकडे न पाहता तो तसाच बाहेर निघून गेला. दोघी-तिघी बायांनी पोन्नाला धरून बाजेवरून उठवलं. जिथे दोरखंड टांगला होता तिथे आणत त्यांनी तिला तो घट्ट धरायला सांगितला. दोन्ही पाय फाकवत, खाली झुकत पोन्नाने दोरखंडाची टोकं पकडली. तिला असं वाटलं, की तो दोरखंड पारोशा पिंपळालाच लोंबकळत होता.

डोळे मिटून घेत, सगळी ताकद एकवटत तिने दोरखंड खेचला आणि जोरात रेटा दिला. तिला असं वाटलं, की तिचा श्वास आता कोणत्याही क्षणी थांबेल. तिच्या पोटातून काहीतरी बाहेर पडल्यागत वाटलं. ती बेशुद्ध झाली. 'मुलगा' असं काहीसं तिला ऐकू आलं.

ती जेव्हा शुद्धीवर आली तेव्हा सगळे अगदी आनंदात असल्याचं तिने

पाहिलं. तिला तिच्या भावजयीचा आवाज ऐकू आला, "पोन्ना, पोर अगदी बापावर गेलंय बघ. तसंच काळं कुळकुळीत आहे." पोन्नाच्या अंगात उत्साहाने बोलण्याची ताकदच नव्हती. ती किंचित कण्हली. तिच्या भावजयीने तिला बाळ दाखवलं पण पोन्नाने काही ते धड पाहिलं नाही. नंतरसुद्धा पोन्नाने बाळाकडे नीट पाहिलं नाही.

पुढचा एक महिना तिची आई आणि तिची सासू त्या बाळाचं सारंकाही करत होत्या. हळूहळू पोन्ना पुन्हा नीट जेवू लागली. आपणहून चालत शेताच्या कडेला जाऊन विधी उरकणं तिला जमू लागलं. पोराचा जन्म होऊन महिना झाल्याने त्याला दिव्याचा उजेड दाखवायला हवा, असं तिला सांगून वल्लयी तयारीला लागली. मातीच्या मोठ्या पणतीत तिने ताजं एरंडेल तेल भरलं. एरंडीच्या बिया घाण्यावर पाठवून तेल काढून आणलं होतं त्यांनी. एक जाडजूड वात करून पणतीत सारत तिने ती पणती लाकडाच्या ठोकळ्यावर ठेवली. सीरायी खोपटात आली. पोन्ना बाजेवर बसली होती.

बाळाला त्या बाजेवरूनच दिव्याची ज्योत दिसेल, अशा पद्धतीने पणती ठेवून वल्लयीने ती पेटवली. अगदी सावकाश, वातीने ज्योत पकडली. त्या छोट्याशा खोलीत पिवळसर प्रकाश पसरला. बाळाच्या गालावर हळुवार टिचकी मारत, त्याला डोळे उघडायला लावत सीरायी म्हणाली, 'छकुल्या, पाहा इकडे!' बाळाने अलगद डोळे उघडले, मिचकावले, प्रकाशाच्या तिरिपेशी जुळवून घेतले. नाचणाऱ्या त्या ज्योतीकडे बाळ अवाक् होऊन पाहू लागलं. या जगात त्या बाळाने पाहिलेली ती ज्योत ही पहिली अनोखी गोष्ट होती. थोडा वेळ त्या दोघी बाळाशी बोबडं बोलल्या आणि मग दृष्ट काढायच्या तयारीला लागल्या.

ज्योतीची फडफड आणि बाळाच्या डोळ्यांची उघडमीट या दोन्ही गोष्टी पोन्नाने पाहिल्या. अचानक, बाळ नीट पाहण्याची इच्छा तिला झाली. तिने बाळाच्या अस्ताव्यस्त केसांवरून आणि काळ्या शरीरावरून आनंदाने हात फिरवायला सुरुवात केली. आजवर पोटच्या पोराबद्दल न जाणवलेलं प्रेम आणि वात्सल्याचा ओघ तिला जाणवू लागला. बाळाचे इवलेसे पाय तिने चोळले. त्याचे छोटेसे हात आपल्या गालांवर ठेवून घेतले. तिने बाळाच्या लिंगाकडे पाहिलं. अगदी करंगळीगत दिसत होतं ते. ती म्हणालीसुद्धा, 'इवलीशी नुन्नी!' ज्या बोटांनी बाळाच्या लिंगाला स्पर्श केला होता त्या बोटांची तिने पापी घेतली. बाळ आता आनंदाने लाथा झाडत तिच्याकडे पाहून काहीतरी बडबडत होतं. पोन्नाने बाळाशी खेळायला आणि त्याला खेळवायला सुरुवात केली. अलगद त्याच्या बेंबीला हात लावत तिने बाळाच्या चेहऱ्याजवळ चेहरा आणला.

क्षणाक्षणाला मोठा होणाऱ्या तिच्या चेहऱ्याकडे बाळ डोळे मोठे करून पाहू

लागले. तिने चेहरा मागे घेतला, की तो पुन्हा लहान होत होता. असं तिने चार-पाचदा केल्यावर बाळ हसू लागलं. त्याने आपलं बोळकं उघडलं, त्याच्या तोंडातून लाळ गळू लागली. ते हसतच होतं. ते सारं पाहून पोन्ना फार आनंदली. बाळाच्या ओठांना स्पर्श करण्यासाठी तिने बोटं पुढे केली तितक्यात तिला आवाज आला, "हे तोंड मोठं आहे का सांग मला."

बाळ बोललं होतं का ते?

तिने बाळाच्या चेहऱ्याकडे पाहिलं. अचानक तिला तो चेहरा आणि तो आवाज आठवला. उत्सवाच्या अठराव्या दिवशी भेटलेला चेहरा. 'माझं तोंड मोठं आहे का?' हे तिला विचारणारा चेहरा.

पोन्नाच्या मनात खोलवर रुतलेला तो चेहरा.

# ३१

अतोनात गर्दीत एकटीच उभी असलेली पोन्ना त्याला दिसली होती. मग तिलाही तो दिसला होता.

त्याने तिला स्वत:च्या मनाने नाव दिलं होतं - सेल्वी. त्याला नाव देण्याची तिला गरजच भासली नव्हती. उत्सवाच्या त्या दिवशी अतिशय गर्दी होती. वेगवेगळ्या रस्त्यांवर वेगवेगळ्या कलाकृती सादर होत होत्या. त्या दोघांना एकत्र पाहून लोकांनी शिट्ट्या वाजवत थट्टा करायला सुरुवात केली होती. चालताना पोन्नाची मान खालीच होती. तिचा हात धरून तो तिला त्या गर्दीपासून चटकन दूर घेऊन आला होता. ते चंद्रप्रकाशात चालत होते. त्या उजेडात दगडी मंदिराभोवतालचा अंधार दूर होत होता. तिच्या कमरेभोवती हात टाकत त्याने तिला जवळ ओढून घेतलं. तिच्या मनातून भीती जावी, म्हणून तो असं करतो आहे, असा तिने अर्थ लावला. ती त्याला बिलगली.

त्याची शरीरयष्टी आणि रूप अगदी कालीसारखं होतं. धोतराभोवती त्याने वेष्टीचे दोन वेढे घेतले होते. मानेवरून टाकलेला पंचा उघड्या छातीवर लोंबत होता. कपाळावर मोठा कपडा बांधून घेतला होता. कदाचित, त्याचं खरं रूप झाकण्याचा तो प्रयत्न असावा. कालीसुद्धा बाहेर जाताना वेष्टीचे दोन वेढे घेत असे. त्याच्याही छातीवर असा पंचा रुळत असे. कधीकधी तोही डोक्याला टॉवेल बांधत असे. तिच्या शरीराशी घासलं गेलं, की कालीचं शरीरसुद्धा कातळागत भासत असे. कालीला मनातून हुसकावण्यासाठी तिने मान झटकली. हा पुरुष काली नव्हता. मग, ती कालीची प्रतिमा त्यावर का बिंबवत होती? हा कोणी वेगळा पुरुष होता. हा प्रत्यक्ष ईश्वर होता जो तिला कुठेतरी घेऊन जायला आला होता. चाचरतच तिने त्याच्या कमरेवर हात ठेवला. तो हात जवळ ओढून घेत त्याने कमरेवर नीट घट्ट ठेवला. तो तिला कुठे घेऊन चालला होता? तो रस्ता तिच्या परिचयाचा नव्हता. त्या रस्त्याने काही लोक ये-जा करत होते, पण तिथे बऱ्यापैकी शांतता आणि एकांत होता. चंद्राचा प्रकाशच काय तो होता.

अचानक वळून तो एका खडकाच्या दिशेने चालू लागला. निदान, तिला तरी तसंच वाटलं. तिथे पायवाट आहे, हे तिला ठाऊक नव्हतं. तिथे फक्त खडकच आहे असं तिला वाटलं होतं. तो तिला तिथे घेऊन गेला. एखाद्या बकरीच्या चपळतेने तो खडकावर चढला. कधीकधी तो तिला बरोबर चालू देत होता तर पायवाट फारच वेडीवाकडी झाली, की तिला हळुवारपणे उचलून घेत पुढे व्हायला मदत करत होता. ती दोघं जवळपास पाव टेकडी चढून आल्यागत दिसत होते. त्यांच्यासमोर आता एक भला मोठा खडक दिसत होता. त्यामागचा खडक सपाट होता, अगदी जमिनीसारखा. तिथून माथ्यावरचा चंद्र दिसत होता. आसपास कुणीही नव्हतं. त्याने डोक्यावरचा कपडा सोडवला. तो टॉवेलही नव्हता किंवा धोतरही नव्हतं. ओढणीच्या आकाराचा होता तो. त्याने तो जमिनीवर पसरवला आणि त्यावर बसून तिला जवळ बसायला सांगितलं. ती बसताच त्याने तिला छातीशी ओढून घेतलं. त्याच्या मानेभोवती हात टाकायचा मोह होत तीही पुढे झाली. तिचे हात धरून त्याने तिला त्याला मिठी मारू दिली.

आकाशात चंद्राची वाटचाल सुरू होती. जगभर आनंदाचा शिडकावा करत होता चंद्र. वरच्या अथांगतेत कुठेही ढग दिसत नव्हता. मार्गात अडवायलाच काही नसल्यामुळे चंद्राचा प्रकाश स्वर्गात आणि पृथ्वीत सारख्याच तेजाने चमकत होता. चंद्रप्रकाशांच्या मधुर किरणांचं सेवन करून भूमी जणू धुंदावली होती. धुंदीचा अफाट प्रदेशच भासत होता तो.

मग त्याने तिला विचारलं, "बाळासाठी आलीस का?"

काहीही न बोलता तिने त्याच्या छातीवर चेहरा ठेवला.

तो म्हणाला, "होईल तुला बाळ." तिचे ओठ कुरवाळत त्याने विचारलं, "बोलणार नाहीस का तू?"

तिच्या हातांनीच शब्दांचं काम केलं.

"तुझ्या बाळाला माझं नाव देशील?" त्याने प्रश्न केला.

तिने त्याच्या कानात हळूच हुंकार भरला.

मग तो म्हणाला, "मुलगा होवो किंवा मुलगी, बाळाला माझं नाव द्यायचं, बरं का?" छातीवरच्या तिच्या स्पर्शावरून त्याला जाणवलं की तिने होकार भरला आहे. तो पुढे म्हणाला, "माझं नाव... मला सांग, माझं नाव काय असेल बरं?"

आधीप्रमाणेच ती नुसतीच त्याच्या कानात कुजबुजली, '...'

त्यावर तो म्हणाला, "तुझा स्वर म्हणजे माझ्या कानात उतरणारा चंद्राचा प्रकाशच वाटतोय मला!"

तिचा चेहरा हाताने वर करत स्वतःच्या चेहऱ्यापर्यंत आणत त्यांनी म्हटलं,

"मला दुसरंही एक नाव आहे," इतकं बोलून तो हसू लागला. तो पुढे म्हणाला, "हे बघ, मी हसू लागलो, की माझं तोंड फार मोठं दिसतं, नाही का? जरा बघून सांग बरं की माझं तोंड मोठं आहे का - मी आलवायन आहे का, मोठ्या तोंडाचा आहे का, सांग बरं!" त्याने तोंड पूर्ण उघडलं. खरंच, मोठं होतं त्याचं तोंड पण ती त्याला कसं सांगणार होती? ती थोडंसं हसल्याचं त्याला जाणवलं.

"मोठं आहे माझं तोंड, हो ना? माझ्या गावात म्हणूनच मला आलवायन म्हणतात. आहे का माझं तोंड मोठं? सांग ना मला. मी आलवायन आहे का? मुलगा झाला तर त्याचं नाव आलवायन ठेव. मुलगी झाली तर तिचं नाव आलवायची ठेव. ठेवशील?"

हे नाव ऐकून पोन्नाला हसू आवरलं नाही.

तो म्हणाला, "तू हसतेस? एवढ्या मोठ्या तोंडाने काय करता येईल, हे तुला ठाऊक आहे का?" असं म्हणून त्याने तिचा चेहरा स्वत:कडे वळवला. पुन्हा एकदा तिला चंद्रप्रकाशाची शीतलता जाणवली. त्याने विचारलं, "मी कोणत्या गावचा आहे हे ठाऊक आहे का तुला?" तिला ते जाणून घ्यायचं नाही हे दर्शवण्याकरता तिने त्याच्या तोंडावर हात ठेवला. तो म्हणाला, "काळजी करू नकोस, मी या टेकडीचाच आहे."

तो पुढे बोलू लागला, "पुढच्या वर्षी तू यायलाच हवंस. बाळाला घेऊन. मी वाट पाहीन. येशील? येशीलच. मला माहीत आहे, की तू येशील. तू मला विसरणार नाहीस. तू जरी मला विसरलीस तरी मी तुला विसरू शकणार नाही. तुला माझ्याबरोबर निघून जायचं आहे का कुठे? मला सांग. मी तुला घेऊन जाईन. मला तू खूप आवडली आहेस. माझ्याबरोबर का येत नाहीस?"

तो बोलतच राहिला. थोड्या वेळाने, पोन्नाच्या कानांना त्याच्या शब्दांऐवजी केवळ पोकळ गोंगाट तेवढा जाणवू लागला.

## ३२

पोन्ना पुन्हा पुन्हा बाळाचं तोंड निरखत होती. मोठं होतं ते. मोठं तोंड. आलवायन... आणि हो, साम्य होतंच.

तोंड मिटून बाळ त्या ज्योतीकडे पाहू लागलं. भारावल्यागत. मग त्याने पोन्नाकडे नजर वळवली. मुक्याने संवाद साधण्याची ही पद्धत - हा कालीचा चेहरा.

तिची आई आणि सासू खोपटात आल्या आणि त्यांनी बाळाची दृष्ट काढली.

सीरायी म्हणाली, "ज्योतीकडे किती टक लावून पाहतं आहे पाहा ते. बाळा रे, काय काय दिसतंय तुला?"

वल्लयी म्हणाली, "अगदी बापाचा तोंडावळा आहे बरं."

बाळाचा जन्म होऊन महिना झाल्यावर कित्येक लोकांनी अगदी हेच म्हटलं होतं. भेटायला येणारा प्रत्येक जण हेच म्हणत होतं. एकट्या पोन्नाला तेवढा त्या चेहऱ्यावरच्या हावभावात दुसरा चेहरा दिसत होता. तो चेहरा तिला म्हणत होता, 'तू येऊन मला एकदा भेटायला हवंस.' महिनाभरातच वैगसी लागणार होता. त्या वर्षी, वैगसीच्या सुरुवातीलाच रथोत्सव होता. कदाचित, तिने जाऊन तो चेहरा पाहायला हवा होता का?

तो चेहरा नक्कीच तिची वाट पाहत असणार. त्याची सेल्वी येईल, याची त्याला खात्री असणार. पांढऱ्या साडीत तो तिला ओळखेल का? नक्कीच ओळखेल. तो सेल्वीचा हात पकडेल. पण ती कालीला काय सांगेल? कालीचा चेहरा हा एक भास आहे, हो ना? तो भास असला तरी अद्यापि तिच्यासमोर येत होता. अगदी स्पष्टपणे, पूर्ण सजीव असल्यागत. ती स्वतःला दर दिवशी समजावून सांगत होती. तिच्यासमोर दोन्ही चेहरे आलटून पालटून येऊ लागले, हसू लागले. मध्यरात्र उलटली तरी तिला झोप येईना, मग मात्र तिला गाढ झोप लागली. बाळाचं रडणंसुद्धा तिला ऐकू आलं नाही. तिला जागं करत तिची आई म्हणाली, "बाळ लहान असताना असं झोपता नाही येत." आईचं बोलणंही

तिला नीट कळलं नाही, पण अभावितपणे तिने बाळाला प्यायला घेतलं.

बाळाने तिचं बोंड तोंडात घेतल्याक्षणी तिने डोळे मिटले. कोणाचं तोंड होतं ते? कालीचं तोंड छोटं होतं, त्याचे ओठ बाहेर आल्यासारखे होते. त्या दुसऱ्या पुरुषाचं तोंड मोठं होतं. हे कोणतं तोंड आहे? तिला वाटलं, की छोट्या तोंडाने मोठं तोंड दूध पितंय. त्याच्या त्या भसाभस चोखण्यात तिला कालीची भूक जाणवत होती. तिने स्तन बदलला. बाळाचं पोट भरलेलं दिसत होतं. तो उगाचच तिच्या बोंडाशी ओठाने चाळा करत होता. हा नक्कीच काली चाळा करत होता. तिचं एक स्तन ओठात पकडूनच बाळाला झोप लागली. अलगद बाळाला बाजेवर ठेवत तिने त्याचे ओठ टिपले. बाळाने तोंड मिटलं. कोणाचे ओठ होते ते? पोन्ना खोपटाच्या बाहेर आली.

उजाडायला अजून वेळ होता. ती अशी का गोंधळली होती? तिची नजर पारोशा पिंपळाकडे गेली. त्याच्या त्या भव्य रूपाकडे ती पाहत राहिली. गोठ्याच्या त्या बंदिस्त भागावर एखाद्या अवाढव्य छत्रीसारखा तो वृक्ष पसरला होता. एवढीशी जागासुद्धा तो उघडी पडू देणार नव्हता. सगळ्या दिशांनी तो आपल्या फांद्या पसरवणार होता. ती एक फांदी गमावल्याने तो झपाट्याने वाढीला लागला होता. कालीच्या मृत्यूनंतरच्या दहा महिन्यांत तो चांगलाच फोफावला होता. त्याच्या फांद्या आणि डहाळ्या चारी दिशांनी पुढे पुढे पसरत होत्या. ते झाड तोडून टाकलं तर ती जागा कशी दिसेल, हा विचार तिच्या मनात आज पहिल्यांदाच आला. ती जागा जर मोकळी झाली तर तिथे नव्याने एखादी फांदी खोचता येईल किंवा ऊन पडण्यासाठी ती जागा मोकळीच ठेवता येईल. परंतु, तिने मनातल्या मनात ते झाड पाडलं तरी ते पुन्हा परतलं होतं, त्याच जागी खंबीरपणे उभं राहिलं होतं. ते झाड मनातून घालवण्यासाठी तिने होती नव्हती ती सगळी शक्ती पणाला लावली; पण झाड काही जागचं हाललं नाही. ते झाड तिथे त्या जागी नव्हतंच. ते होतं तिच्या मनात - अशा जागी, जिथे कुठलीही कुऱ्हाड त्याला कधीच तोडू शकणार नाही.

बाळाकडे लक्ष ठेवायला सांगून पोन्ना शेतात गेली. मंदिराभोवती रचलेले दगड पहाटेच्या प्रकाशात चमकत होते. तिने घट्ट रोवलेला दगड आपल्या जागी ठाम उभा होता. तिने तो रोवला होता, रक्तावर पोसला होता. तो आता कसा काढता येणार होता? इथून पुढे दिव्याचा सण आणि पोंगलचा प्रसाद तिथे चढवता येणार होता. अधूनमधून तो बळीसुद्धा मागणार होता. तिने विचारलं, 'इतकं सोसावं न लागता मला जगता येईल, अशी मदत नाही का करू शकत तू?' अजून काय विचारावं हे तिला कळेना. ती तशीच परतली.

तिच्या मागून कोणीतरी येत आहे, असं तिला वाटलं पण कोणीच नव्हतं.

ती म्हणाली, "हो! असंच मूर्ख बनव तू मला." बाळ अद्यापि गाढ निजलं होतं. खोपटाबाहेरच्या दगडावर ती बसली. तिच्या आईने तिच्या हातात ठेवलेला सुंठेचा काढा ती पिऊ लागली. त्यामुळे, बाळाचं सर्दीपासून रक्षण होणार होतं.

एक दिवस तिची आई म्हणाली, "पोन्ना, मला इथे येऊन तीन महिने झाले. चल ना, आपल्या गावी जाऊ, काही दिवस तिथे राहू. बाळाचं बारसं तिथेच करता येईल, असं तुझी सासू म्हणाली आहे. सांग बरं, काय नाव ठेवायचं?"

गोठ्याजवळच सीरायी होती. ती म्हणाली, "देवाचं मूल आहे ते. त्याचं नाव आपण माछामी ठेवू. परंतु, तसं नाव जर ठेवलं तर सगळ्या गावाला कळेल खरं काय आहे ते. आपण कोणालाच काही समजावून सांगू शकणार नाही. त्यापेक्षा त्याला ते नाव ठेवू पण हाक मारताना वेगळंच नाव वापरू. आजपासून वीसएक वर्षांनी, त्याची जेव्हा लग्नाची वेळ येईल तेव्हा त्याचं खरं नाव माछामी आहे, हे आपल्याला सांगता येईल. त्या वेळेस आपल्याला कोण प्रश्न विचारणार आहे? दोन नावं असली तरी काही बिघडत नाही. एक घरासाठी आणि एक जगासाठी. देवाची तर हजारो नावं असतात. माणसाला असली तर काय बिघडलं?"

तितक्यात बाळाने काहीतरी आवाज केला. काय झालं पाहायला पोन्ना चटकन आत धावली. बाळ जागं झालं होतं. तिला पाहून हसू लागलं होतं. आपले इवले पाय हवेत झाडू लागलं होतं. त्याच्या बोबड्या भाषेत ते काहीतरी बरळू लागलं. ती लाडाने म्हणाली, "काय नाव आहे रे तुझं? हे बघ, मी तुला कन्नू म्हणून हाक मारेन... माझं वासरू, माझा खजिना." तोंड पसरून बाळ हसू लागलं. "मी तुला आणखी एक नाव देणारे, पण ते तू कोणाला सांगता कामा नये, कळलं? आलवाय - मोठ्या तोंडाचा- ए आलवाय!" ती हळूच कुजबुजली आणि बाळाला छातीशी धरून त्याच्या जवळ पहुडली.

त्या कुशीत पोन्नाला खूप मोठा आनंद गवसला.

◆

# सूची

आया : आजी किंवा तत्सम वयाची स्त्री.

किझवी : वृद्ध स्त्री - एखाद्या ज्येष्ठ स्त्रीला सहजपणे मारलेली हाक.

मामा : काही समाजातल्या स्त्रिया त्यांच्या नवऱ्याला अशी हाक मारतात तर काही समाजातल्या स्त्रिया मामाला तशी हाक मारतात.

मपिल्लयी : जावई. नात्यातल्या स्त्रीशी लग्न केलेल्या किंवा लग्न करणाऱ्या पुरुषांना मायेने मारली जाणारी हाक.

नान्गयी : भावजयीसाठीचं नाव.

पात्ती : आजी किंवा त्या दर्जाची, आदराला पात्र असणारी स्त्री.

सामी : हा शब्द समाजात वेगळ्या पद्धतीने वापरला जातो - प्रिय व्यक्तीला हाक मारताना, जातीतल्या उच्च पदावरच्या व्यक्तींना हाक मारताना, देवासाठी, इत्यादी.